शिक्षणशास्त्राच्या सर्व विद्यार्थ्यांसाठी व शिक्षकांसाठी उपयुक्त

डायमंड

शिक्षणशास्त्र शब्दकोश

इंग्रजी–मराठी

संकलन

प्रा. बेनझीर तांबोळी

डायमंड पब्लिकेशन्स, पुणे

डायमंड शिक्षणशास्त्र शब्दकोश इंग्रजी-मराठी

प्रा. बेनझीर तांबोळी
मो.-९८५०२२२७४२

प्रथम आवृत्ती : मार्च २००९

ISBN : 978-81-8483-287-7

© डायमंड पब्लिकेशन्स, पुणे-३०

अक्षरजुळणी :
अक्षरवेल, पुणे

मुखपृष्ठ :
शाम भालेकर

प्रकाशक :
दत्तात्रेय गं. पाष्टे
डायमंड पब्लिकेशन्स,
१६९१, सदाशिव पेठ, शंकरप्रसाद को. हौ. सो.
तिसरा मजला, टिळक रोड, पुणे-४११०३०.
☎ ०२०-२४४५२३८७

प्रमुख वितरक
डायमंड बुक डेपो
६६१, नारायण पेठ, अप्पा बळवंत चौक,
पुणे ३०. ☎ ०२०-२४४८०६७७

डायमंड सहकारी – सु. ह. जोशी, लीना बोर्जेस, शिल्पा कुलकर्णी, शिल्पा कुलथे, राजश्री जाधव, पूनम बैचे, श्रद्धा ठकार, सचिन, विकास.

मनोगत

सध्याच्या स्पर्धात्मक युगामध्ये ज्ञानाच्या व शिक्षणाच्या कक्षा उत्तरोत्तर विस्तारत आहेत. याबरोबरच भाषिक अभिसरणही वाढत चालले आहे. इंग्रजी माध्यमातून शिक्षण घेण्याकडे वाढत चाललेला कल आपण सहज समजू शकतो कारण उच्चशिक्षणाची सर्व प्रवेशद्वारे इंग्रजी भाषेच्या माध्यमातून घेतलेल्या शिक्षणानेच उघडत आहेत. असे जरी असले तरी प्रादेशिक भाषांचें महत्त्व कुठेही कमी झाले आहे असे मानण्याचें कारण नाही. अजूनही मातृभाषेतून शिक्षण घेऊन उच्च शिक्षण प्राप्त करणाऱ्यांची संख्या लक्षणीय आहे. महाराष्ट्राच्या संदर्भात बोलायचे झाल्यास मराठी माध्यमातून शिक्षण घेऊन उच्च पदवी प्राप्त करणारे अनेकजण आपल्या भोवती आहेत. परंतु हे शिक्षण प्राप्त करताना अनेक अडचणींना त्यांना सामोरे जावे लागते. कारण मराठी भाषेतून संदर्भ ग्रंथ उपलब्ध असले तरी इंग्रजी संदर्भग्रंथांचा वापर काहीवेळा अपरिहार्य ठरतो. जर इंग्रजी पारिभाषिक शब्द नीट माहिती नसतील तर एकूणच विषयाच्या आकलनामध्ये असे विद्यार्थी मागे पडतात व बौद्धिक क्षमता तरी इतरांच्यापेक्षा जास्त असल्या तरी भाषिक कमतरतेमुळे विद्यार्थ्यांचे कार्यमान खालावते.

अशा सर्व विद्यार्थ्यांच्या अडचणी मी स्वत: उत्तमप्रकारे समजू शकते कारण माझे स्वत:चे शिक्षण संपूर्णपणे मराठी माध्यमातून झाले आहे. जरी इंग्रंजी या विषयाची पदवीधर असले तरी बी. एड्. व एम. एड्. व त्यानंतर सेट परीक्षा यासाठी अध्ययन करताना काही वेळा ही अडचण प्रकर्षाने जाणवली व हीच अडचण या शब्दसंकलनामागील मूळ प्रेरणा आहे असे म्हटले तर वावगे होणार नाही.

शिक्षणशास्त्र या विषयाशी संबंधित अनेक उत्तम ग्रंथ इंग्रजीमध्ये उपलब्ध आहेत. त्यांतील ज्ञानाचा मराठी माध्यमाच्या विद्यार्थ्यांना पूर्णपणे उपयोग करून घेता यावा यासाठी हा शब्दकोश काही अंशी उपयुक्त ठरेल. तसेच काही चांगल्या मराठी संदर्भग्रंथांतील संकल्पना समजण्यासाठीही हा शब्दकोश उपयुक्त ठरेल अशी अपेक्षा आहे. यामध्ये मूळ इंग्रजी शब्द, त्याचा उच्चार, मराठी प्रतिशब्द व थोडक्यात स्पष्टीकरण अशा क्रमाने इंग्रजी शब्दावलीतील क्रमाने शब्द देण्यात आले आहेत. शैक्षणिक तत्त्वज्ञान, शैक्षणिक मानसशास्त्र, शैक्षणिक समाजशास्त्र, शैक्षणिक मूल्यमापन

शैक्षणिक संख्याशास्त्र, शैक्षणिक नियोजन, शैक्षणिक संशोधन, शैक्षणिक व्यवस्थापन या विषयांशिवाय विविध आशययुक्त अध्यापनपद्धतींशी संबंधित शब्दांचा जास्तीत जास्त संख्येने या शब्दकोशामध्ये समावेश करण्याचा प्रयत्न करण्यात आला आहे. याशिवाय सर्वसाधारण शालेय व्यवस्था व शिक्षणव्यवस्थेशी निगडित शब्दांचाही यामध्ये समावेश करण्याचा प्रयत्न केला आहे.

डायमंड प्रकाशनचे मा. दत्तात्रय पाष्टे सर यांनी विविध विषयांसंदर्भातील असे शब्दकोश तयार करण्याचा जो उपक्रम हाती घेतला आहे तो अत्यंत स्तुत्य आहे; कारण यामुळे अनेक विद्यार्थ्यांची भाषिक अडचण दूर होण्यास मदत होणार आहे. शिक्षणशास्त्रासाठी असा शब्दकोश असावा किंवा तो तयार करावा या विचारांना पाष्टे सरांच्या उपक्रमशीलतेमुळे मूर्त रूप मिळत आहे, त्यामुळे मी त्यांची आभारी आहे. तसेच या शब्दकोशाचे उत्कृष्ट मुखपृष्ट तयार करणारे श्री शाम भालेकर व डायमंडच्या सर्व सहकाऱ्यांच्या सहकार्यांबद्दल मी त्यांची आभारी आहे.

हा शब्दकोश तयार करताना विविध शब्दकोश, संदर्भपुस्तके यांचा वापर केला गेला आहे. त्यामुळे त्या त्या ग्रंथांचे लेखक व संपादक यांचे ऋण व्यक्त करणे हे माझे कर्तव्य आहे. याशिवाय शब्द किंवा संकल्पना अधिकाधिक स्पष्ट होण्यासाठी सहकारी प्राध्यापक, विषयातील तज्ज्ञ, शिक्षणक्षेत्रातील अनुभवी व्यक्ती, अनेक ग्रंथालयांतील कर्मचारी यांचे वेळोवेळी सहकार्य लाभले. त्यांचेही मी आभार मानणे आवश्यक समजते. कोणतेही कार्य हे कौटुंबिक सहकार्याशिवाय पूर्ण होत नाही. यासाठी माझ्या कुटुंबाच्या ऋणात रहाणे हेच मला आवडेल.

हा लहानसा शब्दकोश डी. एड्., बी. एड्., एम. एड्. चे विद्यार्थी, संबंधित प्राध्यापक तसेच अध्यापनशास्त्राच्या वाचकांना उपयुक्त ठरेल ही अपेक्षा आहे. काल-मर्यादा व ज्ञान-आकलनमर्यादेमुळे या पुस्तकामध्ये किंवा शब्दकोशामध्ये काही त्रुटी असण्याचा संभव नाकारता येणार नाही. तरी अनुभवी व्यक्तींनी या संदर्भात आवश्यक ते मार्गदर्शन / सूचना केल्यास त्यांचा पुढील आवृत्तीसाठी उपयोग होईल.

- प्रा. बेनझीर तांबोळी

डायमंड शब्दकोश - शिक्षणशास्त्र

A

ability – (अबि'लिटि) **क्षमता :** एखाद्या (व्यक्ती) चे काही करून दाखवण्याचे सामर्थ्य किंवा कौशल्य.

able – (ए'ऽब्ल्) **समर्थ, निपुण :** (काही) करण्याचे सामर्थ्य आहे असा.

abnormal – (ॲब्नॉ'ऽमल) **अपवादात्मक, असामान्य :** नियमाला सोडून, नेहमीपेक्षा वेगळे.

abnormal child – (ॲब्नॉ'मल् चाईल्ड्) **अपसामान्य मूल :** ज्याचे वर्तन सामान्य मुलासारखे नाही असे मूल.

absence – (ॲब्सन्स्) **गैरहजेरी, उणीव, अभाव :** शाळेच्या वेळामध्ये विद्यार्थी शाळेत उपस्थित नसणे.

absent – (ॲ'ब्सन्ट्) **गैरहजर, उपस्थित नसलेला :** शाळेच्या वेळामध्ये शाळेमध्ये उपस्थित नसलेला विद्यार्थी / विद्यार्थिनी.

absentee – (ॲ'बसन्टी) **गैरहजर असलेला :** शाळेमध्ये शालेय वेळात उपस्थित नसलेला.

abstract – (ॲ'ब्स्ट्रॅक्ट्) **अमूर्त :** वस्तू अथवा घटना यापासून भिन्न मानलेला, कल्पनेत असणारा.

abstract – (ॲ'ब्स्ट्रॅक्ट्) **गोषवारा :** ग्रंथ, भाषण किंवा प्रबंध इत्यादींमधील मुख्य कल्पना दाखवणारा सारांश.

abstract intelligence – (ॲ'बस्ट्रॅक्ट् इन्टे'लिजन्स्) **अमूर्त बुद्धिमत्ता :** अपरिचित समस्या सोडवण्यासाठी विविध संकल्पना व प्रतिके वापरण्याची क्षमता किंवा कौशल्य.

abstract learning – (ॲ'ब्स्ट्रॅक्ट् ल'ऽनिंग्) **अमूर्त अध्ययन :** ज्यामध्ये प्रत्यक्ष अथवा मूर्त वस्तूंचा समावेश नाही असे अध्ययन.

abstract thinking – (ॲ'बस्ट्रॅक्ट थिंकिंग्) **अमूर्त विचार :** संकल्पना किंवा सामान्य तत्त्वे यांच्या अनुषंगाने विचार करणे, विशिष्ट घटना किंवा वस्तू यांच्या

संदर्भात विचार करण्याच्या विरुद्ध असणारी संकल्पना अथवा सामान्य तत्त्वे या अनुषंगाने विचार करण्याची पद्धत किंवा प्रक्रिया.

academic – (ॲकडे'मिक्) **शालेय, विद्यालयीन, अभ्यासविषयक :** शाळेमध्ये जे अभ्यासविषयक उपक्रम चालतात त्यांना 'शालेय' म्हणतात.

academic ability – (ॲकडे'मिक् अबि'लिटि) **अभ्यासविषयक क्षमता, शालेय क्षमता :** शालेय विषयामध्ये विशिष्ट पातळीपर्यंत संपादन करण्यासाठी विद्यार्थ्यामध्ये असणाऱ्या विविध क्षमता.

academic achievement – (ॲकडे'मिक् अची'व्ह्मन्ट्) **शालेय किंवा अभ्यासविषयक संपादन :** औपचारिक शिक्षणपद्धतीमध्ये मिळवलेल्या ज्ञानाचे प्रमाण जे सर्वसाधारणपणे मिळविलेल्या गुणांवरून दर्शविले जाते.

academic council – (ॲकडे'मिक् का'उन्सिल्) **विद्वतसभा :** अभ्यासविषयक सल्ला देणारे मंडळ, विद्यापीठामधील शैक्षणिक परिषद जी शिक्षणविषयक बाबींमध्ये विद्यापीठास सल्ला देते.

academic course – (ॲकडे'मिक् कॉऽस्) **विद्याभ्यासक्रम :** एका शैक्षणिक वर्षात जो अभ्यासक्रम पूर्ण करावयाचा असतो त्यास शैक्षणिक विद्याभ्यासक्रम म्हणतात.

academic development – (ॲकडे'मिक् डिव्हे'लप्मन्ट) **शैक्षणिक विकास :** अध्ययन करण्याच्या क्षमतेमध्ये व ज्ञानामध्ये झालेली वाढ अथवा भर.

academic qualifications – (ॲकडे'मिक क्वॉ'लिफिके'ऽशन्) **विद्याविषयक अर्हता :** शैक्षणिक किंवा व्यावसायिक क्षेत्रात उत्तीर्ण होऊन विद्यार्थी पदवी, पदविका, प्रमाणपत्रे मिळवितात ती विद्याविषयक अर्हतेची निदर्शके असतात.

acceleration – (ॲक्सेलरे'ऽशन्) **गतीची वाढ, प्रवेग :** प्रज्ञावंत विद्यार्थ्यांना नेहमीपेक्षा कमी वेळात किंवा अपेक्षेपेक्षा कमी वयामध्ये एखादा उपक्रम पूर्ण करण्यासाठी परवानगी देणारा प्रचलित शालेय कार्यक्रमामध्ये केलेला बदल. पूर्वनिर्धारित शालेय काम त्यासाठी अपेक्षित असणाऱ्या वेळापेक्षा कमी वेळेत पूर्ण करणे.

acceptance – (ॲक्से'प्टन्स्) **स्वीकार :** शालेय संस्थेमध्ये प्रवेश देणे. शिक्षक अगर इतर व्यक्तीने विद्यार्थ्याच्या वर्तनावरून त्याचे मापन न करता विद्यार्थ्याची स्वप्रतिमा उंचावण्यासाठी त्याच्याशी विशिष्ट पद्धतीने वागणे.

accreditation – (ॲक्रि'डिटेऽशन्) **स्वीकृती, श्रेणीदेय :** एखाद्या मंडळ अथवा समितीकडून संबंधित शैक्षणिक संस्थेची सर्वांगीण तपासणी करून श्रेणी दिली जाणे म्हणजे स्वीकृती होय.

academic year – (ॲकडे'मिक यिअ) **शैक्षणिक वर्ष :** प्रत्येक वर्षी अध्यापन - अध्ययनाचा प्रारंभकाळ व समाप्तीकाळ निश्चित झालेला असतो त्यास शैक्षणिक वर्ष म्हणतात.

achievement – (अची'व्ह्मन्ट्) **संपादन, साध्य करणे :** भूतकाळामध्ये एखाद्या व्यक्तीने यशस्वीरीत्या पूर्ण केलेले कार्य अथवा एखाद्या क्षेत्रामध्ये मिळवलेल्या यशाचे किंवा सिद्धीस नेलेल्या कार्याचे प्रमाण.

achievement test – (अची'व्ह्मन्ट् टेस्ट) **संपादन चाचणी, संपादन कसोटी :** अभ्यासक्रमातील विविध विषयामध्ये विद्यार्थ्यांची प्रगती किंवा संपादन यांचे मोजमाप करण्यासाठी तयार केलेली चाचणी अथवा कसोटी.

action research – (ॲ'क्शन् रिस'ऽच्) **कृतीसंशोधन :** आपल्या व्यवसायामध्ये सुधारणा होण्याच्या हेतूने व्यवसायातील समस्या व निर्माण होणारे प्रश्न यांचा शास्त्रीय पद्धतीने अभ्यास करण्याची प्रक्रिया म्हणजे कृतीसंशोधन होय.

active vocabulary – (ॲक्टिव्ह् व्होऽकॅ'ब्युलरि) व्यक्ती आपल्या संभाषणात किंवा लिखाणामधे सातत्याने वापरते असे शब्द.

activity – (ॲक्टि'व्हिटि) **कृती :** विद्यार्थ्याने शाळेमध्ये किंवा शालेय कामकाजासंबंधित केलेली कृती.

activity curriculum – (ॲक्टि'व्हिटि कॅरि'क्युलम्) **कृतीयुक्त अभ्यासक्रम :** आधुनिक शैक्षणिक विचारांनुसार विद्यार्थ्यांच्या नैसर्गिक प्रकृतीस अनुसरून त्यांच्या कृतीला वाव देणारा अभ्यासक्रम.

activity learning – (ॲक्टि'व्हिटि ल'ऽनिंग) **कृतीयुक्त अध्ययन :** ज्यामध्ये विद्यार्थी किंवा अध्ययता यांची कृती समाविष्ट असेल अशी अध्ययन परिस्थिती वा अशा अध्ययनपद्धती ज्यामध्ये फक्त बसणे व ऐकणे याव्यतिरिक्त विद्यार्थ्यांचा सक्रिय सहभाग असेल.

adaptation – (ॲडप्टे'ऽशन्) **परिस्थितीशी जुळवून घेणे :** नवीन वातावरणाशी अथवा परिस्थितीशी यशस्वीपणे जुळवून घेणे.

adjustment – (अजॅ'स्ट्मन्ट्) **समायोजन :** व्यक्ती आणि तिच्या सभोवतालचे वातावरण अथवा परिस्थिती यांच्यामध्ये ताळमेळ साध्य करणे.

administration – (ॲड्मि'निस्ट्रे'ऽशन्) **प्रशासन :** शालेय प्रशासन

administrator – (ॲड्मि'निस्ट्रेऽटऽ) **प्रशासक :** शाळेचे प्रशासन पहाणारा शाळाप्रमुख.

admission – (अड्मि'शन्) **प्रवेश देणे :** शालेय अभ्यासक्रम पूर्ण करण्यासाठी विद्यार्थ्यास शाळेत प्रवेश देणे.

admission test – (अड्मि'शन् टेस्ट्) **प्रवेशपरीक्षा :** शैक्षणिक संस्थेमधील प्रवेशप्रक्रियेचा एक भाग म्हणून घेण्यात येणारी परीक्षा अथवा चाचणी.

adolescence – (ॲडले'सन्स) **पौगंडावस्था, कुमारावस्था :** बाल्यावस्था व तारुण्यावस्था यांच्यामधील सर्वसाधारणपणे वय वर्षे १३ ते २० पर्यंतचा काळ.

adolescent crisis – (ॲडले'सन्ट् क्रा'इसिस्) **कुमारावस्थेतील पेचप्रसंग (समस्या, प्रश्न) :** बाह्यजग व स्वत:च्या आतमध्ये सतावणाऱ्या विविध समस्यांशी संघर्ष करत असताना कुमारांपुढे येणाऱ्या समायोजनाच्या समस्या.

adult education – (अडे'ल्ट् ए'ड्युकेऽश्न्) **प्रौढ शिक्षण :** वय वर्षे २५ ते ५० असणाऱ्या प्रौढांना आवश्यकतेनुसार दिले जाणारे शिक्षण.

advantage – (ॲड्व्हा'ऽन्टिज्) **फायदा :** कोणत्याही परिस्थितीचा (विद्यार्थ्याने अध्ययनासाठी केलेला) सकारात्मक उपयोग.

adverse effect – (ॲ'ड्व्हऽस् इ'फेक्ट्) **प्रतिकूल परिणाम :** विद्यार्थ्यांच्या अध्ययनावर विशिष्ट परिस्थितीमुळे होणारा / घडून येणारा नकारात्मक परिणाम.

advisory committee – (अड्व्हा'इझरि कमि'टि) **सल्लागार समिती :** शैक्षणिक समस्यांच्या संदर्भात शैक्षणिक व्यवस्थापकास सल्ला देणारी समिती.

affective domain – (अफे'क्टिव्ह डो(ऽ)मे'ऽन्) **भावात्मक कार्यक्षेत्र :** शैक्षणिक उद्दिष्टांच्या श्रेणीबद्ध वर्गीकरणातील भावना, अभिरुची, अभिवृत्ती यांच्याशी संबंधित भाग.

affiliated – (अफि'लिएऽटेड्) **सदस्य अथवा शाखा म्हणून स्वीकारलेले :** एखाद्या संस्थेने मोठ्या संस्थेशी संलग्न असणे व त्याप्रमाणे आपले उपक्रम राबवणे.

agraphia – (ॲ'ग्राफिया) हानीग्रस्त किंवा क्षतीग्रस्त मेंदूमुळे लिहिण्याची असमर्थता किंवा लिहिता न येणे.

aim – (एऽम्) **ध्येय, उद्दिष्ट :** शिक्षण घेत असताना आपण कशासाठी शिकतो, शिक्षणाने काय साध्य करावयाचे आहे ते निश्चित करणे म्हणजेच ध्येय ठरवणे होय.

all-day school – (ऑऽल् डेऽ स्कूल) जी शाळा सर्वसाधारणपणे नेहमीच्या शाळांपेक्षा जास्त वेळ शिक्षण व तत्संबंधी उपक्रम चालू ठेवते ती शाळा.

all-round development – (ऑऽल् राऊन्ड् डिव्हे'लप्मन्ट्) **सर्वांगीण विकास :** विद्यार्थ्यांचा शारीरिक, मानसिक, बौद्धिक असा सर्वांगीण विकास.

all-year school – (ऑऽल् यिअ स्कूल) संपूण वर्षभर जी शाळा आपले शैक्षणिक उपक्रम चालू ठेवते व जी संपूर्ण वर्षभर सुरू असते. अशा शाळामध्ये जास्त शुल्क आकारले जाते व तेथील शिक्षकवर्गाची शैक्षणिक अर्हताही जास्त असते.

alternative education – (ऑऽल्ट'ऽनटिव्ह् ए'ड्युकेऽशन्) **वैकल्पिक शिक्षण :** पारंपरिक शाळा किंवा शिक्षण पद्धतीपेक्षा वेगळे शिक्षण

alumni association – (अॅ'ल्युम्नी असो'ऽशिएऽशन्) **माजी विद्यार्थी संघटना :**

amnesia – (ॲम्नी'झिअ) **स्मृतिनाश :** मानसिक अथवा शारीरिक आघात किंवा एखाद्या औषधाच्या वापरामुळे स्मृती नष्ट होणे. कोणतीही आवश्यक माहिती आठवण्यासंबंधीची असमर्थता.

analysis – (अनॅ'लिसिस्) **पृथक्करण, विश्लेषण :** एखादे घटकाचे सखोल अभ्यास करण्याच्या उद्देशाने उपघटकांमध्ये / सूक्ष्म भागांमध्ये विभाजन करणे.

ancillary staff – (अॅन्सि'लरि स्टाऽफ्) शाळा किंवा इतर शैक्षणिक संस्थांमधील शिक्षकेतर सहाय्यक कर्मचारी वर्ग

andragogy – (अॅन्ड्र'गॉगि) **प्रौढाध्ययन :** प्रौढांना त्यांच्या विशिष्ट गरजा ध्यानात घेऊन शिकवण्याचे शास्त्र.

anecdotal method – (अॅ'निक्डोऽट्ल मे'थड्) **दंतकथा पद्धती किंवा घटनाभिलेख पद्धती :** अध्यापनातील घटनाभिलेख ही एक पद्धती आहे ज्याचा संबंध घटनावृत्त, घटना अभिलेख, प्रासंगिक नोंद इत्यादींशी असतो.

apple polisher – (अॅ'पल् पॉ'लिश्र्) शिक्षकांशी अतिस्तुतीपर वर्तन करणारा विद्यार्थी

application – (अॅ'प्लिके'ऽशन्) **उपयोजन :** वर्गामध्ये काही संकल्पना व तत्त्वांचा प्रत्यक्ष वापर, डॉ. ब्लूमच्या उद्दिष्टांच्या श्रेणीबद्ध वर्गीकरणातील बोधात्मक क्षेत्रातील तिसरा स्तर.

applied research – (अप्ला'इड् रिस'ऽच्) **उपयोजित संशोधन :** संशोधनाच्या अनेक पद्धतींपैकी उपयोजित संशोधन ही एक पद्धती आहे. ज्यामध्ये व्यवहाराभिमुख संशोधन अपेक्षित असते. मानवी जीवनातील विविध क्षेत्रांशी निगडित समस्यांच्या निराकरणासाठी हे संशोधन असते.

appraisal – (अप्रे'ऽझल्) **(कार्य) मूल्यमापन :** घटना, संकल्पना किंवा नैसर्गिक घटनाक्रम यांचे पद्धतशीर मूल्यमापन करण्याची प्रक्रिया, एखाद्या व्यक्तीच्या कामासंदर्भात त्याचे मूल्यमापन.

appreciation – (अप्री'शिए'ऽशन्) **गुणग्रहण :** विविध कलामधील सौंदर्यस्थळे शोधणे व ती इतरांपुढे मांडणे म्हणजे गुणग्रहण

apprentice teacher: (अॅप्रे'न्टिस् टी'चऽ) उमेदवारी काळातील शिक्षक अथवा एखाद्या शैक्षणिक संस्थेतील वरिष्ठ विद्यार्थी.

approach - approach conflict – (अप्रो'ऽच्- अप्रो'ऽच् कॉ'न्फ्लिक्ट्) **प्रगमन-प्रगमन संघर्ष (हवे-हवे संघर्ष) :** दोन इच्छित वस्तू किंवा ध्येय यामधून योग्य निवड करताना होणारा संघर्ष

approach-avoidance conflict – (ॲप्रो'ऽच् अव्हॉ'इडन्स् कॉ'न्फ्लिक्ट्) **प्रगमन : वर्जन संघर्ष** (हवे-नको संघर्ष) : एकाच वेळी सारख्याच आकर्षक व अनाकर्षक असणाऱ्या वस्तू किंवा ध्येयाची निवड करताना निर्माण होणारा संघर्ष.

aptitude – (ॲ'पटिट्यूड्) **अभिक्षमता / अभियोग्यता :** एखादी कृती करण्याची, एखाद्या विशिष्ट विषयातील ज्ञान संपादन करण्याची जी उपजत अगर स्वाभाविक वृत्ती किंवा कल असतो त्यास अभियोग्यता म्हणतात.

aptitude test – (ॲ'प्टिट्यूड् टेस्ट्) **अभियोग्यता चाचणी :** एखाद्या व्यक्तीपाशी एखादी कृती करण्यातील किंवा एखाद्या विषयातील विशेष क्षमता किंवा त्याबाबतचा त्याचा कल तपासण्यासाठी तयार करण्यात आलेली चाचणी.

arithmatic – (अरि'थ्मटिक्) **अंकगणित** : संख्यांच्या उपयोजनाचे कौशल्य म्हणजे अंकगणित.

articulation – (आऽटि'क्युले'ऽशन्) **शब्दोच्चार :** १) बोलण्याची, शब्द उच्चारण्याची पद्धत. २) शैक्षणिकदृष्ट्या, विविध शैक्षणिक स्तरांसाठीच्या उपक्रमातील समन्वय.

artificial intelligence – (आ'ऽटिफि'शल् इन्टे'लिजन्स्) **कृत्रिम बुद्धिमत्ता :** मानवाप्रमाणे समस्या उकलन व कौशल्यात्मक प्रतिसाद देणारी कृत्रिम व्यवस्था

assessment – (असे'स्मन्ट्) **मूल्यनिर्धारण, मूल्यांकन :** विद्यार्थ्यांच्या शालेय, सहशालेय शालेयतर कृतींचे संख्यात्मक तसेच गुणात्मक स्थाननिश्चयन.

assignment – (असा'इन्मन्ट्) **नेमून दिलेले काम :** विद्यार्थ्यांसाठी नेमून दिलेला विशिष्ट अध्ययन उपक्रम.

assimilation – (असि'मिलेऽशन्) **एकरूप होणे, समावेशन, संमीलन :** प्रचलित मानसिक आराखड्यामध्ये नवे अनुभव सामावून घेण्याची प्रक्रिया.

assistant teacher – (असि'स्टन्ट् टीचऽ) **सहाय्यक शिक्षक, उपशिक्षक :** शाळेच्या प्रमुख शिक्षकाच्या / मुख्याध्यापकाच्या सूचना व मार्गदर्शनानुसार काम करणारे शिक्षक.

assisted learning – (असि'स्टेड् ल'ऽनिंग्) **सहाय्यित अध्ययन :** अध्ययनाच्या प्रारंभकाळामधे विद्यार्थ्याला पद्धतशीररीत्या मदत करण्याची संकल्पना.

association – (असो'ऽशिएऽशन्) **साहचर्य :** एका विशिष्ट घटनेचा दुसऱ्या घटनेशी असणारा घटक संबंध.

association test – (असो'ऽशिएऽशन् टेस्ट्) विविध मानसिक क्षमतांमधील सामर्थ्य व त्यातील परस्पर संबंध तपासण्यासाठी तयार केलेली चाचणी.

assumption – (असॅ'म्प्शन्) **गृहीतक :** संशोधन प्रक्रियेमध्ये काही गोष्टी गृहीत धरलेल्या असतात त्यांना गृहीतक म्हणतात.

attainment – (अटेऽ'न्मन्ट्) **प्राप्ती :** एखादा शालेय विषय किंवा संपूर्ण अभ्यासक्रम याबाबतीत विद्यार्थ्याचे कार्य परीक्षांच्या माध्यमातून मोजणे किंवा विद्यार्थ्याने काय प्राप्त केले आहे ते परीक्षांच्या माध्यमातून मोजणे.

attendance – (अटे'न्डन्स्) **हजेरी, उपस्थिती :** शालेय वेळामध्ये विद्यार्थ्यांने शाळेमध्ये उपस्थित असणे.

attendance register – (अटे'न्डन्स् रे'जिस्टऽ) **हजेरीपत्रक :** ज्या नोंदपत्रकामध्ये विद्यार्थ्यांची उपस्थिती अथवा गैरहजेरी नोंदविली जाते ते नोंदपत्रक.

attention – (अटे'न्शन्) **अवधान :** विशिष्ट वातावरणीय चेतकांवर मानसिक प्रक्रिया केंद्रित करणे. विशिष्ट चेतकांवर लक्ष केंद्रित करणे.

attention divided – (अटे'न्शन् डिव्हा'इडेड्) **विभाजित अवधान :** एकाच गोष्टीकडे लक्ष केंद्रित न होणे / अथवा लक्ष केंद्रित करण्यामध्ये अडथळा येणे.

attention management – (अटे'न्शन् मॅ'निज्मन्ट्) **अवधान व्यवस्थापन :** वेळेचा परिणामकारक वापर यासाठी वापरली जाणारी संज्ञा.

attention span – (अटे'न्शन् स्पॅन्) **अवधान कक्षा :** एखादी व्यक्ती हाती घेतलेल्या कामावर पूर्णतः लक्ष केंद्रित करू शकते असा कालावधी.

attention sustained – (अटे'न्शन् सस्टे'ऽन्ड्) **सातत्यपूर्ण अवधान :** एकाच गोष्टीकडे सातत्याने लक्ष केंद्रित करण्याची क्षमता.

attested copy – (अटे'स्टेड् कॉ'पि) **साक्षांकित प्रत :** कोणत्याही अधिकारप्राप्त व्यक्तीने मूळ कागदपत्र पाहून स्वाक्षरी केलेली छायांकित प्रत उदा.गुणपत्रिका, प्रमाणपत्र इ.

attitude (अॅ'टिट्यूड्) **अभिवृत्ती :** एखादी व्यक्ती, गोष्ट, घटना याबाबत विशिष्ट दृष्टिकोन असणे म्हणजे अभिवृत्ती.

attitude test – (अॅ'टिट्यूड् टेस्ट) **अभिवृत्ती चाचणी :** व्यक्तीची विशिष्ट कौशल्य शिकण्याची क्षमता वर्तवणारी चाचणी.

attribute – (अॅ'ट्रिब्यूट्) **अंगभूत, स्वभाविक गुण:** व्यक्तीमध्ये असणारी प्रभावी सहजप्रवृत्ती किंवा विशेष गुणधर्म.

audience – (ऑ'डिअन्स्) **श्रोतृवृंद :** प्रेक्षागृहामध्ये, उपस्थित, व्याख्यान ऐकणारा, कार्यक्रम पहाणारा जनसमुदाय.

audio aid – (ऑ'डिओ एऽड्) **श्राव्य साधने :** अध्ययन अध्यापन प्रक्रियेच्या सुलभतेसाठी वापरली जाणारी, श्रवणावर भर देणारी शैक्षणिक साधने. उदा. रेडिओ, टेपरेकॉर्डर इ.

audio-visual aid – (ऑ'डिओ व्हि'झ्युअल् एऽड्) **दृकश्राव्य साधने :** अध्ययन अध्यापन प्रक्रिया सुलभ होण्यासाठी वापरली जाणारी अभ्यासपूरक दृकश्राव्य साधने, उदा. दूरदर्शन, रेडिओ प्रसारमाध्यमे

aural-oral approach – (ऑ'ऽरल्-ऑ'ऽरल् अप्रो'ऽच्) **श्रवण-भाषा उपागम :** ज्या विद्यार्थ्यांमध्ये श्रवणदोष आहे अशा विद्यार्थ्यांना भाषा अध्यापन करण्यासाठी वापरली जाणारी पद्धती ज्यामध्ये श्रवण व भाषण कौशल्यांवर भर दिला जातो.

authentic learning – (ऑऽथे'न्टिक् ल'ऽनिंग) **विश्वसनीय / खरे अध्ययन** वास्तविक जीवनामध्ये शिक्षणाच्या माध्यमातून शिकलेली कौशल्ये वापरणे.

authentic questions – (ऑऽथे'न्टिक् क्वे'श्चन्) **विश्वसनीय / अस्सल प्रश्न :** एखाद्या गोष्टीबाबतच्या नैसर्गिक उत्सुकता किंवा कुतुहलापोटी विद्यार्थ्यांनी उत्स्फूर्तपणे विचारलेले प्रश्न.

authoritarian parenting – (ऑथॉरिटे'अरिअन् पे'अरन्टिंग) **हुकुमशाही पालकत्त्व :** पालक कुमाराला त्यांच्या सूचना किंवा अपेक्षा पूर्ण करण्यास भाग पाडतात अशी पालकत्त्वाची बंधनकारक पद्धत.

auto suggestion – (ऑ'ऽटोऽ सजे'स्चन्) **स्वयंसूचना :** स्वत:मध्ये फरक घडवून आणण्याच्या हेतूने स्वत:लाच सतत देण्यात येणाऱ्या सूचना.

average – (अॅ'व्हरिज्) **सरासरी :** एक संख्याशास्त्रीय संकल्पना ज्यामध्ये एकूण गुणांची बेरीज करून त्यास एकूणाच्या संख्येने भागले असता मिळणारी संख्या.

average deviation – (अॅ'व्हरिज् डी'व्हिए'शन्) **सरासरी विचलन :** दिलेल्या प्राप्तांकांची बेरीज करून तिला प्राप्तांकांच्या संख्येने भागले की प्रत्येक प्राप्तांक मध्यमानापासून किती विचलित झाला आहे हे पहाणे आवश्यक ठरते. नंतर सर्व विचलनांच्या बेरजेला प्राप्तांकांच्या संख्येने भागले की सरासरी विचलन मिळते.

avoidance avoidance conflict – (अव्हॉ'इडन्स्-अव्हॉ'इडन्स् कॉ'न्फ्लिक्ट्) **वर्जन-वर्जन संघर्ष (नको-नको संघर्ष) :** दोन अनैच्छिक गोष्टी किंवा ध्येये यामधून निवड करताना निर्माण होणारा संघर्ष

award – (अवॉऽड्) **पुरस्कार :** विविध क्षेत्रातील उल्लेखनीय कामगिरीबद्दल पुरस्कार दिले जातात. शिक्षणक्षेत्रातसुद्धा राष्ट्रपातळीवर व राज्यपातळीवर निवडक प्राथमिक माध्यमिक व विशेष शिक्षकांना पुरस्कार दिले जातात.

awareness – (अवे'अनेस्) **जाणीव / बोधन :** विशिष्ट गोष्टीविषयी असलेली / करावी लागणारी जागरूकता.

axiology – (अॅ'क्सिऑलॉजि) **मूल्यप्रणाली :** नीतिशास्त्र, सौंदर्यसमीक्षा, यासंदर्भातील मूल्यांची चिकित्सा करणारा तत्त्वज्ञानाचा एक भाग.

❑

B

babyhood – (बे'ऽबिहुड्) **शैशवावस्था :** जन्माच्या तिसऱ्या आठवड्यापासून दोन वर्षापर्यंतचा काळ.

babysitter – (बे'ऽबिसि'टऽ) **मुले सांभाळण्याचे काम करणारी व्यक्ती.**

bachelor of education – (बॅ'चिलऽ ऑव्ह् ए'ड्युके'ऽशन्) **शिक्षण शास्त्रातील पदवी.**

backward – (बॅ'कवड्) प्रगतीमध्ये मागे पडलेली, ज्यांचे शैक्षणिक संपादन सरासरीपेक्षा कमी आहे अशी मुले.

backward conditioning – (बॅ'क्वड् कन्डि'शनिन्ग्) **प्रतिगामी अभिसंधान :** अभिसंधित चेतकापूर्वी अनभिसंधित चेतक सादर केला जातो असे अभिजात अभिसंधान म्हणजे प्रतिगामी अभिसंधान होय.

bar graph – (बाऽग्रॅफ) **स्तंभालेख :** वारंवारिता वितरणामध्ये जे प्राप्तांक वर्गीकरणात घेता येत नाहीत त्यांच्या बाबतीत स्तंभालेख वापरला जातो. स्तंभालेख उभा किंवा आडवा या दोन्ही पद्धतीने काढता येतो.

basal age – (बे'सल ए'ऽज्) **आधारभूत वय :** मानसिक चाचणीतील सर्व प्रश्न यशस्वीपणे सोडवण्यासाठी आवश्यक असणारे आधारभूत वय.

basic education – (बे'ऽसिक् ए'ड्युके'ऽशन) **मूलभूत शिक्षण :** मूलभूत शिक्षणात म्हणजे व्यक्तीच्या ठिकाणी शारीरिक मानसिक व अध्यात्मिक असे जे लुप्त गुण असतात ते प्रकट होण्यास संधी देणारे शिक्षण. यामुळे शिक्षणाचा जीवनाशी संबंध येतो.

basic vocabulary – (बे'ऽसिक् व्होऽकॅ'ब्युलरि) **मूलभूत शब्दसंग्रह :** कोणत्याही एका भाषेचे सर्वसामान्य ज्ञान प्राप्त करण्यासाठी आवश्यक शब्द, वाक्प्रचार, म्हणी इत्यादींना मूलभूत शब्दसंग्रह म्हणतात.

behaviour – (बिहे'ऽव्ह्यऽ) **वर्तणूक, वर्तन :** व्यक्तीच्या कृती व प्रतिसादात्मक कृतींचे संकलन म्हणजे वर्तन होय.

behaviour sampling – (बिहे'ऽव्ह्यऽ सा'ऽम्पलिंग्) **वर्तन न्यादर्शन :** व्यक्तिमत्त्वातील गुणविशेष मोजण्याचे असे तंत्र ज्यामध्ये विशिष्ट परिस्थितीतील प्रयोज्याचे वर्तन हे त्याच्या माहितीशिवाय परीक्षक मोजत असतो.

behavioural problem – (बिहे'ऽव्ह्यऽल् प्रॉ'ब्लम्) वर्गामध्ये सातत्याने इतरांचे लक्ष विचलित करणाऱ्या मुलांसाठी वापरण्यात येणारी संज्ञा.

behavioural therapy – (बिहे'ऽव्ह्यऽल् थे'रपि) **वर्तनोपचार पद्धती, वर्तनवाद उपचार पद्धती :**

behaviourism – (बिहे'ऽव्हरिझम्) **वर्तनवाद :** मानसशास्त्र म्हणजे निरीक्षणात्मक वर्तनाचे व चेतक प्रतिसाद यामधील संबंध शोधण्याचे शास्त्र आहे असे मानणारी विचारप्रणाली.

beneficiary – (बेनिफि'शरि) **लाभार्थी :** लाभ घेणारी व्यक्ती.

benefit – (बे'निफिट्) **लाभ, फायदा :** कोणत्याही परिस्थितीचा (विद्यार्थ्यांने अध्ययनासाठी केलेला) सकारात्मक उपयोग.

beta test – (बी'टऽ टेस्ट) **बीटा चाचणी :** निरक्षर लोकांसाठी तयार केलेल्या कसोट्या ज्यामध्ये सूचना शब्द अथवा वाक्यात न देता खुणा किंवा कृती करून दिल्या जातात.

bias – (बा'इअस्) **अभिनती :** मनाचा कल किंवा प्रवृत्ती. अपेक्षित पूर्वानुभाने प्राचलनापासून झालेले विचलन.

biased sample – (बा'इअस्ड् सा'ऽम्पल्) **अभिनत न्यादर्शन :** पूर्वग्रहदूषित नमुना

bibliography – (बि'ब्लिऑ'ग्रफि) **संदर्भसूची :** एखाद्या विषयावरील संदर्भ पुस्तकांची यादी.

bifocal course – (बाईफो'ऽकल् कॉऽस्) **द्विलक्ष्मी अभ्यासक्रम :** ज्या अभ्यासक्रमात पारंपरिक विषयांबरोबरच व्यावसायिक व तांत्रिक विषय शिकविण्याची सुविधा असते त्यास द्विलक्ष्मी अभ्यासक्रम म्हणतात.

bilingual school – (बाइलि'न्ग्वल स्कूल्) **द्वैभाषिक शाळा :** ज्या शाळेत शिक्षण दोन भाषांच्या माध्यमातून दिले जाते ती शाळा.

bilingualism – (बाइलि'न्ग्वलिझम्) **द्वैभाषिकत्त्व :** व्यावहारिक जीवनामध्ये सर्वसाधारणपणे दोन भाषांचा उपयोग करणे.

Binet-Simon scale – (बिने-सायमन् स्केऽल्) फ्रेंच मानसशास्त्रज्ञ बिने याने सायमन या सहकाऱ्याच्या मदतीने १९०५ मध्ये प्रथम या बुद्धिमापन चाचण्या प्रसिद्ध केल्या.

biodata – (बाइओडे'ऽटऽ) व्यक्तीची वैयक्तिक तसेच शिक्षण, पूर्वानुभव इत्यादी विषयीची माहिती.

biological age – (बाइऑ'लजिकल् एऽज्) **शारीरिक वय :** व्यक्तीचे जन्मापासूनचे विशिष्ट कालापर्यंतचे वय.

biological naturalism – (बाइऑ'लजिकल् नॅ'च्रलिझ्म) **जीवशास्त्रीय निसर्गवाद:** निसर्गवादाच्या तीन मुख्य प्रकारांपैकी एक प्रकार.

biology – (बाइऑ'लजि) **जीवशास्त्र :** मानव, पशु, प्राणी व वनस्पती यांच्याविषयी माहिती मिळवणे व ती संकलित करणे यासंबंधीच्या शास्त्रास जीवशास्त्र म्हणतात.

bipolar process – (बाइ'पोऽलऽ प्रो'ऽसेस्) **द्विध्रुवीय प्रक्रिया :** शिक्षक व विद्यार्थी यांच्या परस्पर आंतरक्रियेतून घडणारी अध्ययन - अध्यापन प्रक्रिया. ती द्विध्रुवीय प्रक्रिया असते.

birth certificate – (ब'ऽथ् सटि'फिकिट्) **जन्मप्रमाणपत्र :** व्यक्तीच्या जन्मतारखेची नोंद असणारे अधिकृत प्रमाणपत्र.

blackboard – (ब्लॅ'क्बॉऽड्) **शालेय अध्ययन :** अध्यापनामध्ये फळा हा एक महत्त्वपूर्ण साधन म्हणून वापरला जातो.

blackboard work – (ब्लॅ'कबॉऽड् वऽक्) **फलकलेखन :** अध्यापन प्रक्रियेमध्ये किंवा अध्ययन प्रक्रियेमध्ये फळ्यावर केलेले लिखाण.

block teaching – (ब्लॉक् टी'चिन्ग्) **सलग अध्यापन :** प्रशिक्षणार्थींना शालेय जीवन व प्रत्यक्ष अध्यापनाची माहिती व्हावी या हेतूने अभ्यासक्रमात अशा प्रकारच्या अध्यापनाची सोय केली आहे. हा कालावधी एक किंवा दोन आठवड्यांचा असतो.

Bloom's taxanomy – (ब्लूम्स् टॅक्सॉ'नमी) **ब्लूम यांनी केलेले शैक्षणिक उद्दिष्टांचे श्रेणीबद्ध वर्गीकरण :** यानुसार अध्यापन बोधात्मक, भावात्मक व क्रियात्मक क्षेत्रामध्ये विभागले गेले आहे. हे वर्गीकरण १९५० साली डॉ. ब्लूम व त्यांच्या सहकाऱ्यांनी केले.

board of examiners – (बॉऽड् ऑव्ह् इग्झॅ'मिनऽस्) **परीक्षक मंडळ :** विद्यापीठांच्या परीक्षा घेण्यासाठी विद्यापीठ आपल्या अधिकारात ज़े मंडळ नेमते त्यास परीक्षक मंडळ म्हणतात.

board of studies – (बॉऽड् ऑव्ह् स्टि'डिज्) **अभ्यास मंडळ :** एखाद्या विषयांच्या अभ्यासक्रमाचे नियोजन करण्यासाठी जी समिती तयार केली जाते तिला त्या विषयाचे अभ्यासमंडळ म्हणतात.

boarding school – (बॉऽडिंग् स्कूल्) **वसतिगृह असलेली शाळा :** ज्या शाळेमध्ये बहुतांश विद्यार्थ्यांसाठी निवास व भोजनाची व्यवस्था पुरवली जाते अशी शाळा.

body language – (बॉ'डि लॅ'न्ग्विज्) **देहबोली, शरीरभाषा :** शारीरिक हालचाली व हावभाव यांच्या साहाय्याने इतर व्यक्तींशी केलेले अशाब्दिक संप्रेषण.

book – (बुक्) **पुस्तक, ग्रंथ.**

book learning – (बुक् लऽनिंग्) **पुस्तकातून मिळवलेले तात्त्विक ज्ञान :** विशिष्ट विषयावरील पुस्तके, ग्रंथ इत्यादींचे वाचन करून मिळवलेले तात्त्विक ज्ञान.

book talk – (बुक् टॉऽक्) वाचनातील अभिरुची वाढवण्यासाठी ग्रंथपालाने विद्यार्थ्यांपुढे केलेले मौखिक (तोंडी) सादरीकरण.

book-and-slide system – (बुक-ॲन्ड्-स्लाइड् सि'स्टम्) पुस्तके किंवा इतर छापील साहित्याबरोबर स्लाईड्सचा एकत्र वापर ज्या अध्यापन पद्धतीत होतो अशी अध्यापन पद्धती.

border-line intelligence – (बॉऽड्ऽ लाइन् इन्टे'लिजन्स्) **सीमागत बुद्धी :** सर्वसाधारणपणे ७० ते ८० च्या दरम्यान असलेला बुद्ध्यंक.

brain drain – (ब्रेऽन् ड्रेऽन्) अतिकुशल व्यावसायिक व बुद्धिमंतांनी अधिक आर्थिक प्राप्तीसाठी केलेले देशाटन.

brainstorming – (ब्रेऽन् स्टॉ'ऽमिंग्) **बुद्धिमंथन :** समस्या उकलनासाठी किंवा समस्येला उत्तरे शोधण्यासाठी सर्व संबंधित व्यक्तींनी केलेले प्रकट विचारमंथन.

brainwashing – (ब्रेऽन् वॉ'शिन्ग्) मूळ मतांचा त्याग करून नवी मते वरकरणी स्वेच्छेने - स्वीकारण्यास भाग पाडण्याची आधुनिक पद्धत.

buddhism – (बुद्धि'झम्) बुद्धांच्या शिकवणीवर आधारित जगप्रसिद्ध धर्म जो भारतात उदयास आला.

budget – (बे'जिट) **अंदाजपत्रक :** शालेय उपक्रम पार पाडण्यासाठी लागणाऱ्या आर्थिक बाबींचा जमाखर्च.

bulletin – (बु'लिटिन) **अधिकृत अहवाल :** एखाद्या संस्थेने सदस्यांसाठी काढलेले नियतकालिक.

bulletin board – (बु'लिटिन् बॉऽड्) मोडेमच्या साहाय्याने दूरध्वनी यंत्रणेशी जोडलेला व्यक्तिगत संगणक, वार्तांफलक ज्याद्वारे विद्यार्थ्यांना अनौपचारिक शिक्षण मिळते.

bureaucrat – (ब्यु'अरोऽक्रॅट) **नोकरशहा :** नोकरशाहीतील सत्तालोलुप सरकारी अधिकारी.

burnout – (बऽन्-आऊट) **शीणवटा :** ताण-तणावांमुळे जाणवणारा शारीरिक व मानसिक थकवा.

by-law – (बॉ'इलॉ) **पोटकायदा :** एखाद्या कायद्याअंतर्गत असणारा उपकायदा.

bystander apathy – (बा'इस्टॅ'न्डऽ ॲ'पथि) **बघ्याची भूमिका :** तातडीच्या किंवा आणीबाणीच्या सामाजिक परिस्थितीमध्ये अनोळखी व्यक्तीच्या मदतीला न जाण्याची व्यक्तींची प्रवृत्ती. ❑

C

calendar – (कॅ'लिन्डऽ) **दैनंदिनी, दिनदर्शिका :** शैक्षणिक वर्षाच्या सुरुवातीस संपूर्ण वर्षभरात होणाऱ्या तसेच रोजच्या कार्यक्रमाचे नियोजन विद्यार्थ्यांस सांगितले जाते. त्यास दैनंदिनी म्हणतात.

California test of personality – (कॅलिफॉर्निआ टेस्ट ऑव्ह् प'ऽसनॅ'लिटि) **व्यक्तिमत्त्वाची कॅलिफोर्निया कसोटी :** जीवनाशी समायोजन साधण्याच्या क्षमतेवर आधारित, सर्वत्र वापरली जाणारी व्यक्तिमत्त्व कसोटी.

campus – (कॅ'म्पस्) **प्रांगण :** कोणत्याही शैक्षणिक संस्थेचा भौतिक परिसर किंवा आवार म्हणजे प्रांगण होय.

campus school – (कॅ'म्पस् स्कूल्) **प्रांगण शाळा :** ज्या शाळेमध्ये नवनवीन शैक्षणिक कल्पना व प्रयोग राबवले जातात ती शाळा.

candidate – (कॅ'न्डिडेऽट्) **उमेदवार :** शैक्षणिक संस्थेमध्ये वर्गाचे, विविध विभागाचे प्रतिनिधित्व करण्यासाठी विद्यार्थी जेव्हा आपले नाव देतात तेव्हा त्यास उमेदवार म्हणतात. तसेच अनुभव मिळवण्यासाठी तात्पुरत्या कालावधीसाठी नोकरी करणाऱ्या व्यक्तीसही उमेदवार म्हणतात.

capacity – (कपॅ'सिटी) **कुवत :** एखादी कृती करण्यासाठी माणसाच्या अंगी असलेली सुप्त शक्ती किंवा ताकद यास कुवत म्हणतात.

capitation fee – (कॅ'पिटेऽशन् फी) **दरडोई शुल्क :** समाविष्ट व्यक्तींच्या प्रमाणात आकारले जाणारे शुल्क म्हणजे दरडोई शुल्क होय.

captain – (कॅ'प्टिन्) **कर्णधार :** खेळाडूंच्या गटाच्या प्रमुखास कर्णधार म्हणतात.

card catalogue – (काऽड् कॅट्'लॉग्) **अनुक्रमणिका पत्र :** शाळा महाविद्यालयामध्ये ग्रंथालयामधील पुस्तके त्वरित उपलब्ध व्हावीत म्हणून अनुक्रमणिका पत्रांचा वापर होतो.

cardinal trait – (का'ऽडिनल् ट्रेऽ) **प्रधान गुणघटक :** व्यक्तिमत्त्वातील असा मूलभूत व शक्तिशाली घटक ज्यामुळे त्या व्यक्तीच्या बहुतांशी कृती घडत असतात.

career – (करि'अ) **व्यवसाय :** जीवन जगण्यासाठी स्वीकारलेला उपजीविकेचा मार्ग, कारकीर्द.

career adviser – (करि'अ अड्व्हा'इझऽ) **व्यवसाय सल्लागार :** शाळा - महाविद्यालयातील असा कर्मचारी (शिक्षक / शिक्षकेतर) जो विद्यार्थ्यांना त्यांच्या आवडीनिवडी लक्षात घेऊन भविष्यातील व्यवसाय निवडीविषयी सल्ला देतो.

career counselling – (करि'अ का'उन्सलिंग्) **व्यवसाय समुपदेशन :** विद्यार्थ्यास स्वत:च्या अभियोग्यता व क्षमतांचा योग्य वापर करून व्यवसायाची निवड करण्यासाठी मार्गदर्शन करण्याची प्रक्रिया.

career education – (करि'अ ए'ड्युके'ऽशन्) **व्यवसाय शिक्षण :** ज्या शैक्षणिक अभ्यासक्रमात व्यवसाय शिक्षणावर मुख्य भर देऊन विद्यार्थ्यांना एखादा व्यवसाय करण्यास सक्षम केले जाते त्यास व्यवसाय शिक्षण म्हणतात.

career guidance – (करि'अ गा'इडन्स) **व्यवसाय मार्गदर्शन :** योग्य व्यवसायाची निवड करण्यासाठी प्रत्येक विद्यार्थ्याला व्यक्तिगत सल्ला देण्याची किंवा समुपदेशन करण्याची प्रक्रिया.

career master – (करि'अ मा'ऽस्टऽ) **व्यवसाय निर्देशक :** शाळेतील विद्यार्थ्यांस योग्य तो अभ्यासक्रम व व्यवसाय यांची निवड करण्यास साहाय्य करणारा शिक्षक.

case history – (केऽस् हि'स्टरि) **व्यक्तिवृत्त, व्यक्तीइतिहास :** एखाद्या व्यक्तीच्या जीवनाविषयी मुलाखती किंवा दैनंदिनी इत्यादी स्रोतांमार्फत मिळवलेली चरित्रात्मक माहिती.

case study – (केऽस् स्टि'डि) **व्यक्ती अभ्यास :** एकाच व्यक्तीचा संशोधनात्मक दृष्टीने केलेला सखोल अभ्यास

catalogue – (कॅ'टलॉग्) **यादी :** विशिष्ट गोष्टी, वस्तू, विद्यार्थी यांची अक्षरानुक्रमे केलेली यादी.

Central Assessment Programme (CAP) – (से'न्ट्रल् असे'स्मन्ट् प्रो'ऽग्रॅम) **मध्यवर्ती मूल्यमापन कार्यक्रम / पद्धती :** शालान्त अगर विद्यापीठीय परीक्षानंतर सर्व परीक्षा केंद्रावरील उत्तरपत्रिका एका निर्धारित स्थळी एकत्र करून, त्याच ठिकाणी परीक्षकांकडून त्यांचे मूल्यमापन करून घेतले जाते, त्यास मध्यवर्ती मूल्यमापन कार्यक्रम म्हणतात.

central orgnising trait – (सेन्ट्रल ऑऽगनाइझिंग् ट्रेटऽ) **केंद्रीय गुणधारक :** त्या व्यक्तीच्या व्यक्तिमत्त्वाचे वैशिष्ट्य असलेला व इतर गुणघटकांशी निगडीत असलेला गुणघटक.

central schools – (सेन्ट्रल् स्कूल्स्) **केंद्रीय शाळा :** केंद्र सरकारच्या नोकरीत असलेल्या लोकांच्या बदल्या वारंवार होत असतात. त्यांच्या पाल्यांना इंग्रजी माध्यमातून शिक्षण उपलब्ध व्हावे व बदल्यांमुळे शिक्षणावर परिणाम होवू नये म्हणून केंद्रसरकारने संपूर्ण देशभरात शाळा उघडल्या आहेत. त्यांना केंद्रीय शाळा म्हणतात.

central tendancy – (सेन्ट्रल टे'न्डन्सि) **केंद्रीय प्रवृती :** कोणत्याही प्राप्तांकाच्या वितरणामध्ये अधिकांश प्राप्तांक हे मध्यभागांच्या जवळपास तर दोन्ही टोकाकडे कमी प्राप्तांक आढळतात. या वितरण प्रवृतीस केंद्रीय प्रवृत्ती म्हणतात.

certificate – (सटि'फिकिट्) **प्रमाणपत्र :** विद्यार्थी एखादी परीक्षा उत्तीर्ण झाल्यानंतर त्यास जे पूर्ती पत्र देण्यात येते त्यास प्रमाणपत्र म्हणतात.

certificate in education – (सटि'फिकिट् इन ए'ड्युके'ऽशन्) **शिक्षण प्रमाणपत्र :** अध्यापन करण्यासाठीची अर्हता पूर्ण केल्याचे प्रमाणपत्र.

certificate of completion – (सटि'फिकिट् ऑव्ह कम्प्ली'शन्) **पूर्णता प्रमाणपत्र :** एखादा अभ्यासक्रम समाधानकारकपणे पूर्ण केल्यानंतर देण्यात येणारे प्रमाणपत्र.

chain learning – (चेऽन् ल'ऽनिंग्) **साखळी अध्ययन :** अनेक संबंधित चेतक प्रतिसादांच्या संघटनातून घडत असलेले एकात्मिकरीत्या समोर येत असलेले अध्ययन.

chair person – (चेअ प'ऽस्न्) **अध्यक्ष प्रमुख :** सभा-संमेलनाच्या प्रमुखांना अध्यक्ष म्हणतात.

chancellor – (चा'ऽन्सिलऽ) **कुलपती :** उच्च शिक्षणातील सर्वोच्च अधिकारी व्यक्तीला कुलपती म्हणतात. राज्यातील सर्व विद्यापीठांच्या कुलपती एकच असतो व तो राज्यपाल असतो.

character – (कॅर'क्टऽ) **स्वभाव, वृत्ती, गुण समुच्चय :** एखाद्या व्यक्तिच्या इच्छित व इच्छित नसलेल्या गुणांचा समुह.

character disorder – (कॅ'रक्टऽ डिसॉ'ऽडऽ) **चारित्र्य विकृती :** प्रौढ जीवनाशी जुळवून घेण्यातील अक्षमता किंवा अपरिपक्वता.

character education – (कॅ'रेक्डऽ ए'ड्युके'ऽशन्) **चारित्र्यशिक्षण :** चारित्र्याचा विकास करण्यासाठी विविध चांगल्या गोष्टींचे देण्यात येणारे शिक्षण.

character formation – (कॅ'रक्टर फॉऽमे'ऽशन्) **शील संवंर्धन चारित्र्य संवंर्धन :** विविध विषयांचे अध्यापन, शाळेमधील अभ्यासानुवर्ती उपक्रम यातून विद्यार्थ्यांच्या चारित्र्याची सकारात्मक जडणघडण करणे म्हणजे शीलसंवर्धन किंवा चारित्र्यसंवर्धन होय.

chart – (चाऽट्) **तक्ता :** विविध विषयातील महत्त्वांच्या गोष्टी ठळकपणे विद्यार्थ्यांच्या नजरेसमोर रहाव्यात म्हणून वर्गामध्ये त्यांचे तक्ते करून लावतात.

check list – (चेक्'लिस्ट्) **पडताळासूची :** आधारसामुग्री गोळा करण्यासाठी तयार केलेली विविध विधानांची यादी ज्यातून फक्त विशिष्ट गोष्टींचे अस्तित्त्व कळू शकते. याला पडताळा सूची म्हणतात.

child abuse – (चाइल्ड् अब्यू'स) **बालशोषण :** बालकांच्या व्यक्तिमत्त्व विकासांमध्ये अडथळा ठरणारी कोणतीही वर्तणूक.

child care programme – (चाइल्ड् के'अऽ प्रो'ऽग्रॅम) **बालआस्था कार्यक्रम :** वंचित बालके किंवा काम करणाऱ्या मातांसोबतच्या बालकांचे आरोग्य व कल्याण यांची काळजी घेण्यासाठी आखलेला कार्यक्रम.

child development – (चाइल्ड् डिव्हे'लप्मन्ट्) **बालविकास :** बालकांच्या शारीरिक, मानसिक, सामाजिक, भावनिक विकासासंबंधी अभ्यास करणारी मानसशास्त्राची शाखा.

child psychology – (चाइल्ड साइकॉ'लजि) **बाल-मानसशास्त्र :** बालमानसशास्त्रामध्ये बालकाच्या शैशवावस्था ते प्रौढावस्था प्राप्त होईपर्यंतच्या विविध मनोव्यापारांचे अध्ययन केले जाते.

child-centered education – (चाइल्ड् से'न्टऽड् ए'ड्युके'ऽशन्) **बालक केंद्रित शिक्षण :** मुलांच्या दृष्टिकोनातून शिक्षणाचा तात्त्विक व व्यावहारिक विचार करणे व त्याप्रमाणे शिक्षण देण्याची व्यवस्था करणे म्हणजे बालककेंद्रित शिक्षण होय.

childhood – (चा'इल्ड्हुड्) **बालपण, बाल्यावस्था :** बालकांच्या आयुष्यातील वय वर्षे दोन ते बारा वर्षापर्यंतचा काळ म्हणजे बाल्यावस्था.

childhood amnesia – (चा'इल्ड्हुड् ॲम्नी'झिअ्) **बालपणातील स्मृतिनाश :** वयाच्या पहिल्या दोन ते तीन वर्षापर्यंतच्या घटना न आठवणे.

children's literature – (चि'ल्ड्रन्स् लि'टरचऽ) **बालवाङ्मय :** मुलांना वाचण्यासाठी त्यांच्या वयाला अनुसरून जे वाङ्मय निर्माण केले जाते त्यास बालवाङ्मय म्हणतात.

chi-squared test – (काय स्क्वे'अऽ टेस्ट्) **काय स्क्वेअर परीक्षिका :** प्राप्त वारंवारिता व विशिष्ट परिकल्पनेनुसार अपेक्षित वारंवारिता यांची तुलना करण्यासाठी काय स्क्वेअर परीक्षिकेचा **(x^2 test)** उपयोग करतात.

chronological age – (क्रॉ'नलॉ'जिक्ल् एऽज्) **जन्मवय :** बालकांचे जन्मापासूनचे वय.

civics – (सि'व्हिक्स्) **नागरिकशास्त्र :** नागरिकांचे राज्याशी व समाजाशी असलेल्या संबंधाचा अभ्यास करणारे शास्त्र.

class management – (क्लाऽस् मॅ'निज्मन्ट्) **वर्गव्यवस्था :** वर्गातील भौतिक वातावरण अध्ययन अध्यापन प्रक्रियेस योग्य बनविणे म्हणजे वर्गव्यवस्था होय.

class – (क्लाऽस्) **वर्ग :** शाळेत एका इयत्तेतील एका खोलीत बसणाऱ्या विद्यार्थ्यांचा गट.

class interval – (क्लाऽस् इ'न्टऽव्हल्) **वर्गांतर :** वर्गांतर म्हणजे विशिष्ट प्राप्तांकाच्या गटातील किमान प्राप्तांक व कमाल प्राप्तांक या मर्यादेमधील प्राप्तांक कक्षा.

class notes – (क्लाऽस् नोट्स्) **वर्ग टिप्पणे :** वर्गामध्ये अध्यापन अध्ययन प्रक्रिया चालू असताना विद्यार्थ्याने काढलेली टिपणे.

classical conditioning – (क्लॅ'सिकूल् कन्डि'शनिंग्) **अभिजात अभिसंधान :** नव्या चेतकाशी साधे प्रतिसाद संलग्नित करणारा मूलभूत अध्ययन प्रकार.

classical language – (क्लॅ'सिकूल् लॅ'न्ग्विज्) **अभिजात भाषा :** प्राचीन काळात वापरल्या जाणाऱ्या भाषांना अभिजात भाषा असे म्हणतात.

classical school – (क्लॅ'सिकूल् स्कूल्) **अभिजात शाळा :** उत्कृष्ट गोष्टींच्या अध्ययन अध्यापनावर भर देणाऱ्या शाळेस अभिजात शाळा म्हणतात.

classification – (क्लॅ'सिफिके'ऽशन्) **वर्गीकरण :** वस्तूंना त्यांच्या प्रकारानुसार विभागणे म्हणजे वर्गीकरण होय.

classification test – (क्लॅ'सिफिके'ऽशन् टेस्ट) **वर्गीकरण कसोटी :** सारख्याच दिसणाऱ्या वस्तूंचे किंवा पदार्थांचे गट तयार करण्याची व्यक्ती किंवा विद्यार्थ्यांची क्षमता शोधण्यासाठी तयार करण्यात आलेली कसोटी म्हणजे वर्गीकरण कसोटी होय.

classmate – (क्ला'ऽस्मेऽट्) **वर्गमित्र :** एकाच वर्गात बराच काळपर्यंत शिकणाऱ्या विद्यार्थ्यांना वर्गमित्र म्हणतात.

classroom – (क्ला'ऽसरूम्) **वर्गखोली :** विशिष्ट इयत्तांचे वर्ग ज्या खोलीत असतात त्यास त्या वर्गाची वर्गखोली म्हणतात.

classroom assessment – (क्ला'ऽसरूम् असे'सृमन्ट्) **वर्गमूल्यमापन :** विद्यार्थ्यांच्या वर्गातील प्रगतीबाबत निर्णय घेण्यासाठी वापरण्यात येणारी सर्व तंत्रे व पद्धती यास वर्ग मूल्यमापन म्हणतात.

classroom climate – (क्ला'ऽसरूम क्ला'इमिट्) **वर्गवातावरण :** वर्गातील शिक्षक व विद्यार्थी यांच्याभोवतीचे मानसशास्त्रीय वातावरण ज्यामध्ये परस्परआंतरक्रिया, परस्परअपेक्षा यांचा समावेश असतो.

classroom interactions – (क्ला'ऽसरूम इ'न्टरॅ'क्शन्स्) **वर्ग आंतरक्रिया :** शिक्षक व विद्यार्थी, विद्यार्थी - विद्यार्थी अशा अनेक प्रकारे वर्गामध्ये असणारे सामाजिक संबंध व त्यातून घडणाऱ्या आंतरक्रिया.

classroom library – (क्ला'ऽसरूम् ला'इब्ररि) **वर्गग्रंथालय :** प्रत्येक वर्गामध्ये विद्यार्थ्यांच्या वाचनासाठी उपलब्ध असलेली पुस्तके ज्यांचा वापर विद्यार्थी रिक्त तासिकांच्या वेळी करू शकतात.

classroom without walls – (क्ला'ऽसरूम् विदा'उट् वॉ'ऽल्स्) **भिंतीविरहित वर्ग** : विद्यार्थ्यांना वर्गामध्ये बंदिस्त करून शिक्षण देण्याऐवजी त्यांना मुक्त, नैसर्गिक वातावरणात शिक्षण देणे म्हणजे भिंतविरहित वर्ग किंवा भिंतविरहित शाळा होय.

class-teacher – (क्ला'ऽस् टी'चऽ) **वर्गशिक्षक :** प्रत्येक वर्गाची जबाबदारी असलेला प्रमुख शिक्षक

clerical subjects – (क्ले'रिकल् सब्जे'क्ट्) **कारकुनी विषय :** एखाद्या कार्यालयात पत्रव्यवहारासारखी कामे करण्यास उपयुक्त असे जे विषय असतात त्यांना कारकुनी विषय म्हणतात.

closed question – (क्लउझ्ड् क्वे'श्चन्) **बद्धप्रश्न :** ज्या प्रश्नाचे उत्तर एक आणि एकच असते अशा प्रश्नांना बद्धप्रश्न म्हणतात.

cluster sample – (क्लॅ'स्टऽ सा'ऽम्पल्) **पुंज न्यादर्श :** ज्या न्यादर्शामध्ये समान गुणधर्म असलेले समूह निवडले जातात त्यास पुंज /गुच्छ न्यादर्श म्हणतात.

coaching model – (कोऽचिंग् मॉ'डल्) **विशेष अध्यापन पद्धती :** विद्यार्थ्यांना अध्यापन करण्यासाठी वापरण्यात येणारी अशी पद्धती ज्यामध्ये विद्यार्थ्यांच्या अध्ययन प्राप्तीकडे विशेष लक्ष केंद्रित केले जाते.

co-curricular activity – (को-कॅरि'क्युलर ॲक्टि'व्हिटी) **अभ्यासानुवर्ती उपक्रम :** शाळांमध्ये अभ्यासासमवेत अन्य जे उपक्रम राबवले जातात, जे अभ्यासास साहाय्यकारी ठरतात त्यांना अभ्यासानुवर्ती उपक्रम म्हणतात.

code of conduct – (को'ऽड् ऑव्ह् कॉ'न्डिक्ट्) **आचारसंहिता :** वेगवेगळ्या शिक्षणसंस्था आपल्या कर्मचाऱ्यांसाठी विविध नियम तयार करतात. अशा सर्व संस्थांच्या नियमातील सर्वसामान्य नियम एकत्र करून त्याची आचारसंहिता तयार केली जाते. शासनाने शिक्षकांसाठीही अशी आचारसंहिता तयार केली आहे.

co-education – (को-ए'ड्युके'ऽशन्) **सहशिक्षण :** एकाच शिक्षणसंस्थेत विद्यार्थी-विद्यार्थिनींना शिक्षण देणे याला सहशिक्षण म्हणतात.

coefficient – (को'ऽइफि'शन्ट्) **गुणांक :** गुणांक हा शब्द संख्याशास्त्र आणि संशोधनात वापरला जातो.

co-efficient-of-correlation – (को'ऽइफि'शन्ट ऑव्ह् कॉ'रिलेऽशन्) **सहसंबंध गुणांक :** संख्याशास्त्रामध्ये दोन चलातील संबंध दर्शवणारा अंक म्हणजे सहसंबंध गुणांक होय.

cognitive assessment – (कॉ'ग्निटिव्ह असेस्'मन्ट्) **बोधात्मक मूल्यमापन :** बौद्धिक प्रक्रिया उदा. विचारप्रक्रिया, स्मृती, निर्णय, तर्क इत्यादींचे मूल्यमापन.

cognitive behaviour – (कॉ'ग्निटिव्ह बिहेऽव्ह्यऽ) **बोधात्मक वर्तन :** एखादी व्यक्ती बौद्धिक घटकांचा वापर करत आहे हे लक्षात येण्यासारखे तिचे निरीक्षणक्षम वर्तन.

cognitive development – (कॉ'ग्निटिव्ह डिव्हे'लप्मन्ट्) **बोधात्मक विकास :** बौद्धिक प्रक्रियांचा विकास ज्यामध्ये कल्पना करणे, तर्क करणे समस्यानिराकरण यांचा समावेश होतो.

cognitive domain – (कॉ'ग्निटिव्ह् डो(ऽ)मेऽन) **बोधात्मक क्षेत्र :** शैक्षणिक उद्दिष्टांचे ज्ञान व बौद्धिक कौशल्यांशी निगडीत क्षेत्र.

cognitive learning – (कॉ'ग्निटिव्ह ल'ऽनिंग्) **बोधात्मक अध्यायन :** ज्यामध्ये तथ्य, संकल्पना किंवा तत्त्वांचे बौद्धिक स्तरावर अध्ययन होते.

cognitive learning theory – (कॉ'ग्निटिव्ह ल'ऽनिंग् थिअरी) **बोधात्मक अध्ययन उपपत्ती :** मेंदूद्वारे ज्ञानाचे पुनर्संघटन व पुनर्रचना करणे हे गुंतागुंतीच्या अध्यायनामध्ये समाविष्ट होते हे मानणारी उपपत्ती.

cognitive objectives – (कॉ'ग्निटिव्ह ऑब्जे'क्टिव्हज्) **बोधात्मक उद्दिष्ट्ये :** उच्च पातळीच्या विचार प्रक्रियांच्या संदर्भात मांडलेली शैक्षणिक उद्दिष्ट्ये.

cohesiveness – (कोऽहीझिव्हनेस्) **परस्पराकर्षण :** समूहातील सदस्यांचे समूहाप्रती व परस्परांप्रती असलेले एकूण आकर्षण.

collateral reading – (कॉलॅ'टरल् री'डिंन्ग्) **अनुषंगिक वाचन :** शिक्षकांनी व विद्यार्थ्यांनी आपापल्या विषयासंदर्भात पाठ्यपुस्तकाशिवाय केलेले अवांतर वाचन.

college – (कॉ'लिज्) **महाविद्यालय :** उच्च माध्यमिक शिक्षण पूर्ण केल्यानंतर उच्च शिक्षण घेऊन विद्यापीठाची पदवी मिळवण्याची सुविधा ज्या शैक्षणिक संस्थेमध्ये उपलब्ध असते तिला महाविद्यालय म्हणतात.

college of education – (कॉ'लिज् ऑव्ह् ए'ड्युके'ऽशन्) **शिक्षणशास्त्र महाविद्यालय, अध्यापक महाविद्यालय :** या संस्थेमध्ये पदवीधर व्यक्तींसाठी शिक्षण प्रशिक्षणाची सोय केलेली असते.

combination test – (कॉम्बिने'ऽशन् टेस्ट्) **शब्दपूर्ती चाचणी :** दिलेल्या वाक्यात रिकाम्या जागी योग्य शब्द निवडून लिहिणे म्हणजे शब्दपूर्ती चाचणी होय.

comment – (कॉ'मेन्ट्) **भाष्य, टीका :** सराव अध्यापनामध्ये पाठसमाप्तीनंतर शिक्षक प्रशिक्षकाने प्रशिक्षणार्थीस दिलेल्या साधक-बाधक सूचना.

commission – (कमि'शन्) **आयोग :** निर्देशित शासकीय कामगिरी, कारवाई करणारा अधिकारी व्यक्तींचा समूह.

committee – (कमि'टि) **समिती :** विशिष्ट विषयासंदर्भात काम करण्यासाठी नियुक्त केला गेलेला व्यक्तींचा गट / समूह.

committment – (कमि'ट्मन्ट्) **बांधिलकी :** एखादी व्यक्ती इतर व्यक्तींच्या संदर्भात किती प्रमाणात बंध, विश्वास, समर्पण अनुभवू शकते ते प्रमाण.

common learning – (कॉ'मन् ल'ऽनिंग) **सर्वसामान्य अध्ययन :** प्रत्येक विद्यार्थ्यासाठी आवश्यक अशी समजली जाणारी कौशल्ये व ज्ञान

common school – (कॉ'मन् स्कूल) **सर्वसाधारण शाळा :** स्थानिक पातळीवर नियंत्रित केलेली, जनाधारावर चालणारी प्राथमिक शाळा.

commercial education – (कम'ऽशल् ए'ड्युके'ऽशन्) **व्यवसाय शिक्षण :** तुलनात्मकरीत्या निम्न स्तरावरील व्यवसायासंबंधी विद्यार्थ्यांना तयार करणारे शिक्षण.

communication – (कम्यू'निके'ऽशन्) **संप्रेषण :** विचार, कल्पना, भावभावना, हेतू यांच्या परस्पर देवाणघेवाणीस 'संप्रेषण' म्हणतात.

communication skills – (कम्यू'निके'ऽशन् स्किल्स्) **संप्रेषण कौशल्ये :** परस्परांमध्ये कायिक, वाचिक, लिखित व दृश्य स्वरूपात संप्रेषण करण्यासाठी आवश्यक असलेली कौशल्ये.

community – (कम्यु'निटि) **समुदाय, जमात :** एका ठिकाणी राहणारा, समान आवडी-निवडी असणारा लोकसमूह.

community centre – (कम्यु'निटि से'न्टऽ) **समुदाय केंद्र :** स्वयंसेवी समुदाय संघटनेतर्फे आयोजित केलेले सामाजिक उपक्रम पार पाडण्याचे स्थानिक पातळीवरील केंद्र किंवा जागा.

community education – (कम्यु'निटि ए'ड्युके'ऽशन्) **समुदाय शिक्षण :** अध्ययन प्रक्रियेमध्ये समाजातील घटक, शिक्षक, पालक, बालक यांना सामावून घेणारा शैक्षणिक उपक्रम.

commuter schools – (कम्यू'ट् स्कूल्स्) **अनिवासी शाळा :** स्थानिक विद्यार्थ्यांना निवास सुविधा न पुरविणारी शाळा.

commuting students – (कम्यू'टिन्ग् स्टू'डन्ट्स) **अनिवासी विद्यार्थी :** एखाद्या शैक्षणिक संस्थेमध्ये निवासी सुविधा न घेणारा, स्थानिक विद्यार्थी.

comparative education – (कम्पॅ'रटिव्ह् ए'ड्युके'ऽशन्) **तुलनात्मक शिक्षण :** भारत व इतर देश यांची शैक्षणिक धोरणे, अध्यापन पद्धती, अभ्यासक्रम, विषय यांचा तुलनात्मक अभ्यास हा तुलनात्मक शिक्षण या विषयात अंतर्भूत आहे.

compensatory education – (कॉ'म्पिन्से'ऽटरि ए'ड्युके'ऽशन) **क्षतीपूरक / हानीपूरक शिक्षण :** समाजातील आर्थिक, सामाजिक, शैक्षणिक सुविधांपासून वंचित, संधी न मिळालेल्या विद्यार्थ्यांना इतर विद्यार्थ्यांच्या बरोबरीस येण्यासाठी जे शिक्षण दिले जाते त्यास क्षतीपूरक/हानीपूरक शिक्षण म्हणतात.

competence – (कॉ'म्पिटन्स्) **कार्यक्षमता :** एखाद्या विषयाचे, कौशल्याचे पुरेसे ज्ञान असणे. एखादी अध्ययित कृती परिणामकारकपणे सादर करण्याची क्षमता.

competency based evaluation – (कॉ'म्पिटन्सि बेऽस्ड् इव्हॅ'ल्युए'ऽशन्) **क्षमताधिष्ठित मूल्यमापन :** विद्यार्थ्यांमध्ये विकसित क्षमतांचे विविध प्रकारे केले जाणारे मूल्यमापन.

competency based test – (कॉ'म्पिटन्सि बेऽस्ड् टेस्ट्) **क्षमताधिष्ठित चाचणी :** ज्या चाचणीतील प्रत्येक प्रश्नातून अध्ययन केलेल्या विशिष्ट क्षमतेची तपासणी होईल व ज्या प्रश्नांमध्ये एकाहून अधिक क्षमता तपासल्या जाणार नाहीत अशा चाचणीस 'क्षमताधिष्ठित चाचणी' म्हणतात.

competition – (कॉ'म्पिटि'शन्) **स्पर्धा :** समान किंवा एकच ध्येय साध्य करण्यासाठी दोन किंवा अधिक व्यक्ती, काही समान नियम पाळून प्रयत्न करतात त्यास स्पर्धा म्हणतात.

competitive examination – (कम्पे'टिटिव्ह् इग्झॅ'मिने'शन्) **स्पर्धात्मक परीक्षा :** शालेय परीक्षांशिवाय ज्या परीक्षा विद्यार्थ्यातील विशेष प्रावीण्य तपासण्यासाठी घेतल्या जातात त्यास स्पर्धात्मक परीक्षा म्हणतात. उदा. विद्यानिकेतन प्रवेश परीक्षा, नवोदय विद्यालय प्रवेश परीक्षा, प्रज्ञाशोध परीक्षा इ. विशिष्ट स्थानावरील पदभरतीसाठी घेतल्या जाणाऱ्या परीक्षा उदा. लोकसेवा आयोग परीक्षा. इ.

complementary study – (कॉ'म्प्लिमे'न्टरि स्टि'डि) **पूरक अभ्यास :** नियमित अभ्यासक्रमाशिवाय केलेला इतर विषयांचा सर्वसाधारण अभ्यास.

complex learning process – (कॉ'म्प्लेक्स् ल'ऽनिंग् प्रो'ऽसेस्) **गुंतागुंतीची अध्ययन प्रक्रिया :** ज्या अध्ययन प्रक्रियेमध्ये उच्च दर्जाची / स्तरावरील विचारप्रक्रिया अंतर्भूत असते असे अध्ययन उदा. तर्क समस्या निराकरण इ.

complition test – (कम्प्ली'शन् टेस्ट्) **पूर्तता चाचणी :** शब्दामधील अक्षरे, वाक्यामधील शब्द किंवा वाक्प्रचार यांची ज्या चाचणीमध्ये प्रयोगकर्त्यास पूर्तता करावी लागते अशी मानसशास्त्रीय चाचणी.

component behaviour – (कम्पो'ऽनन्ट् बिहे'ऽव्ह्यऽ) **अंगभूत घटक वर्णन :** एखाद्या अध्ययन परिस्थितीमध्ये अध्ययनकर्त्याने विशिष्ट वर्तन घटकावर प्रभुत्त्व मिळवणे अपेक्षित आहे असा निकषात्मक वर्तनाचा घटक.

composition correction – (कॉ'म्पझि'शन् करे'क्शन्) **लेखन तपासणी :** विद्यार्थ्यांनी विशिष्ट विषयावर व इतर केलेले लेखन शिक्षकांनी तपासणे व सुधारणा सुचवणे.

comprehension – (कॉ'म्प्रिहे'न्शन्) **अर्थग्रहण :** विशिष्ट शब्द, तत्त्वे, संकल्पना यांचा अर्थ समजून घेणे किंवा आकलन होणे.

comprehension monitoring – (कॉ'म्प्रिहे'न्शन् मॉ'निटऽरिंग्) **आकलन अहवाल :** वापरलेल्या किंवा ऐकलेल्या गोष्टी नीट समजल्या आहेत, अथवा नाहीत हे स्वत:चे स्वत: तपासण्याची प्रक्रिया.

comprehension-level thinking – (कॉ'म्प्रिहे'न्शन् ले'व्हल् थिंकिंग्) **आकलनस्तरीय विचार :** आधी अध्ययन केलेली माहिती व नवीन माहितीचे अर्थनिर्वचन यातील संबंध समजून घेणे समाविष्ट असलेली अध्ययन प्रक्रिया.

comprehensive school – (कॉ'म्प्रिहे'न्सिव्ह् स्कूल्) **बहुव्यापी शाळा :** विविध विद्यार्थ्यांकरिता वेगवेगळे अभ्यासक्रम (विषय) शिकवण्याची सोय असलेली शाळा.

compulsory attendance – (कम्पि'ल्सरि अटे'न्डन्स्) **सक्तीची उपस्थिती / हजेरी :** विशिष्ट वयापर्यंतच्या विद्यार्थ्यांनी शाळेमध्ये हजर असलेच पाहिजे अशी कायदेशीर तरतूद.

compulsory education – (कम्पि'ल्सरि ए'ड्युके'ऽशन्) **सक्तीचे शिक्षण :** विशिष्ट वयापासून विशिष्ट वयापर्यंतच्या विद्यार्थ्यांना शिक्षण सक्तीचे करण्याची तरतूद.

compulsory subject – (कम्पि'ल्सरि सब्जे'क्ट्) **अनिवार्य / आवश्यक विषय :** अभ्यासक्रमामध्ये काही विषय शिकणे / शिकवणे आवश्यक, सक्तीचे असते. त्यास अनिवार्य / आवश्यक विषय म्हणतात.

computer – (कम्प्यू'टऽ) **संगणक :** माहिती साठवणे, त्यावर प्रक्रिया करणे, माहिती हवी तेव्हा ती उपलब्ध करून देणे ही व अशी अनेक कामे करणारे यंत्र.

computer assisted instruction – (कम्प्यू'टऽ असि'स्टेड इन्स्ट्रि'क्शन्) **संगणक सहाय्यित शिक्षण :** संगणकाद्वारे माहिती व स्वाध्याय उपलब्ध करून देणारे अध्ययन - अध्यापन.

computer curriculum – (कम्प्यू'टऽ के'रिक्युलम्) **संगणक अभ्यासक्रम :** शैक्षणिक संस्थांमध्ये संगणकाचा वापर कसा केला जाईल किंवा संगणक वापरणे कसे शिकवले जाईल यांचा विचार करणारा अभ्यासक्रम.

computer literacy – (कम्प्यू'टऽ लि'टरसि) **संगणक साक्षरता :** संगणक हाताळण्याची / वापरण्याची, संगणकाद्वारे विविध कार्ये करण्याची क्षमता

computer-aided learning – (कमप्यू'टऽ ए'ऽडेड् ल'ऽनिंग्) **संगणक सहाय्यित अध्ययन :** ज्या अध्ययन प्रक्रियेमध्ये विद्यार्थी संगणकाची मदत घेऊन अध्ययन करतो त्यास संगणकसहाय्यित अध्ययन म्हणतात.

concentration – (कॉ'न्सन्ट्रे'ऽशन्) **एकाग्रता :** एकाच गोष्टीवर, घटनेवर, समस्येवर आपले लक्ष किंवा क्रियाशक्ती सातत्याने एकवटणे म्हणजे एकाग्रता होय.

concentration of attention – (कॉ'न्सन्ट्रे'ऽशन ऑव्ह अटे'न्शन्) **अवधानाचे केंद्रीकरण :** सातत्याने एकाच गोष्टींवर लक्ष केंद्रित करणे.

concentric method – (कॉन्से'न्ट्रिक मे'ऽथड्) **समकेंद्री पद्धत :** एकाच घटकांचे इयत्तानुसार विस्तारित पद्धतीने अध्यापन करणे म्हणजे समकेंद्री पद्धत होय.

concept – (कॉ'न्सेप्ट्) **संबोध संकल्पना, सर्वसाधारण कल्पना :** ज्यामध्ये कल्पना, वस्तू, लोक किंवा अनुभव याबाबतीत समान गुणधर्म पहावयास मिळतात. समान गुणधर्म किंवा वैशिष्ट्ये असलेल्या घटना किंवा वस्तूंचे मानसिक पातळीवर समूहीकरण करणे.

concept formation – (कॉ'न्सेप्ट् फॉ'ऽमे'ऽशन्) **संकल्पना घडण :** प्रत्यक्ष अनुभव किंवा निश्चित अध्ययन याद्वारे माहितीची अर्थपूर्ण पद्धतीने वर्गवारी करावयास शिकणे.

conceptual intelligence – (कॉ'न्सेप्ट्यु'अल् इन्टे'लिजन्स्) **सांकल्पनिक बुद्धिमत्ता :** जीन पियाजे यांच्या बुद्धिमत्ता विकास उपपत्तीनुसार बालकाच्या बौद्धिक विकासातील वय वर्षे दोन ते परिपक्वतेपर्यंतचा कालावधी.

conclusion – (कन्क्लू'झ्यन्) **उपसंहार :** एखाद्या चर्चेच्या शेवटी विशिष्ट निर्णयाप्रत येणे.

concrete intelligence – (कॉ'न्क्रीट् इन्टे'लिजन्स्) **मूर्त बुद्धिमत्ता :** मूर्त समस्या परिणामकारकपणे हाताळण्याची क्षमता.

concrete operational stage – (कॉ'न्क्रीट् ऑपरे'ऽशनल् स्टे'ऽज्) **मूर्तक्रियात्मक अवस्था :** बालकाच्या विकासातील वय वर्षे सात ते अकरा पर्यंतचा कालावधी ज्यामध्ये बालकास दृश्यवस्तू, व्यक्ती किंवा घटना अशा मूर्त बाबींच्या संदर्भात तर्कशुद्ध विचार करता येऊ लागतो.

concrete thinking – (कॉ'न्क्रीट् थिंकिंग्) **मूर्त विचार :** एखाद्या संपूर्ण वर्गाच्या बाबतीत विचार करण्यापेक्षा त्यामध्ये अंतर्भूत घटकासंदर्भात केलेला विचार. उदा. सगळी फळे ह्याविषयी विचार करण्यापेक्षा फळांमधील सफरचंद वा पेरू अशा एखाद्या विशिष्ट फळाविषयी केलेला विचार म्हणजे 'मूर्त विचार'.

concurrent course – (कन्कॅ'रन्ट् कॉऽस्) **एकत्रित अभ्यासक्रम :** अभ्यासक्रमामध्ये दोन किंवा तीन अभ्यासविषयांचा (क्षेत्रांचा) एकत्रित अभ्यास केला जातो.

concurrent teacher education – (कन्कॅ'रन्ट् टी'चऽ ए'ड्युके'ऽशन्) **एकत्रित शिक्षक शिक्षण :** ज्या शिक्षक शिक्षण कार्यक्रमामध्ये आशय व पद्धती ह्या प्रशिक्षणार्थीस एकत्रितपणे शिकाव्या लागतात त्यास एकत्रित शिक्षक शिक्षण म्हणतात.

conditioning – (कन्डि'शनिंग्) **अभिसंधान प्रक्रिया :** अभिसंधान प्रक्रिया म्हणजे विशिष्ट चेतकाशी जोडलेल्या प्रतिसादाचा संबंध नवीन चेतकाशी निगडीत करणे होय.

conditional reasoning – (कन्डि'शनल् री'झनिंग्) **सशर्त युक्तीवाद / तर्क :** एखाद्या निष्कर्षाप्रत पोहचण्यासाठी केलेला तार्किक विचाराचा प्रकार.

conduct – (कॉ'न्डॅक्ट) **वर्तणूक :** चांगल्या किंवा वाईट चरित्राशी निगडीत वर्तन.

conference – (कॉ'न्फरन्स्) **अधिवेशन, संमेलन :** एक किंवा अनेक विषयांवर चर्चा करण्यासाठी व शक्य झाल्यास निर्णय घेण्यासाठी दोन किंवा त्यापेक्षा अधिक माणसे औपचारिकरीत्या एकत्र येतात त्यास अधिवेशन किंवा संमेलन म्हणतात.

confidential – (कॉ'न्फिडे'न्शल्) **खासगी, गुप्त बाब :** सामान्य जनतेसमोर चर्चा न करता येणारी गोष्ट.

conflict – (कॉ'न्फ्लिक्ट्) **संघर्ष, विरोध :** जेव्हा एखाद्या व्यक्तीला दोन परस्पर विरोधी पर्यायांमधून एकाची निवड करावी लागते अशी तणावपूर्ण मानसिक अवस्था.

confounding variable – (कन्फा'उन्डिग् व्हे'अरिअब्ल्) **सहवर्ती परिवर्तक :** परतंत्र परिवर्तकामधील बदलास कारणीभूत ठरणारे परंतु स्वतंत्र परिवर्तक नसणारे असे परिवर्तक (चल).

consciousness – (कॉ'न्शस्निस्) **बोधावस्था :** स्वतःच्या प्रत्येक पैलूबद्दल, अस्तित्त्वाबद्दल जाणीव असणे.

consequence – (कॉ'न्सिक्वन्स्) **परिणाम :** एखाद्या विशिष्ट कृतीमुळे घडणाऱ्या घटना, एखाद्या वर्तनाच्या परिणामस्वरूप उत्पन्न होणारी परिस्थिती तिचा भविष्यकालीन वर्तनावर प्रभाव पडतो.

consequences test – (कॉ'न्सिक्वन्सेस् टेस्ट्) **परिणाम चाचणी :** ही एक सृजनशीलता चाचणी आहे ज्यामध्ये ह्या जगामध्ये परिवर्तन घडवणाऱ्या मूलभूत गोष्टींची यादी करावी लागते.

conservation – (कॉन्सव्हे'ऽशन्) **संरक्षण :** १) कोणतीही इजा किंवा हानी यापासून नैसर्गिक स्त्रोतांचे रक्षण करणे. २) वस्तूच्या बाह्य वैशिष्ट्यांमध्ये बदल घडला तरी अंतरंग तेच रहाते हे समजून घेण्याची क्षमता.

consortium – (कन्सॉ'ऽटिअम्) **व्यापारी संघ, संघ :** विशिष्ट हेतूने एकत्रित आलेल्या लोकांचा व संघटनांचा समूह.

constructivism – (कन्स्ट्र'क्टिव्हि'झम्) **रचनावाद :** प्रत्यक्ष अनुभवावर भर देणारा शिक्षणातील एक विचार प्रवाह.

consultant teacher – (कन्स'लटन्ट् टी'चऽ) **सल्लागार शिक्षण :** एखाद्या विषयामध्ये विशेष प्रावीण्य असणारा, इतर सहकर्मींना त्याबाबत मार्गदर्शन करणारा शिक्षक.

contact time – (कॉ'न्टॅक्ट् टाइम्) **संपर्ककाळ :** एखाद्या शिक्षक, प्राध्यापकाचा विद्यार्थ्यांना समोरासमोर शिकवण्याचा प्रत्यक्ष कालावधी.

content – (कॉन्टे'न्ट्) **आशय :** अभ्यासक्रम विकासातील गुणात्मक माहिती.

content analysis – (कॉन्टे'न्ट् अनॅ'लिसिस्) **आशय विश्लेषण :** दृश्य, मौखिक व लेखी माध्यमातील शब्द व कल्पनांचे विश्लेषण आशयातील संकल्पना तसेच तथ्ये यानुसार आशयाचे विश्लेषण करणे.

content centered education – (कॉन्टे'न्ट सेन्टऽड् ए'ड्युके'ऽशन्) **आशय केंद्रित शिक्षण :** ज्या शिक्षणामध्ये अध्यापन - अध्ययन प्रक्रियेशिवाय विषयावर भर दिला जातो त्यास आशय केंद्रित शिक्षण म्हणतात.

content dependent learning – (कॉन्टे'न्ट् डिपे'न्डन्ट् ल'ऽनिंग्) **संदर्भसापेक्ष अध्ययन :** ज्या मूळ परिस्थितीत अध्ययन घडते त्या परिस्थितीच्या संदर्भात केलेले प्रत्यावाहन.

context – (कॉन्टे'क्स्ट्) **संदर्भ :** एखादी घटना ज्या परिस्थितीत घडते ती सर्वसाधारण परिस्थिती.

context evaluation – (कॉन्टे'क्स्ट् इव्हॅ'ल्युए'ऽशन्) **संदर्भसापेक्ष मूल्यमापन :** एखाद्या विशिष्ट शैक्षणिक परिस्थितीमध्ये केलेले एखाद्या शैक्षणिक समस्या किंवा गरजेचे केलेले मूल्यमापन.

contextual intelligence – (कॉन्टे'कस्ट्युअल् इन्टे'लिजन्स्) **संदर्भित बुद्धिमत्ता :** स्टनबर्गच्या बुद्धिमत्तेच्या त्रिस्तरीय रचनेनुसार बौद्धिक कृती ह्या नेहमीच कोणत्या तरी संदर्भातच घडत असतात. एका संदर्भात बुद्धिमान ठरणारी कृती दुसऱ्या संदर्भात मूर्खपणाची ठरू शकते.

continuation education – (कन्टि'न्युए'ऽशन् ए'ड्युके'ऽशन) **विस्तारित शिक्षण :** नेहमीचे शिक्षण घेण्यास नकार दर्शवणाऱ्या प्रभावी अध्ययनकर्त्यासाठी तयार केलेला विशेष शिक्षण कार्यक्रम.

continuing education – (कन्टि'न्यूइन्ग् ए'ड्युके'ऽशन्) **निरंतर शिक्षण :** विविध व्यवसायात प्रत्यक्ष कार्यरत असणाऱ्या प्रौढ व्यक्तींनी आपापल्या क्षेत्रातील व आनुषंगिक क्षेत्रातील ज्ञान अधिकाधिक व कायम मिळवत रहाण्याच्या प्रक्रियेला निरंतर शिक्षण म्हणतात.

continuity – (कॉ'न्टिन्यू'इटि) **अखंडता, सातत्य :** विकासाच्या विविध अवस्थांमधील वर्तनसातत्य.

continuous assessment – (कन्टि'न्युअस् असे'स्मन्ट्) **सातत्यपूर्ण मूल्यमापन :** एखाद्या विद्यार्थ्याचे विशिष्ट शिक्षण कार्यक्रमादरम्यान केलेले सातत्यपूर्ण मूल्यमापन.

continuous guidance – (कन्टि'न्युअस् गा'इडन्स्) **सातत्यपूर्ण मार्गदर्शन :** एकाच मार्गदर्शक किंवा समुपदेशकाकडून विद्यार्थ्याला मिळणारे सातत्यपूर्ण मार्गदर्शन.

controlled experiment – (कन्ट्रो'ऽल्ड् इक्स्पे'रिमन्ट्) **नियंत्रित प्रयोग :** संशोधनासाठी वापरण्यात येणारी प्रायोगिक पद्धत ज्यामध्ये जास्तीत जास्त स्वतंत्र परिवर्तके स्थिर ठेवण्यात येतात. प्रयोगादरम्यान एक किंवा दोन परिवर्तके बदलू शकतात. अशा प्रयोगास नियंत्रित प्रयोग म्हणतात.

controlled sampling – (कन्ट्रो'ऽल्ड् सा'ऽम्पलिंग्) **नियंत्रित न्यादर्शन :** प्रस्तावित जनसंख्येमधून प्रत्येक वर्गातील ठराविक घटक न्यादर्शन निवडले जातात असे न्यादर्शन तंत्र.

conventional stage – (कन्व्हे'न्शनल् स्टेऽज्) **परंपरानुसारी अवस्था :** नैतिक विकासाची अवस्था ज्यामध्ये बालक नैतिक कृतींच्या संदर्भात इतर व्यक्ती त्या बाबत कसा विचार करतात यानुसार मत तयार करतो.

convergent question – (कन्व्ह'ऽजन्ट् क्वे'स्चन्) **एकदिश, केंद्रानुगामी प्रश्न :** ज्या प्रश्नाचे एकच एक अचूक उत्तर असते असा प्रश्न.

convergent thinking – (कन्व्ह'ऽजन्ट् थिंकिंग्) **एकदिश विचार :** एखाद्या समस्येच्या निराकरणार्थ एकच एक अचूक उत्तर शोधण्यासाठी पारंपरिक पद्धतीस अनुसरून एकाच दिशेने विचार करणे.

converger – (कन्व्ह'ऽजऽ) **एकदिश, केंद्रानुगामी विद्यार्थी :** जो विद्यार्थी बहुदिश प्रश्नांना उत्तर शोधण्यापेक्षा एकदिश प्रश्नांना अचूक उत्तर शोधण्यात जास्तीत जास्त प्रभावी ठरतो तो विद्यार्थी किंवा व्यक्ती.

conversation – (कॉ'न्व्हसे'ऽशन्) **संभाषण :** संभाषण हे दोन किंवा अधिक व्यक्तींमध्ये घडत असते. एखाद्या विषयास अनुसरून अशा व्यक्तींमध्ये झालेला संवाद म्हणजे संभाषण होय.

convocation ceremony – (कॉ'न्व्होके'ऽशन् से'रिमनि) **दीक्षान्त / पदवीदान समारंभ :** एखादा अभ्यासक्रम पूर्ण केल्यानंतर विद्यापीठामार्फत विद्यार्थ्यास पदवी देण्यात येते. प्रत्यक्ष पदवी धारण करण्यापूर्वीच्या या समारंभास दीक्षान्त किंवा पदवीदान समारंभ म्हणतात.

co-operation – (को'ऽऑपरे'ऽशन्) **सहकार्य :** अशी आंतरक्रिया ज्यामध्ये दोन किंवा अधिक व्यक्ती समान ध्येयाच्या पूर्तीसाठी एकत्र काम करतात.

co-operation learning – (को'ऽऑपरे'ऽशन् ल'ऽनिंग्) **सहकारी अध्ययन :** विविध क्षमता असलेल्या समूहामध्ये विद्यार्थी अध्ययन करतात असा अध्ययन - अध्यापन कार्यक्रम.

co-operation teacher – (को'ऽऑपरे'ऽशन् टी'चऽ) **सहकार्य करणारा शिक्षक :** प्रशिक्षणार्थी शिक्षकाच्या प्रत्यक्ष कार्यक्षेत्रातील अनुभवांचे पर्यवेक्षण करणारा प्रचलित शिक्षक.

co-ordination – (को'ऽऑऽडिने'ऽशन्) **समन्वय :** एकाच गोष्टीच्या विविध भागांची व्यवस्थित जुळणी करणे. कारक क्षमतेच्या विविध पैलूंतील योग्य संबंध, जसे हालचालींतील अचूकता, सुलभता इ.

co-ordinator – (कोऽऑ'ऽडिने'टऽ) **समन्वयक :** राष्ट्रीय शैक्षणिक संशोधन व प्रशिक्षण मंडळातर्फे देशातील अनेक शिक्षणशास्त्र महाविद्यालयात विस्तारसेवा योजना सुरू करण्यात आली आहे. हे विस्तारसेवेचे काम पाहणाऱ्या अधिकृत व्यक्तीस समन्वयक म्हणतात.

core curriculum – (कॉऽ कें'रि'क्युलम्) **मूलभूत अभ्यासक्रम :** सर्व विद्यार्थ्यांसाठी अपेक्षित असलेल्या अभ्यासक्रमातील समान घटक.

core element – (कॉऽ ए'लिमन्ट्) **गाभा घटक :** राष्ट्रीय शैक्षणिक धोरण १९८६ नुसार दहा गाभाघटक सुचवण्यात आले आहेत व यांचा अंतर्भाव अभ्यासक्रमात असणे अपेक्षित आहे.

corporal punishment – (कॉ'ऽपरल् प'निश्मन्ट्) **शारीरिक शिक्षा :** शालेय नियम अथवा शिस्तीचे उल्लंघन केल्यानंतर शरीराला इजा पोहोचेल अशी शिक्षा विद्यार्थ्यास दिली असता त्यास शारीरिक शिक्षा म्हणतात.

correctional education – (करे'क्शनल् ए'ड्युके'ऽशन्) **सुधारणात्मक शिक्षण :** तुरुंगामध्ये कैद्यांसाठी देण्यात येणारे औपचारिक अथवा व्यावसायिक शिक्षण.

correctional school – (करे'क्शनल् स्कूल) **सुधारशाळा :** काही असामाजिक वर्तनामुळे त्या मुलांना प्रचलित शाळांमध्ये शिक्षण घेण्यास मनाई असते अशा विद्यार्थ्यांसाठी चालवलेली शाळा.

correlated curriculum – (कॉ'रिलेऽटेड् कॆ'रिक्यु'लम्) **समवायात्मक अभ्यासक्रम :** विविध विषय किंवा अभ्यासक्षेत्रातील समान संबंध दाखवण्याचा सकारात्मक प्रयत्न ज्या अभ्यासक्रमामध्ये केला जातो असा अभ्यासक्रम.

correlation – (कॉ'रिले'ऽशन्) **समवाय :** दोन विषय, दोन गोष्टी किंवा दोन घटक यात जेव्हा साधर्म्य आढळते तेव्हा त्यास समवाय म्हणतात.

correspondence education – (कॉ'रिस्पॉ'न्डन्स् ए'ड्युके'ऽशन्) **पत्रव्यवहाराद्वारे शिक्षण :** पत्रव्यवहाराद्वारे पूर्ण करण्यात येणाऱ्या अभ्यासक्रमावर आधारित शिक्षण.

correspondence college – (कॉ'रिस्पॉ'न्डन्स् कॉ'लिज्) **पत्रव्यवहारद्वारा शिक्षणासाठीचे महाविद्यालय :** ज्या शिक्षणसंस्थेमध्ये पत्रव्यवहाराद्वारा अभ्यासक्रम पूर्ण करण्याची सोय विद्यार्थ्यांना उपलब्ध असते अशी शिक्षणसंस्था.

correspondence course – (कॉ'रिस्पॉ'न्डन्स् कॉऽस्) **पत्रव्यवहाराद्वारे शिक्षणासाठीचा अभ्यासक्रम :** विद्यार्थी व शिक्षक यातील लिखित संप्रेषणाद्वारे पूर्ण करण्यात येणारा अभ्यासक्रम.

council – (का'उन्सिलऽ) **सल्लागार मंडळ :** विविध गोष्टींमध्ये आवश्यक तो सल्ला देणारे अधिकृत मंडळ.

counselling – (का'उन्सलिंग्) **सल्ला, समुपदेशन :** विद्यार्थ्यांच्या शालेय समस्या किंवा समायोजनाच्या समस्या यासंबंधी विद्यार्थ्यास प्रत्यक्ष व सातत्यपूर्ण सल्ला देणे.

counsellor – (का'उन्सलऽ) **समुपदेशक :** विद्यार्थ्यास त्याच्या शैक्षणिक समस्यासंबंधी सल्ला देणारी व्यक्ती.

course design – (कॉऽस् डिझा'इन्) **पाठ्यक्रम स्थूल आराखडा :** अध्ययनाची उद्दिष्ट्ये, त्यासाठीचे माध्यम, मूल्यमापन योजना व पद्धती या सर्वांची स्थूल रचना म्हणजे पाठ्यक्रमाचा स्थूल आराखडा होय.

cramming – (क्रॅ'ऽमिंग) **घोकंपट्टी, शीघ्रपठण :** परिक्षेसाठीचा पाठ्यविषय शांतपणे, अर्थ समजून न घेता फक्त वारंवार वाचन करून जेव्हा आत्मसात केला जातो त्यास घोकंपट्टी म्हणतात.

crash course – (क्रॅ'श् कॉऽस्) **शीघ्रगती अभ्यासक्रम :** अल्पकाळ अध्यापन करून संपवण्यात येणाऱ्या अभ्यासक्रमास शीघ्रगती अभ्यासक्रम म्हणतात.

creative thinking – (क्रिए'ऽटिव्ह् थिंकिंग्) **सर्जनशील विचार :** विचारप्रक्रियेच्या विविध अंगांपैकी एक म्हणजे सर्जनशील विचार, ज्यामधून नवनिर्मिती घडत असते. सामान्यपणे सर्जनशील विचार म्हणजे प्रत्यक्ष अनुभव किंवा अध्ययनातून येणाऱ्या माहितीचा संकल्पनात्मक विस्तार होय.

creativity – (क्रिए'ऽटिव्हिटि) **सर्जनशीलता, नवनिर्मिती :** काहीतरी नवीन निर्माण करणे म्हणजे नवनिर्मिती किंवा सर्जनशीलता होय.

creativity test – (क्रिए'टिव्हिटि टेस्ट्) **सर्जनशीलता चाचणी :** ज्या चाचणीद्वारे बहुदिश किंवा नावीन्यपूर्ण विचारप्रक्रियेची चाचणी घेतली जाते त्यास सर्जनशीलता चाचणी म्हणतात.

credetials – (क्रिडे'न्शल्झ्) **अधिकारपत्रे :** शाळा, महाविद्यालयात प्रवेश मिळवण्यासाठी जी आवश्यक कागदपत्रे लागतात त्यांना अधिकारपत्रे म्हणतात.

crisis teacher – (क्रा'इसिस् टी'चऽ) **पेचप्रसंगामध्ये मदत करणारा शिक्षक :** असा शिक्षक जो उपचारात्मक अध्यापनामध्ये प्रशिक्षित असून विद्यार्थ्याला भावनात्मक पेचप्रसंगातून बाहेर पडण्यासाठी साहाय्य करतो.

criterion – (क्राइटि'अरिअन्) **निकष, कसोटी :** कोणताही निर्णय घेण्यासाठी, आजमावण्यासाठी ठरवलेले अधिकृत प्रमाण.

criterion referenced test – (क्राइटि'अरिअन् रे'फरन्स्ड् टेस्ट्) **निकष - संदर्भित चाचणी :** प्राप्त गुण हे पूर्वनिश्चित प्रमाणकाच्या संदर्भात तपासले जातात अशी चाचणी.

critical score – (क्रि'टिक्ल् स्कॉऽ) **निर्णायक प्राप्तांक :** एखाद्या शैक्षणिक कार्यक्रमामध्ये प्रवेश मिळविण्यासाठी अपेक्षित असलेले किमान गुण.

critical thinking – (क्रि'टिकल् थिंकिंग) **चिकित्सक विचार, विवेचनात्मक विचार :** समस्या निराकरणासाठी करण्यात येणारा मानसिक क्षमतांचा वापर, माहिती परिणामकारकपणे व अचूकपणे संकलित करणे, त्याचे अर्थ निर्वचन करणे व मूल्यमापन करण्याची क्षमता.

cross - sectional studies – (क्रॉस् से'क्शनल स्टि'डिज) **तिर्यक छेदात्मक अभ्यास :** विविध वयोगटातील प्रयोज्यांचा अभ्यास करून त्याचवेळी त्यांचे मूल्यमापन करणे. वयानुसार एखादे गुणवैशिष्ट्य कसे बदलते याचा अभ्यास करण्यासाठी विविध वयोगटातील व्यक्तींचा केलेला संशोधनात्मक अभ्यास

cross validation – (क्रॉस् व्हॅलिडे'ऽशन्) **वैधतेची पुनर्पडताळणी करणे :** संख्याशास्त्रीय तंत्र वापरून एकाच जनसंख्येतील विविध न्यादर्शातून मिळवलेल्या माहितीची वैधतेची पुनर्पडताळणी करणे.

crowd – (क्राउड्) **गर्दी, जमाव :** एखाद्या नित्याच्या नसलेल्या घटनेस प्रतिसाद देणाऱ्या लोकांचा तात्पुरता समूह.

crystallized intelligence – (क्रि'स्टलाइज्ड् इन्टे'लिजन्स) **स्पष्ट, स्फटिकरूप बुद्धिमत्ता :** वयानुसार वाढणारी शाब्दिक कौशल्ये व एकत्रित ज्ञान, अध्ययनावर अवलंबून असणाऱ्या बौद्धिक क्षमता.

cultural approach – (कॅ'ल्चरल् अप्रो'ऽच्) **विकासविषयक दृष्टिकोन :** व्यक्तीचा विकास हा संगोपनापेक्षा निसर्ग (अनुवंश) यावर जास्त अवलंबून असतो असे मानणारा मानसशास्त्रीय दृष्टिकोन.

cumulative frequency – (क्यू'म्युलटिव्ह् फ्री'क्वन्सि) **संचयित वारंवारिता :** एखाद्या वारंवारिता वितरणातील वारंवारितेची क्रमशः चढत्या क्रमाने बेरीज केली असता मिळणाऱ्या वारंवारितेला संचयित वारंवारिता म्हणतात.

cumulative method – (क्यू'म्युलटिव्ह् मे'थड्) **संचयित पद्धती :** परकीय भाषा अध्यापनासाठी वापरली जाणारी एक पद्धत ज्यामध्ये तुलनेने अधिकाधिक कठीण वाचन साहित्य सादर केले जाते.

curiosity – (क्यु'अरिऑ'सिटि) **जिज्ञासा :** एखादी गोष्ट जाणून घेण्याची इच्छा.

curriculum – (कॅरि'क्युलम्) **अभ्यासक्रम :** अभ्यासक्रम म्हणजे पुस्तकी अध्ययन. अध्यापनाशिवाय शाळेत मिळणाऱ्या इतर सर्व अपेक्षित अनुभवांचा आराखडा तयार करण्यासाठी आखलेला कृतीकार्यक्रम.

curve of forgetting – (कऽव्ह् ऑव्ह् फगे'टिन्ग्) **विस्मरण वक्र :** विस्मरण ज्या प्रमाणात होते त्याचे आलेखात्मक सादरीकरण.

custodian – (कॅस्टो'डिअन्) **रक्षक :** संस्थेच्या मालमत्तेच्या रक्षणाची जबाबदारी ज्या व्यक्तीवर असते ती व्यक्ती.

cutting score – (कॅ'टिंग् स्कॉऽ) **छेदक गुण :** गुण श्रेणीतील एक बिंदू असा असतो की ज्यामुळे विद्यार्थी उत्तीर्ण किंवा अनुत्तीर्ण किंवा कोणत्या श्रेणीत आहे हे कळून येते. त्या बिन्दूलाच छेदक गुण म्हणतात.

❑

D

Dalton plan – (डाल्टन् प्लॅन) **डाल्टन योजना :** १९२० साली अमेरिकेतील डाल्टन् मेसॅच्युएस्ट या गावी हेलेन पार्कहर्ल्ट या महिलेने ही योजना चालू केली. या शिक्षणयोजनेप्रमाणे इयत्तावर वर्ग नसून विषयावर वर्गरचना केली जाते. विद्यार्थी स्वत:च्या क्षमतेनुसार प्रत्येक वर्गामध्ये जावून त्या त्या विषयाचा अभ्यास पूर्ण करतील ही अपेक्षा असते.

dame school – (डेऽम् स्कूल) **स्त्रियांनी चालवलेल्या शाळा :** इंग्लंडमध्ये महिलांनी त्यांच्या घरामध्ये ज्या प्राथमिक शिक्षणसंस्था किंवा शाळा चालवल्या त्यांना स्त्रियांनी चालवलेल्या शाळा असे म्हणतात.

data – (डे'ऽटऽ) **वास्तविक माहिती, आधार सामग्री :** संशोधनासाठी संशोधन-कर्त्याने विविध संशोधन साधने वापरून एकत्रित केलेली विशिष्ट विषयाशी संबंधित असलेली माहिती.

day care center – (डेऽ केअ से'न्टऽ) **बाल संगोपन केंद्र :** लहान बालकांचे दिवसा, ज्या कालावधीमध्ये बालकाची माता व इतर पालक कार्यव्यस्त असतात, त्या काळात संगोपन करण्यासाठी ज्या संस्था अगर केंद्रे चालवली जातात त्यांना बालसंगोपन केंद्र म्हणतात.

day dreams – (डेऽ ड्रीम्) **दिवास्वप्न :** जागेपणी स्वप्न पहाणे, कल्पनाविश्वात रमून जाणे.

day school – (डेऽ स्कूल्) **दिवस शाळा :** ज्या शाळेचे कार्य दिवसा चालते व तेथील विद्यार्थी शालेय वेळेनंतर घरी जातात त्या शाळेस दिवसशाळा म्हणतात. या शाळेमध्ये विद्यार्थ्यांच्या निवासाची सोय केली जात नाही.

day student – (डेऽ स्ट्यू'डन्ट्) **दिवसशाळेत जाणारा विद्यार्थी :** जो विद्यार्थी दिवसा चालणाऱ्या शाळेमध्ये जातो व शालेय कामकाज संपल्यानंतर घरी परत जातो त्या विद्यार्थ्यास दिवसशाळेत जाणारा विद्यार्थी म्हणतात.

deaf - blind – (डेफ् ब्लाइन्ड) **बहिरा व अंध :** बहिरा व अंध विद्यार्थी ज्यांना सर्वसाधारण संप्रेषण साधण्यामध्ये समस्या निर्माण होतात. अशा विद्यार्थ्यांना फक्त बहिऱ्या किंवा फक्त अंध विद्यार्थ्यांसाठी तयार केलेल्या शैक्षणिक अभ्यासक्रमाचा व उपक्रमांचा तितकासा फायदा होत नाही. या प्रकारच्या विद्यार्थ्यांसाठी विशेष उपाययोजना कराव्या लागतात.

deafness – (डे'फ्निस्) **बहिरेपणा :** श्रवणशक्ती किंवा श्रवणक्षमतेतील दोष अथवा कमतरता ज्यामुळे भाषा अध्ययनामध्ये समस्या निर्माण होऊ शकतात.

dean – (डीन्) **अधिष्ठाता :** विद्यापीठातील विद्याशाखेचा प्रमुख.

debate – (डिबे'ऽट्) **वादविवाद :** एखाद्या विषयावर साधकबाधक चर्चा करणे वादविवादामुळे एखाद्या विषयाचे सार समजून घेण्यास मदत होते.

decentralisation – (डी'सेन्ट्रलाइझेऽशन्) **विकेंद्रीकरण :** शिक्षणासंबंधीचे अधिकार व कर्तव्ये यांचे केंद्रशासन, राज्यशासन ते स्थानिक पातळीपर्यंत विभाजन करणे. शिक्षणक्षेत्रातील विकेंद्रीकरणामुळे शिक्षणाच्या क्षेत्रात कार्यक्षमता आणणे सुलभ होते.

decimal system – (डे'सिमल् सि'स्टम्) **दशमान पद्धती :** गणनासाठी उपयोगात आणली जाणारी दहा आकड्यांवर आधारित असलेली पद्धती.

decision making – (डिसि'झ्यन् मे'ऽकिंग्) **निर्णय प्रक्रिया :** उपलब्ध पर्यायामधून योग्य पर्याय निवडून समस्या उकलन करण्याच्या क्षमतेस निर्णयप्रक्रिया असे म्हणतात.

decision oriented study – (डिसि'झ्यन् ऑ'ऽरिए'न्टेड् स्टि'डि) **निर्णय केंद्रित अभ्यास :** निर्णय प्रक्रियेमध्ये सामील असणारे शिक्षक किंवा प्रशासक यांना भेडसावणाऱ्या काही समस्यांवर प्रकाश टाकणारे शैक्षणिक संशोधन अभ्यास किंवा प्रकल्प.

declarative knowledge – (डे'क्लरे'ऽटिव्ह नॉलिज्) **वस्तुस्थितीजन्य ज्ञान :** या जगामध्ये असणाऱ्या विविध गोष्टी कशा आहेत, कशा होत्या व कशा असतील यासंबंधीचे ज्ञान, शाब्दिक माहिती व तथ्ये.

decoding – (डी'को'ऽडिंग्) **असंकेतीकीकरण, विसंकेतन :** सांकेतिक लिपीमध्ये लिहिलेल्या मजकुराचे नेहमीच्या प्रचलित लिपीमध्ये रुपान्तर करणे.

deductive method – (डिडे'क्टिव्ह् मे'थड्) **अवगामी पद्धती :** अध्यापनाच्या अवगामी पद्धतीमधे प्रथम नियम किंवा तत्त्व प्रस्तुत करून त्यानुसार नंतर उदाहरणे दिली जातात.

deductive reasoning – (डिडे'क्टिव्ह् रि'झ्निन्ग्) **विगमनात्मक विचार :** पूर्वपक्ष सत्य असेल तर त्यावर आधारित निष्कर्ष असत्य असणार नाही असे विचार किंवा अशी विचारप्रक्रिया.

deep dyslexia – (डीप् डिस्ले'क्सिआ) **सखोल वाचन अक्षमता :** ही एक प्रकारची वाचन अक्षमता आहे ज्यामध्ये शब्द जर स्पष्ट स्वरूपात समोर दिसत नसतील तर त्यांचे आकलन होण्यास अडथळा येतो.

defence mechanism – (डिफे'न्स मे'कनिझ्म्) **संरक्षण यंत्रणा :** वैफल्य किंवा संघर्षाला दिलेला प्रतिसाद किंवा प्रतिक्रिया ज्यामध्ये व्यक्ती स्वत:ला काळजी, चिंता यापासून दूर रहाण्यासाठी स्वत:चे हेतू किंवा उद्दिष्ट्ये याबद्दल स्वत:चीच फसवणूक करत रहाते.

deference – (डे'फरन्स्) **मतभेद :** दुसऱ्याचे म्हणणे सादर स्वीकारण्याची तयारी.

definition – (डे'फिनि'शन्) **व्याख्या :** एखादी वस्तू संबोध किंवा संकल्पना यांचा अर्थ स्पष्ट होण्यासाठी जे वाक्य किंवा विधान केले जाते त्याला त्याची व्याख्या असे म्हणतात.

degree – (डिग्री) **पदवी :** उच्च माध्यमिक शिक्षण पूर्ण केल्यानंतर, कोणताही विद्यापीठीय अभ्यासक्रम पूर्ण केल्यानंतर मिळणाऱ्या प्रमाणपत्रासाठीचे शिक्षण.

delegate – (डे'लिगिट्) **प्रतिनिधी :** दुसऱ्याच्यावतीने मत देणे वगैरेचा अधिकार देवून पाठवलेला प्रतिनिधी.

delicate child – (डे'लिकिट् चाइल्ड्) **नाजूक बालक :** आरोग्य कारणांसाठी विशेष शिक्षणाची गरज असलेले बालक.

delinquency – (डिलि'न्क्वन्सि) **गुन्हेगारी / अपराध वर्तन :** समाजाचे कायदे, नियम तरुण व्यक्तीकडून मोडले जाणे व त्याअनुषंगाने घडलेले तरुण व्यक्तीचे अपराधी वर्तन.

delusion – (डिल्यू'झ्यन्) **संभ्रम :** जे अस्तित्त्वात नाही ते अस्तित्त्वात आहे असा दृढ समज.

dementia – (डिमेऽन्शिया) **अवमनस्कता :** बौद्धिक व इतर मानसिक क्षमतांमध्ये झालेली प्रखर घसरण.

democracy – (डिमॉ'क्रसि) **लोकशाही :** ज्यामध्ये सत्तेचे समान वाटप होते अथवा केले जाते अशी सामाजिक व्यवस्था.

democratic classroom climate – (डे'मक्रॅ'टिक् क्लाऽसरूम क्ला'इमिट्) **लोकशाहीयुक्त वर्गवातावरण :** ज्या वर्गामध्ये शिक्षक व विद्यार्थी समान पातळीवर येऊन आंतरक्रिया करतात, निर्णयप्रक्रियेमध्ये विद्यार्थ्यांचाही सहभाग असतो असे वर्गवातावरण.

democratic leadership – (डे'मक्रॅ'टिक् ली'डऽशिप्) **लोकशाहीवादी / समतावादी नेतृत्त्व :** समुहातील व्यक्तींना निर्णयप्रक्रियेमध्ये सामावून घेतले जाते अशी नेतृत्त्वशैली.

democratic teaching – (डे'मक्रॅ'टिक टी'ऽचिंग्) **लोकशाही / समतावादी अध्यापन :** वर्ग-व्यवस्थापनाचा असा प्रकार ज्यामध्ये वर्गातील विद्यार्थ्यांनी अध्ययनासंबंधी काही जबाबदारी घेणे अपेक्षित असते. आशय व अध्यापनपद्धतीविषयीचे निर्णय हे शिक्षक व विद्यार्थी चर्चात्मक पद्धतीने घेतात.

demographic data – (डिमॉ'ग्रफिक डे'ऽटऽ) **लोकसंख्याविषयक संख्याशास्त्रीय माहिती :** जन्म, मृत्यू, विवाह, वसतीस्थान इत्यादी संदर्भातील संख्याशास्त्रीय माहिती.

demography – (डिमॉ'ग्राफी) **लोकसंख्याशास्त्र :** लोकसंख्येचा संख्याशास्त्रीय अभ्यास.

demonstration school – (डे'मन्स्ट्रे'ऽशन् स्कू'ल) **निदर्शन शाळा :** शिक्षण प्रशिक्षण उपक्रमाचा एक भाग म्हणून प्रशिक्षणार्थींना सराव, अध्यापन व निरीक्षणास संधी देण्यासाठी स्थापन करण्यात आलेली शाळा.

demonstration teaching – (डे'मन्स्ट्रे'ऽशन टी'ऽचिंग्) **निदर्शन अध्यापन :** प्रशिक्षणार्थीसमोर सादर केलेले परिणामकारक अध्यापनाचे प्रात्यक्षिक.

demonstrator – (डे'मन्स्ट्रे'ऽटऽ) **प्रदर्शक :** प्रामुख्याने प्रयोगशालेय कार्यामध्ये विद्यार्थ्यांना मार्गदर्शन करण्यासाठी विद्यापीठ पातळीवर कार्य करणारी व्यक्ती.

demotion – (डीमो'ऽशन्) **पदावनती :** विद्यार्थ्यास त्याच्या कार्यमानास अनुसरून वरच्या श्रेणीतून खालच्या श्रेणीमध्ये स्थान देणे.

denial – (डिना'इअल) **नकार :** असुखकारक वास्तवापासून स्वतःचे संरक्षण करण्यासाठी त्या वास्तवावर विश्वास न ठेवणारी संरक्षण यंत्रणा.

denotative meaning – (डिनो'ऽटेटिव्ह मी'निंग्) **शब्दकोशातील अर्थ :** एखाद्या शब्द किंवा संकल्पनेचा शब्दकोशामध्ये दिलेला अर्थ, व्याख्या, किंवा वस्तुनिष्ठ अर्थ

density – (डे'न्सिटि) **घनता :** वजन व आकारमान यांचे गुणोत्तर.

department – (डिपा'ऽट्मन्ट) **शाखा, विभाग :** शाळा, महाविद्यालय, विद्यापीठे यांचे विषयानुसार विभाग.

department head – (डिपा'ऽट्मन्ट् हे'ड्) **विभाग प्रमुख :** शाळा, महाविद्यालय किंवा विद्यापीठातील एखाद्या विभागाचे काम व्यवस्थापन व अध्यापन यामध्ये इतरांना निर्देशित करणारी मुख्य व्यक्ती.

dependance – (डिपे'न्डन्स) **परावलंबन :** एखाद्या व्यक्तीस स्वतःच्या नियमित कृती पार पाडण्यासाठी इतरांची गरज असणे.

dependent learner – (डिपे'न्डन्ट् ल'ऽनऽ) **अवलंबी (परतंत्र) अध्ययता :** शिक्षकाने विशेष लक्ष दिल्याशिवाय अध्ययन न करू शकणारा विद्यार्थी, यामागे वेगवेगळी कारणे असू शकतात.

dependent variable – (डिपे'न्डन्ट् व्हे'अरिअबल) **परतंत्र (अवलंबी) परिवर्तक (चल)** : स्वतंत्र चलातील बदलामुळे ज्या चलाच्या मापनामध्ये फरक पडतो किंवा बदल घडतो असे चल.

depression – (डिप्रे'शन्) **खिन्नता** : दुःख, असहाय्यता, सतत काहीतरी नुकसान झाले आहे अशा प्रकारच्या नकारात्मक भावना.

deprivation – (डेप्रिव्हे'ऽशन्) **वंचितता** : ज्याची इच्छा आहे अशा गोष्टींचा नाश अथवा त्या गोष्टीपासून दूर जाणे.

deschooling – (डि'स्कूलिंग्) **निर्विद्यालयीकरण** : एक प्रकारची तात्त्विक विचारसरणी; ज्यामध्ये असे मानले जाते की शिक्षणाची अपारंपरिक साधने किंवा पद्धतीच विद्यार्थ्यांना सामाजिक व वैचारिकदृष्ट्या जास्त स्वतंत्र बनवतात.

descriptive method – (डिस्क्रि'प्टिव्ह मेऽथड्) **वर्णनात्मक पद्धती** : मानव किंवा प्राणी यांच्या वर्तनासंबंधीचे तथ्य विधानात्मक स्वरूपात समोर मांडणारी पद्धती.

descriptive research – (डिस्क्रि'प्टिव्ह् रिस'ऽच्) **वर्णनात्मक संशोधन** : एखाद्या परिस्थितीविषयी सखोल माहिती मिळवण्यासाठी निरीक्षण, मुलाखती, सर्वेक्षण याद्वारे केलेले संशोधन.

descriptive statistics – (डिस्क्रि'प्टिव्ह स्टॅटि'स्टिक्स्) **वर्णनात्मक संख्याशास्त्र** : प्राप्तांकांच्या वितरणाविषयी वर्णनात्मक माहिती देण्याशी संबंधित असलेली संख्याशास्त्राची शाखा.

desegregation – (डी'सेग्रगे'ऽशन) **वंशभेद उच्चाटन** : शाळांमधून वंशभेद नष्ट करणे व विविध जातीधर्माच्या विद्यार्थ्यांना एकत्रित अध्ययन अध्यापन सुविधा उपलब्ध करून देणे.

design – (डिजा'इन्) **आराखडा** : मूळ कल्पनेची सर्वसाधारण रचना अभिकल्प म्हणजे परिकल्पनेच्या परिक्षणासाठी किंवा संशोधन प्रश्नांच्या निराकरणासाठी उपयुक्त व नेमकी आधारसामुग्री गोळा करण्यासाठी तयार केलेली योजना.

detached observation – (डिटॅ'च्ड् ऑब्झव्हे'ऽशन्) **विलग / स्वतंत्र निरीक्षण** : संशोधक निरीक्षणामध्ये न गुंतता, तटस्थाप्रमाणे निरीक्षण करतो अशी निरीक्षणाची प्रख्यात पद्धत.

detention – (डिटे'न्शन्) **शाळा सुटल्यानंतर विद्यार्थ्यास थांबवून ठेवणे, अडकवून ठेवणे** : गैरवर्तनासाठी शिक्षा म्हणून शाळा सुटल्यानंतर विद्यार्थ्यास थांबवून ठेवणे.

development – (डिव्हे'लप्मन्ट) **विकास** : नवीन क्षमता व गुणवैशिष्ट्यांचा अंतर्भाव ज्यात होतो अशा परिवर्तनास विकास म्हणतात.

development class – (डिव्हे'लप्मन्ट् क्लाऽस्) **विकासवर्ग :** अध्ययनदृष्ट्या मागास विद्यार्थ्यांसाठी आयोजित केलेले वर्ग.

development education – (डिव्हे'लप्मन्ट् ए'ड्युके'ऽशन्) **विकास शिक्षण :** राष्ट्रांच्या सामाजिक, राजकीय व आर्थिक विकासासाठी तयार केले गेलेले शिक्षण.

development quotient – (डिव्हे'लप्मन्ट् क्वोऽशन्ट्) **विकासांक / विकासगुणांक :** बुद्धिमत्ता गुणकाशी / बुद्ध्यांकाशी साधर्म्य साधणारा बालक विकास चाचण्यावर आधारित गुणांक जो विशिष्ट महिन्यात उत्तीर्ण झालेल्या चाचण्यांना शारीरिक वयाने भागले असता मिळवता येतो.

developmental age – (डि'व्हेलपमन्ट्ल् एऽज्) **विकासात्मक वय :** बालकांचे असे वय ज्यामध्ये शारीरिक व मानसिक विकासाचा विशिष्ट स्तर दर्शवला जातो.

deviation – (डि'व्हिए'शन्) **विचलन :** माध्यासारख्या संदर्भमूल्यापासून ज्या प्रमाणात एखाद्या गूल्याचे भिन्नत्त्व समोर येते त्यास विचलन असे म्हणतात.

devices of teaching – (डिव्हा'इसेस् ऑव्ह् टी'ऽचिंग्) **अध्यापनातील क्लुप्त्या :** उदाहरणे, गृहपाठ, प्रश्नोत्तरे, वर्णन पाठ्यपुस्तके ग्रंथालय या अध्यापनातील क्लुप्त्यांचा उपयोग शिक्षक अध्यापनात करतात.

diadactic teaching – (डिडॅ'क्टिक् टी'चिन्ग्) **शिक्षककेंद्रित अध्यापन पद्धती :** ज्या अध्यापनपद्धतीमध्ये मोठ्या विद्यार्थीसमूहास शिक्षक आपल्या संभाषणाद्वारे प्रामुख्याने अध्यापन करतात.

diadactic teaching – (डिडॅ'क्टिक टी'चिंग्) **नीतीपर / उपदेशपर अध्यापन :** व्याख्यान सदृश अध्यापन पद्धती ज्यामध्ये शिक्षक माहिती देत असतात. त्यामध्ये विद्यार्थ्याच्या वर्तनविषयक तक्रारींवर भर दिला जातो व जी अध्यापन पद्धती प्रामुख्याने ताठर असते.

diagnostic teaching – (डा'इअग्नॉऽस्टिक् टी'चिंग्) **निदानात्मक अध्यापन :** विद्यार्थ्यांच्या क्षमता व कमतरता इत्यादींचे निदान करण्यासाठी करण्यात येणारे अध्यापन.

diagnostic test – (डा'इअग्नॉऽस्टिक् टेस्ट्) **निदानात्मक चाचणी / कसोटी :** शैक्षणिक संपादनातील क्षमता व कमतरता यांचे निदान करण्यासाठी वापरण्यात येणारी चाचणी / कसोटी.

diagram – (डा'इअग्रॅम्) **रेखाकृती आकृती :** एखादी संकल्पना स्पष्ट करण्यासाठी काढलेली आकृती.

dialect – (डा'इअलेक्ट्) **बोली, पोटभाषा :** प्रमाणभाषेच्या इतर पोटभाषा, विशिष्ट लोकसमूहाकडून बोलली जाणारी बोलीभाषा.

dialogue – (डा'इलॉग्) **संवाद संभाषण :** विशिष्ट हेतूने परस्परांशी भाषण करणे, बोलणे.

dictation – (डिक्टे'ऽशन्) **शुद्धलेखन सांगणे :** वर्गामध्ये विद्यार्थ्यांचे लेखन व अक्षर सुधारण्यासाठी त्यांना शुद्धलेखन लिहावयास सांगणे (ज्यामध्ये शिक्षक उतारा सांगतात व विद्यार्थी ऐकून लिहितात).

dictatorship – (डिक्टे'ऽटशिप्) **हुकूमशाही :** विशिष्ट व्यक्तीकडे सत्ता एकवटणे.

dictionary – (डि'क्शनरि) **शब्दकोश :** एखाद्या भाषेतील शब्दांचा वर्णमालेनुसार अर्थ दिलेला असतो असा शब्दसंग्रह.

differential curriculum – (डि'फरेन्श्ल कॅरि'क्युलम्) **भेदाधारित अभ्यासक्रम :** विशिष्ट विद्यार्थ्यांच्या क्षमता, अभिरुची, गरजा व व्यावसायिक अभिलाषा यानुसार बदलणारा अभ्यासक्रम

differentiation – (डि'फरे'न्शिए'ऽशन्) **भेदन :** साम्य दर्शवणाऱ्या चेतकास / उद्दिपकास विविध प्रकारे प्रतिसाद देणे

diffusion – (डिफ्यू'झ्यन्) **प्रसार, फैलाव :** एका समूह अथवा समाजाकडून दुसऱ्या समाज अथवा समूहाकडे विशिष्ट सांस्कृतिक घटकांचा प्रसार होण्याची प्रक्रिया.

dilemma – (डायले'मऽ, डिले'मऽ) **पेचप्रसंग :** दोन प्रतिकूल गोष्टींपैकी कोणतीही एक गोष्ट अनिच्छेने स्वीकारावी लागण्याची परिस्थिती.

diploma – (डिप्लो'ऽमऽ) **पदविका :** पदविकेस पदवीपत्र असेही म्हणतात. काही आर्थिक कारणाने अथवा कमी गुण मिळाल्याने माध्यमिक किंवा उच्च माध्यमिक शिक्षणानंतर पदविका अभ्यासक्रम करता येतो.

direct method – (डाइरे'क्ट् मे'थड्) **स्वाभाविक पद्धती :** परकीय भाषा शिकवण्याची अशी पद्धती त्यामध्ये विद्यार्थ्यांना शिकवताना त्यांच्या मातृभाषा अथवा प्रादेशिक भाषेचा उपयोग केला जात नाही, जी परकी भाषा शिकवायची असेल त्याच भाषेचा संपूर्ण उपयोग केला जातो.

directed teaching – (डाइरे'क्टेड् टी'चिन्ग्) **निर्देशित अध्यापन :** ज्या अध्यापनामध्ये मार्गदर्शन व दिग्दर्शन प्रभावी असते ते अध्यापन.

directed thinking – (डायरे'क्टेड् थिंकिंग्) **विदेशित विचार :** समस्या उकलनार्थ केलेली विचारप्रक्रिया.

director – (डिरे'क्टऽ) **दिग्दर्शक / अधिक्षक :** संशोधनसंख्या अथवा शिक्षणसंस्थेचा प्रमुख, ज्याच्या मार्गदर्शनाखाली या संस्थेचे कामकाज चालते असा प्रमुख अधिकारी.

disádvantaged child – (डि'सअड्व्हाऽनटिज्ड् चाइल्ड्) **वंचित बालक :** जी बालके आर्थिकदृष्ट्या मागास, प्रतिकूल सामाजिक परिस्थितीमध्ये असतात, ज्यांचे

पालक अशिक्षित असतात, ज्या बालकांच्या नैसर्गिक वाढीमध्ये अडथळे येतात अशा बालकांना वंचित बालके म्हणतात.

disadvantage – (डि'स्‌अड्‌व्हा'ऽनटिज्‌) **वंचना :** प्रतिकूल परिस्थिती, अपायकारक गोष्ट.

disaster management – (डिझा'ऽस्टऽ मॅ'निज्‌मन्ट्‌) **आपत्ती व्यवस्थापन :** अचानक उद्‌भवलेले संकट हाताळण्यासाठी तयार ठेवलेली सुरक्षा यंत्रणा किंवा तत्सम उपाययोजना.

discharge certificate – (डिस्चा'ऽज सटि'फिकिट्‌) **विमुक्ती प्रमाणपत्र :** माध्यमिक शाळेच्या अनुदानसंहितेनुसार शाळेच्या नोकरीतून मुक्त झालेल्या शिक्षकास दिले जाणारे प्रमाणपत्र.

disciplinary action – (डि'सिप्लिनरि ॲ'क्शन्‌) **शिस्तीसाठी केलेली कृती / कारवाई :** शिक्षणसंस्थेतील अधिकाऱ्यांनी / प्रमुखांनी विद्यार्थ्यांवर शिस्तपालनासाठी केलेली कारवाई (शिस्तभंग झाल्यानंतर).

discipline – (डि'सिप्लिन्‌) **शिस्त :** स्वतःचे वर्तन नियंत्रित करण्याची अंतर्गत व्यवस्था, विद्यार्थ्यांचे शिक्षकांद्वारे नियंत्रित केले जाणारे सर्वसामान्य वर्तन.

discovery – (डिस्कि'व्हरि) **शोध :** अस्तित्त्वात असणाऱ्या गोष्टींचा शोध लावणे.

discovery learning – (डिस्कि'व्हरि ल'ऽनिंग्‌) **शोध अध्ययन :** नियमांचे तांत्रिकपणे अवलंबन करण्यापेक्षा त्यांचे आकलन करून घेण्यावर आधारित अध्ययन.

discovery method – (डिस्कि'व्हरि मे'थड्‌) **शोधपद्धती :** अध्यापन वस्तुचा प्रयोगाद्वारे शोध घेणे.

discrimination – (डिस्क्रि'मिने'ऽशन्‌) **भेदाभेद :** पूर्वग्रह किंवा इतर कारणामुळे व्यक्ती किवा समूहास संधी व समान हक्क नाकारणे

discrimination learning – (डिस्क्रि'मिने'ऽशन्‌ ल'ऽनिंग्‌) **भेदन अध्ययन :** ज्या अध्ययनामध्ये दोन किंवा अधिक उद्दिपकांमध्ये अथवा उद्दिपक असणे वा उद्दीपक नसणे यामधे भेद करावा लागतो.

discrimination power – (डिस्क्रि'मिने'ऽशन्‌ पा'उअ) **भेदनशक्ती :** चांगले, सरासरी किंवा सरासरीपेक्षा खालचे कार्यमान, अभिवृत्ती व अभिरुची असा भेद करण्याची चाचणीची क्षमता.

discussion method – (डिस्कि'शन्‌ मे'थड्‌) **चर्चा पद्धती :** चर्चा पद्धतीमध्ये विशिष्ट विषयावर सर्व विद्यार्थी चर्चा करतात. शिक्षक ह्या चर्चेमध्ये आवश्यकते-नुसार भाग घेतात.

dismissal – (डिस्‌मि'सल्) **बडतर्फी पदच्युति :** कार्यरत व्यक्तीस पदावरून विशिष्ट कारणास्तव दूर करणे.

displacement – (डिस्प्ले'ऽस्‌मन्ट) **विस्थापन :** एक संरक्षण यंत्रणा ज्यामध्ये अव्यक्त उद्देश परिणामी जास्त स्वीकारार्ह पद्धतीने समोर येतो.

display – (डिस्प्ले'ऽ) **प्रदर्शित करणे :** अध्ययन प्रक्रियेस प्रोत्साहन देण्यासाठी अध्ययन कर्त्यासमोर काही गोष्टी दाखवणे, ठेवणे. याचा वापर शक्यतो प्राथमिक स्तरावर परिणामकारक ठरतो.

dissertation – (डि'सटे'ऽशन्) **संशोधनप्रबंध :** विश्वविद्यापीठाच्या विद्यावाचस्पती वा तत्सम पदवीसाठी सादर केलेला प्रबंध

dissociation – (डिसो'ऽशिएऽशन्) **वियोजन :** व्यक्तिमत्त्वाच्या इतर घटकांपासून मानसिक प्रक्रियेचे दूर होणे.

distance education – (डि'स्टन्स् ए'ड्युके'ऽशन) **दूरशिक्षण :** दूरशिक्षण या शिक्षणव्यवस्थेमध्ये शिक्षक व विद्यार्थी स्थळ व काळ या दोन्ही दृष्टीने परस्परांपासून दूर असतात व तरीही अध्ययन-अध्यापन प्रक्रिया चालू असते.

distinction – (डिस्टि'न्क्शन) **विशेष प्रावीण्य :** एखाद्या विद्यार्थ्याने शाळा महाविद्यालये, विद्यापीठे यांच्या निर्धारीत प्रथम श्रेणीपेक्षा अधिकचे मिळविलेले गुण एखाद्या क्षेत्रामध्ये मिळविलेले सन्मानदर्शक विशेष गुण. उदा. स्पर्धा, क्रीडा, अभ्यास इ.

distractor – (डिस्ट्रॅ'क्टऽ) **अवधान विचलक :** ज्या गोष्टीमुळे अवधान प्रक्रिया विचलित होते ती गोष्ट.

divergent thinking – (डाइव्ह'ऽजन्ट थिंकिंग्) **विमर्शी विचारप्रक्रिया :** समस्या उकलनासाठी एकापेक्षा अनेक पर्याय सुचवणारी सृजनशील विचार प्रक्रिया.

division – (डिव्हि'झ्यन्) **तुकडी :** मोठा संख्येच्या वर्गाचे सोयीसाठी लहान-लहान गटामध्ये विभाजन केले जाते. त्या गटास तुकडी म्हणतात.

documentary film – (डॉ'क्युमे'न्ट्रि फिल्म्) **अनुबोधपट :** अध्यापनात उपयुक्त ठरणारा अध्ययन घटकांवर आधारित लहान चित्रपट.

domain – (डो(ऽ) मे'ऽन्) **कार्यक्षेत्र :** शैक्षणिक मूल्यमापनामध्ये शिक्षणविषयक अभिरुची दर्शवणाऱ्या क्षेत्रासाठी वापरली जाणारी संज्ञा.

double shift – (ड'बल् शिफ्ट्) **दुबार शाळा :** एकाच इमारतीमध्ये अतिरिक्त विद्यार्थीसंख्येमुळे दोन वेळा शाळा भरवणे यास दुबार शाळा पद्धती म्हणतात.

drawing – (ड्रॉ'ऽइंग्) **चित्रकला :** प्राथमिक व माध्यमिक शाळेमध्ये चित्रकला हा विषय शिकवला जातो.

dress code – (ड्रेस्को'ऽड्) **पोशाखनियम :** विशिष्ट शिक्षण संख्येने विद्यार्थी व शिक्षक यांनी कशाप्रकारे / कोणते कपडे परिधान करावेत याचे काही नियम ठरवले जातात. त्यास 'पोशाख नियम' म्हणतात.

drill – (ड्रिल्) **कवायत :** शालेय विद्यार्थ्यांना मैदानावर एकत्र करून व्यायामप्रकार करावयास लावले जातात. त्यास कवायत म्हणतात.

drill questions – (ड्रिल् क्वे'स्चन्) **उजळणीप्रश्न :** शिकवलेल्या भागाची उजळणी व्हावी या उद्देशाने विचारलेले प्रश्न.

drop-out – (ड्रॉप् आऊट्) **गळती :** औपचारिक शिक्षण पूर्ण होण्याआधी विद्यार्थ्याने शाळा सोडून देणे.

dullness – (डॅल्नेस्) **बुद्धिमांद्य :** मंदअध्ययता विद्यार्थी ज्याची बौद्धिक क्षमता कोणत्याही विशिष्ट प्रशिक्षणाने वाढणार नसते.

dyslexia – (डिस्ले'क्सिआ) **वाचन अक्षयता :** वाचन करण्यामध्ये येणारे विविध अडथळे.

❑

E

early adolescence – (अ'ऽलि ॲडले'सन्स) **पूर्व किशोरावस्था :** सर्वसाधारणपणे १२ ते १६ वर्षे वयाची किशोरावस्थेची स्थिती.

early adulthood – (अ'ऽलि अडॅ'ल्ट्हुड्) **पूर्व प्रौढावस्था :** सर्वसाधारणपणे उत्तर विशीमध्ये सुरू होऊन तिशीपर्यंतची अवस्था.

early childhood – (अ'ऽलि चाइल्ड्हुड) **पूर्व बाल्यावस्था :** शैशवावस्थेच्या शेवटी सुरू होऊन वय वर्षे पाच ते सहा पर्यंतची अवस्था.

early childhood education – (अ'ऽलि चा'इल्ड्हुड् ए'ड्युके'ऽशन्) **पूर्वबाल्यावस्थेतील शिक्षण :** पूर्व-प्राथमिक व प्राथमिक स्तरावरील बालकांना दिले जाणारे शिक्षण.

earn and learn – (अ'ऽन् ॲन्ड् लऽन्) **कमवा आणि शिका :** आर्थिकदृष्ट्या कमकुवत विद्यार्थ्यांना शिक्षणास अर्थसाहाय्य किंवा आर्थिक पाठबळ मिळावे म्हणून काही शाळा किंवा शैक्षणिक संस्था विद्यार्थ्यांना काही काम देतात व त्याचा मोबदला म्हणून त्यांची शैक्षणिक सोय करतात. या योजनेस 'कमवा आणि शिका' म्हणतात.

easy child – (ई'झि चाइल्ड्) **सुकर / सुखावह बालक :** ज्या बालकाचा स्वभाव मनमोकळा, समायोजनास अनुकूल, शिथिलता असणारा आहे असे बालक.

eclectic approach – (इक्ले'क्टिक् अप्रो'ऽच्) **सर्वसमावेशक दृष्टिकोन :** प्रयोज्य समस्येनुसार विविध प्रकारातील तंत्रांचे फायदे वापरून समस्या सोडवण्यास प्राधान्य देणारी मानसोपचाराची पद्धत.

eclectic tendency in education – (इक्ले'क्टिक् टे'न्डन्सि इन ए'ड्युके'ऽशन्) **शिक्षणातील सर्वसमावेशक वृत्ती :** बदलत्या काळानुसार शिक्षणप्रक्रियेत बदल करण्यासाठी शिक्षणातील सर्व प्रणालींचा, सिद्धांताचा, प्राप्त परिस्थितीत आवश्यक तत्त्वांचा साकल्याने विचार करून आवश्यक असा शिक्षण आराखडा तयार करण्याच्या सर्वसमावेशक वृत्तीस शिक्षणातील सर्वसमावेशक वृत्ती म्हणतात.

economics – (ई'कनॉ'मिक्स्) **अर्थशास्त्र :** संपत्तीचे स्वरूप, उत्पादन, वितरण व परिवर्तन यांचा अभ्यास करणारा विषय.

economics of education – (ई'कनॉ'मिक्स् ऑव्ह् ए'ड्युके'ऽशन्) **शिक्षणाचे अर्थशास्त्र :** शिक्षण व अर्थव्यवस्था यातील संबंधांचा अभ्यास करणारी अर्थशास्त्राची महत्त्वपूर्ण शाखा.

ectomorph – (इक्टो'मॉ'ऽफ्) **सडपातळ, शेलाटी प्रकृती :** उंच, अशक्त, मज्जापेशींचा अधिक विकास असलेली, निग्रही, कलात्मकवृत्ती अंतर्मुखता दर्शविणारी व्यक्ती प्रकृती. शेल्डनच्या कायिक वर्गीकरणातील हा तिसरा प्रकार आहे.

edcational mobility – (ए'ड्युके'ऽशनल् मो'ऽबिलिटि) **शैक्षणिक गतिशीलता :** शिक्षणाच्या एका शाखेकडून दुसऱ्या शाखेकडे, एका संस्थेकडून दुसऱ्या संस्थेकडे जाण्यास संमती असते तिला शैक्षणिक गतिशीलता म्हणतात.

educable child – (ए'ड्युके'ऽबल चाइल्ड्) **शिक्षण देता येणारे बालक :** मूलभूत अध्ययनामध्ये मर्यादित नैपुण्य प्राप्त करू शकणारे मंदअध्ययता किंवा मंदबुद्धी बालक.

educands – (ए'ड्युक'न्डस्) **शिक्षणार्थी :** शिक्षण देण्यात येत असलेला विद्यार्थी किंवा कोणत्याही अन्य व्यक्ती.

educated – (ए'ड्युके'ऽटेड्) **शिक्षित :** औपचारिक शिक्षण प्रक्रियेतून गेलेली उच्च शिक्षण घेतलेली कोणतीही व्यक्ती.

education – (ए'ड्युके'ऽशन्) **शिक्षण :** ज्ञान,. मूल्य व कौशल्ये शिकविण्याची औपचारिक व्यवस्था.

education department – (ए'ड्युके'ऽशन् डिपा'ऽट्मन्ट्) **शिक्षण विभाग :** महाराष्ट्र शासनाच्या विविध विभागापैकी शिक्षणाचा कारभार पाहणारा विभाग. हा विभाग शिक्षणमंत्र्यांच्या अधिपत्याखाली कामकाज करत असतो.

education student – (ए'ड्युके'ऽशन् स्टू'डन्ट्) **शिक्षणशास्त्र विद्यार्थी :** शिक्षणशास्त्र या विषयामध्ये पदवी घेतलेला विद्यार्थी.

education system – (ए'ड्युके'ऽशन् सि'स्टम्) **शिक्षणव्यवस्था :** समाजातील विविध घटकांना सुसंघटित व नियंत्रित शिक्षण देण्यासाठी वापरण्यात येणाऱ्या सर्व प्रक्रिया व पद्धती.

educational administration – (ए'ड्युके'ऽशनल् ॲड्मि'निस्ट्रे'ऽशन्) **शैक्षणिक प्रशासन :** 'शैक्षणिक संस्था चालविण्यासाठी निश्चित केलेल्या ध्येयधोरणानुसार वापरलेल्या पद्धती व तंत्रे म्हणजे प्रशासन.' - कार्टर व्ही. गुड.

शालेय प्रशासनाचे प्रमुख मुख्याध्यापक असतात.

educational age – (ए'ड्युके'ऽशनल् एऽज्) **शैक्षणिक वय :** प्रमाणित चाचण्यानुसार किमान शैक्षणिक पातळी संपादन करण्यास योग्य शारीरिक वय.

educational assesment – (ए'ड्युके'ऽशनल् असे'स्मन्ट्) **शैक्षणिक मूल्यांकन :** एखाद्या व्यक्तीचे शैक्षणिक संपादन व क्षमता यांचे मापन करण्यासाठी केलेली कोणतीही कृती.

educational communication – (ए'ड्युके'ऽशनल् कम्यू'निकेऽशन्) **शैक्षणिक संप्रेषण :** ज्ञान, मूल्य, कौशल्य याबाबतीत व्यक्ती व समाज यांमध्ये घडणारे संप्रेषण

educational counselling – (ए'ड्युके'ऽशनल् का'उन्सिलिंग्) **शैक्षणिक समुपदेशन :** भविष्यकालीन शैक्षणिक कृतीची तयारी व नियोजन करण्यासाठी विद्यार्थ्यांस साहाय्य करणारी अध्ययनार्थी व अध्यापक (शिक्षक व विद्यार्थी) यामधील थेट प्रक्रिया.

educational development – (ए'ड्युके'ऽशनल् डिव्हे'लप्मन्ट) **शैक्षणिक विकास :** शिक्षण प्रक्रियेतील विविध घटकांमध्ये झालेला सकारात्मक बदल.

educational endowment – (ए'ड्युके'ऽशनल् इन्डा'उमन्ट्) **शैक्षणिक दाननिधी, कायमनिधी :** कोणत्याही शैक्षणिक संस्थेने कायमस्वरूपी निधी म्हणून ठेवलेली रक्कम.

educational evaluation – (ए'ड्युके'ऽशनल् इव्हॅ'ल्युए'ऽशन्) **शैक्षणिक मूल्यमापन :** शैक्षणिक उद्दिष्टांचे संपादन किती प्रमाणात झाले हे विविध चाचण्यांद्वारे मापन करणे म्हणजे शैक्षणिक मूल्यमापन होय.

educational grant – (ए'ड्युके'ऽशनल् ग्राऽन्ट्) **शैक्षणिक अनुदान :** शिक्षणसंस्थांना मदत म्हणून जे शासकीय अनुदान दिले जाते त्याला शैक्षणिक अनुदान म्हणतात.

educational guidance – (ए'ड्युके'ऽशनल् गा'इडन्स्) **शैक्षणिक मार्गदर्शन :** शैक्षणिक प्रगतीसाठी आवश्यक साहाय्य करणे, सूचना देणे व सक्रिय साहाय्य करणे यास शैक्षणिक मार्गदर्शन म्हणतात.

educational institution – (ए'ड्युके'ऽशनल् इ'न्स्टिट्यू'शन्) **शैक्षणिक संस्था :** शैक्षणिक कार्यासाठी, शिक्षण देण्यासाठी, औपचारिक पद्धतीने ज्ञानसंक्रमण करण्यासाठी स्थापन केलेली संघटना.

educational ladder – (ए'ड्युके'ऽशनल् लॅ'डऽ) **शैक्षणिक सोपान :** शिक्षणाचे जे विविध स्तर किंवा टप्पे असतात त्यास शैक्षणिक सोपान म्हणतात.

educational management – (ए'ड्युके'ऽशनल् मॅ'निज्मन्ट्) **शैक्षणिक व्यवस्थापन :** शिक्षणव्यवस्थेचे तात्त्विक व व्यावहारिक संघटन व प्रशासन

म्हणजे शैक्षणिक व्यवस्थापन होय. व्यवस्थापनाची तत्त्वे शिक्षणक्षेत्रास लागू करून शिक्षणव्यवस्थेचे कामकाज सकारात्मक पद्धतीने चालवणे म्हणजे शैक्षणिक व्यवस्थापन होय.

educational media – (ए'ड्युके'ऽशनल् मी'डिअ) **शैक्षणिक माध्यमे :** अध्ययन अध्यापनासाठी वापरण्यात येणारे छापील, अछापील आशयसाहित्य, पद्धती किंवा साधने.

educational objective – (ए'ड्युके'ऽशनल् ऑब्जे'क्टिव्ह) **शैक्षणिक उद्दिष्ट :** विद्यार्थ्यांच्या समतांचा विकास किंवा ज्ञानसंपादन यासंदर्भात इच्छित अध्ययन निष्पत्ती व्यक्त करणारे विधान.

educational philosophy – (ए'ड्युके'ऽशनल् फिलॉ'सफि) **शैक्षणिक तत्त्वज्ञान :** शिक्षण व शालेय जीवन यासंबंधीचा सर्वसाधारण दृष्टिकोन ठरवणाऱ्या मूलभूत धारणा व मूल्यांचा अभ्यास.

educational planning – (ए'ड्युके'ऽशनल् प्लॅनिंग) **शैक्षणिक नियोजन :** भविष्यकालीन शैक्षणिक गरजांनुसार शैक्षणिक क्षेत्रासाठी आवश्यक असणाऱ्या स्त्रोतांचे नियोजन करणे.

educational psychology – (ए'ड्युके'ऽशनल् साइकॉ'लजि) **शैक्षणिक मानसशास्त्र :** शैक्षणिक प्रक्रियेस मानसशास्त्रीय उपपत्ती, संकल्पना, कृती व तत्त्वे लागू करणे.

educational quotient – (ए'ड्युके'ऽशनल् क्वो'ऽशन्ट्) **शैक्षणिक गुणांक :** शैक्षणिक वयास शारीरिक वयाने भागले असता मिळणारे मूल्य.

educational research – (ए'ड्युके'ऽशनल् रिस'ऽच्) **शैक्षणिक संशोधन :** शैक्षणिक समस्यांचा अभ्यास करण्याच्या शास्त्रीय पद्धतीचे औपचारिक व सुव्यवस्थित उपयोजन म्हणजे शैक्षणिक संशोधन होय.

educational sociology – (ए'ड्युके'ऽशनल् सो'ऽसिऑ'लजि) **शैक्षणिक समाजशास्त्र :** शैक्षणिक समस्यांच्या निराकरणासाठी समाजशास्त्राचे उपयोजन म्हणजे शैक्षणिक समाजशास्त्र होय.

educational statistics – (ए'ड्युके'ऽशनल् स्टटि'स्टिक्स्) **शैक्षणिक संख्याशास्त्र :** संख्याशास्त्रीय तत्त्वे व पद्धती यांचा शिक्षणक्षेत्रात होणारा उपयोग म्हणजे शैक्षणिक संख्याशास्त्र होय.

educational technology – (ए'ड्युके'ऽशनल् टेक्नॉ'लजि) **शैक्षणिक तंत्रज्ञान :** शिक्षणातील अध्ययन अध्यापन प्रक्रियेमध्ये वापरण्यात येणारे तंत्रज्ञान. उदा. चित्रपट, चित्रफिती तत्सम दृकश्राव्य साधने.

educational television – (ए'ड्युके'ऽशनल् टे'लिव्हिझ्यन्) **शैक्षणिक दूरदर्शन :** माहितीपूर्ण, शैक्षणिक कार्यक्रमांचे दूरदर्शनद्वारा प्रसारण.

educational toys – (ए'ड्युके'ऽशनल् टॉईज्) **शैक्षणिक खेळणी :** अध्ययन अध्यापनाचा हेतू ठेवून तयार केली गेलेली खेळणी.

educationally blind – (ए'ड्युके'ऽशनलि ब्लाइन्ड्) **शैक्षणिकदृष्ट्या अंध :** अध्ययनासाठी ब्रेल लिपीमधील अध्ययन साहित्याची आवश्यकता असणारी व्यक्ती.

educationally disadvantage – (ए'ड्युके'ऽशनलि डि'सअड्व्हा'ऽन्टिज्) **शैक्षणिक प्रतिकूलतेस तोंड देणारी व्यक्ती :** ज्या व्यक्तींना खूपच मर्यादित शैक्षणिक संधी उपलब्ध आहेत अशा व्यक्ती.

educationist – (ए'ड्युके'ऽशनिस्ट्) **शिक्षणतज्ज्ञ :** शिक्षणाचे शास्त्र व शिक्षणासंबंधीच्या गोष्टी यांची चांगल्याप्रकारे जाण असणारी व्यक्ती.

educator – (ए'ड्युके'ऽटऽ) **शिक्षक :** ज्या व्यक्तीचे कार्य लोकांना शिक्षित करणे किंवा अध्यापन करणे हे आहे अशी व्यक्ती.

edutainment – (ए'ड्युटे'नमन्ट्) **शिक्षण मनोरंजन :** शैक्षणिक साहित्याचा मनोरंजनात्मक उपयोग करून त्यातून शिक्षण देण्याची प्रक्रिया.

effective parent – (इफे'क्टिव्ह पे'अरन्ट्) **परिणामकारक / कार्यक्षम पालक :** पाल्यांना प्रेम व आपुलकी यासोबतच ठाम व सातत्यपूर्ण मार्गदर्शन करणारे, आपल्या वर्तनातून पाल्यांसमोर आदर्श ठेवणारे पालक.

effective teacher – (इफे'क्टिव्ह टी'चऽ) **परिणामकारक / कार्यक्षम शिक्षक :** विद्यार्थ्यांना सुरक्षित अध्ययन परिस्थिती उपलब्ध करून देणे, त्यांच्या पार्श्वभूमीची माहिती असणे, प्रत्येकाच्या व्यक्तिगत अध्ययन गरजांची माहिती असणे ही व अशी अनेक वैशिष्ट्ये असणारा शिक्षक.

efficiency – (इफि'शन्सि) **कार्यक्षमता :** शक्तीच्या प्रमाणात असलेली फलनिष्पत्ती, आदान व प्रदान यातील संबंध.

egalitarianism – (इगॅलिटे'अरिनिझम्) **समानतावाद :** सर्व मानव समान आहेत असे मानणारा विचारप्रवाह.

ego-involved learner – (ई'गो-इन्व्हॉ'ल्व्हड् ल'ऽनऽ) **स्वहितलक्षी अध्ययनार्थी :** जो विद्यार्थी स्वत: किती चांगल्यापद्धतीने कार्य करतो व इतर त्याकडे कसे पाहतात यावर जास्त लक्ष देतो तो विद्यार्थी.

elaborative questioning – (इलॅ'बरेऽटिव्ह् क्वे'स्चनिन्ग्) **तपशीलात्मक प्रश्न :** उदाहरणे देणे, अनुमान काढणे, कोणत्याही गोष्टीचे उपयोजन सांगणे या हेतूने विचारलेले प्रश्न.

e-learning – (इ-ल'ऽनिंग) **इ-अध्ययन :** इलेक्ट्रॉनिक माध्यमांचा वापर करून करण्यात येत असलेले अध्ययन ही शिक्षणक्षेत्रातील व्यापक व आधुनिक संकल्पना आहे.

elective course – (इले'क्टिव्ह् कॉ'ऽस्) **वैकल्पिक अभ्यासक्रम :** विद्यार्थ्यांनी स्वत:च्या इच्छेने निवडलेला अभ्यासक्रम, जो अनिवार्य नाही.

electra complex – (इले'क्ट्रा कॉ'म्प्लेक्स्) **पितृगंड :** मानसिक प्रक्रियेतील असा गंड ज्यामध्ये मुली आपल्या वडिलांकडे आकृष्ट होतात व आईकडे त्यामुळे शत्रुत्त्वाच्या तथाकथित भावनेने पहातात.

elementary school – (एलिमे'न्टरि स्कूल) **प्राथमिक शाळा :** वय वर्षे एक ते आठ पर्यंतच्या मुलांना शिक्षण देण्यासाठी असलेली शाळा.

eligibility – (ए'लिजिबि'लिटि) **पात्रता :** शिक्षणाच्या एखाद्या शाखेत प्रवेश घेण्यासाठी आवश्यक गोष्टी.

emerging society – (इम'ऽजिंग् ससा'इअटि) **उदयोन्मुख समाज :** नवीन मूल्ये, विचारधारणा, कार्यप्रणाली यांच्या आधारे प्रगती करणारा समाज

emotion – (इमो'ऽशन्) **भावनानुभव :** जाणीवपूर्वक अनुभव, अंतर्गत व बाह्य शारीरिक प्रतिक्रिया कृती करण्यासाठी अवयवांना प्रेरित करण्याची शक्ती अशी भावनांची गुंतागुंतीची अवस्था

emotional expression – (इमोऽशनल् इक्स्प्रे'शन्) **भावनाविष्कार :** भावनिक अनुभवांसोबत प्रकट होणारे बाह्य वर्तन.

emotional intelligence – (इमोऽशनल् इन्टे'लिजन्स्) **भावनिक बुद्धिमत्ता :** भावनिक परिपक्वतेचा प्रभाव असणारा, व्यावहारिक आयुष्यात यशासाठी आवश्यक असणारा बुद्धिमत्तेचा प्रकार.

emotional stability – (इमो'ऽशनल् स्टॅबि'लिटि) **भावनिक स्थैर्य :** भावनिक वर्तनातील सातत्य व परिपक्वता.

empathy – (ए'म्पथि) **परानुभूती :** इतरांच्या भावनांचा अनुभव घेण्याची, इतरांचा दृष्टिकोन विचारात घेण्याची शक्ती.

empiricism – (एम्पि'रिसि'झम्) **अनुभववाद :** ज्ञानेंद्रिय व वस्तू यांच्या सन्निवर्षातून ज्ञानाचा उगम होते. ज्ञानाचा ज्ञानेंद्रियामार्फत ज्ञेयाशी (वस्तूशी) होणाऱ्या संयोगातून त्या वस्तूविषयी ज्ञान होते व असे ज्ञानच सत्यज्ञान असते. असा सिद्धांत अनुभववादामध्ये मांडलेला असतो.

empowerment – (इम्पॉ'उअ'ऽमन्ट्) **सबलीकरण :** ज्ञान व कौशल्यांचा विकास सुकर करणे, प्रेरणा देणे जेणेकरून व्यक्ती स्वत:च्या आयुष्यावर योग्य नियंत्रण ठेवू शकेल. या प्रक्रियेस सबलीकरण म्हणतात.

endomorph – (इन्डा'मॉऽफ्) **स्थूल मंददेही :** अधिक चरबी असलेली, स्थूल, बहिर्मुख, सुखलोलुप, भोजनप्रिय व्यक्ती.

enrichment – (इन्रि'चमन्ट्) **ज्ञानसंपन्नता :** असामान्य बुद्धिमत्तेच्या विद्यार्थ्यांना आव्हानात्मक, सखोल ज्ञानअनुभव देवून संपन्न करणे.

enrollment – (इन्रोऽल्मन्ट्) **नावनोंदणी :** शाळा, महाविद्यालय किंवा विद्यापीठ यामध्ये अधिकृतपणे नोंदणी असलेले विद्यार्थी किंवा विद्यार्थीसंख्या.

entering ability – (एं'न्टऽरिंग् अबि'लिटि) **सुरुवातीची क्षमता :** कोणत्याही अभ्यासक्रमाच्या सुरुवातीस विद्यार्थ्याकडे असलेल्या क्षमता.

entering class – (एं'न्टऽरिंग् क्लाऽस्) **सुरुवातीचा वर्ग :** शालेय अथवा महाविद्यालयीन शिक्षणाची सुरुवात ज्या वर्गापासून होते तो वर्ग.

entry behaviour – (एं'न्ट्रि बिहे'ऽव्ह्यऽ) **प्रवेश वर्तन :** एखाद्या अभ्यासक्रमाच्या किंवा कार्यक्रमाच्या सुरुवातीस असणारी विद्यार्थ्यांची कार्यमान क्षमता.

environment – (इन्व्हॉ'इअरन्मन्ट्) **परिस्थिती :** विकासावर परिणाम करणाऱ्या बाह्य घटकांची गोळा बेरीज.

environmental education – (इन्व्हॉ'इअरन्मन्ट् एं'ड्युके'ऽशन) **पर्यावरण शिक्षण :** व्यक्तीचा तिच्या सभोवतालच्या परिस्थितीशी असणारा संबंध, यामध्ये प्रदूषण, लोकसंख्या विस्फोट, नैसर्गिक साधन स्त्रोतांचे असंतुलन यांचाही समावेश होतो.

epidiascope – (एं'पिडाइअस्कोऽप्) **पारचित्रदर्शक / चित्रप्रक्षेपण :** पारचित्रदर्शकाच्या साहाय्याने फोटो, चित्रे, नकाशे पुस्तकातून जसेच्या तसे पडद्यावर दाखवता येतात.

epistemology – (एं'पिस्टेमॉ'लजि) **ज्ञानसाधना :** ज्ञानाची उपपत्ती सांगणारी तत्त्वज्ञानाची शाखा, ज्ञानाच्या तात्त्विक आराखड्याचा अभ्यास करणारी शाखा.

equality of opportunity – (ईक्वॉ'लिटि ऑव्ह् ऑ'पट्यू'निटि) **संधीची समानता :** कौटुंबिक व सामाजिक पार्श्वभूमीचा विचार न करता सर्व बालकांना त्यांच्या अभियोग्यता व क्षमतांचा विकास करण्याची समान संधी शिक्षणव्यवस्थेमध्ये मिळणे अपेक्षित व आवश्यक असते.

equilibrium – (ई'क्विलि'ब्रिअम्) **संतुलन, समतोलपणा, स्थैर्य :** एखाद्या व्यवस्थेमधील परस्परावलंबी घटकांमधील समतोलपणाची स्थिती.

equivalance – (इक्वि'व्हलन्स्) **दर्जात्मक समानता :** किंमत, परिणाम, अथवा अर्थ या दृष्टीने समान असणे.

equivalency test – (इक्वि'व्हलन्सि टेस्ट्) **समानता कसोटी / चाचणी :** एखाद्या अभ्यासक्रमासाठी असणाऱ्या शैक्षणिक आवश्यकता पूर्वीच्या शिक्षण अथवा ज्ञानातून किती प्रमाणात पूर्ण होतात ते तपासणारी चाचणी.

error – (ए'रऽ) **त्रुटी :** शैक्षणिक संशोधनामध्ये वापरल्या जाणाऱ्या संख्याशास्त्रीय मापनामधील विविध त्रुटी, उदा. प्रमाप त्रुटी (standard error), निर्णयत्रुटी (decision error).

error of measurement – (ए'रऽ ऑव्ह् मे'झ्यऽमन्ट्) **मापनत्रुटी :** चाचणीच्या मापनातील कोणतीही तफावत जी आजारपणा, थकवा, वाईट प्रशासन किंवा निकृष्ट विश्वासार्हता यामुळे दिसून येते त्यास मापनत्रुटी म्हणतात.

escape learning – (इस्के'ऽप् ल'निन्ग्) **विमोचन अध्ययन :** एखाद्या तिटकारा आणणाऱ्या, तिरस्कृत घटनेपासून सुटका करून घेण्यासाठी प्रतिसाद देण्यास शिकणे.

essay – (ए'सेऽ) **निबंध :** निबंध हा गद्यलेखातील एक प्रकार आहे. यामध्ये एखाद्या विचारास / विषयास अनुसरून सुसूत्र लेखन अपेक्षित असते.

essay test – (ए'सेऽ टेस्ट्) **निबंध चाचणी / निबंधात्मक प्रश्न :** ह्या चाचणी अथवा प्रश्नामध्ये परीक्षार्थीने विस्तृत उत्तर लिहिणे अपेक्षित असते.

essential teaching skills - (इसे'न्शल् टी'चिंग् स्किल्स्) **आवश्यक अध्यापन कौशल्ये :** विषय, घटक, आशय अथवा स्तर यांच्यावर भर न देता अध्यापनासाठी काही किमान कौशल्ये आवश्यक असतात. अशा कौशल्यांना आवश्यक अध्यापन कौशल्ये म्हणतात.

essentialism – (इसे'न्शलिझम्) **सारतावाद :** ज्ञान अथवा कौशल्यांचा न बदलणारा असा तत्त्वांचा संच आहे व तो सर्व विद्यार्थ्यांना शिकवला गेलाच पाहिजे असे मानणारी शैक्षणिक विचारप्रणाली.

essentialist curriculum – (इसे'न्शलिस्ट कॅरि'क्युलम्) **सारतावाद अभ्यासक्रम :** सारतावादी अभ्यासक्रमामध्ये प्राथमिक स्तरावर वाचन, लेखन व गणन तर माध्यमिक स्तरावर इंग्रजी, बीजगणित, शास्त्र, इतिहास व परकीय भाषा यांचा समावेश असून विषय-केंद्रिततेवर भर दिला जातो.

ethics – (ए'थिक्स्) **नीतिशास्त्र :** वाईट आणि चांगले यातील फरक करणारी, नीतितत्त्वांचा विचार करणारी तत्त्वज्ञानाची शाखा म्हणजे नीतिशास्त्र होय.

ethnic study – (ए'थ्निक् स्टि'डि) **मानववंशासंबंधीचा अभ्यास :** विशिष्ट सांस्कृतिक समूहाचा वांशिक वा राष्ट्रीय अभ्यास.

ethnicity – (ए'थ्निसिटि) **वांशिकता :** समुहातील लोकांची सांस्कृतिक परंपरा.

ethnology – (ए'थ्नॉलजि) **मानववंशशास्त्र :** मानवी संस्कृतीचा तुलनात्मक व वर्णनात्मक अभ्यास.

evaluation – (इव्हॅ'ल्युए'ऽशन्) **मूल्यमापन :** कोणत्याही निर्णयाप्रत येण्यासाठी माहितीचे संकलन व विश्लेषण करण्यासाठी सुव्यवस्थित प्रक्रिया.

evaluation criterion – (इव्हॅ'ल्युए'ऽशन् क्राइटि'अरिअन्) **मूल्यमापन निकष :** संघटनात्मक उद्दिष्ट्ये पूर्ण करण्यातील परिणामकारकता मोजण्याचे प्रमाण.

evaluation instrument – (इव्हॅ'ल्युए'ऽशन् इ'न्स्ट्रुमन्ट्) **मूल्यमापनाचे साधन :** मूल्यमापन करण्यासाठी वापरण्यात येणारी चाचणी किंवा प्रक्रिया.

evaluation level thinking – (इव्हॅ'ल्युए'ऽशन् ले'व्हल् थिंकिंग) **मूल्यमापन स्तरीय विचारप्रक्रिया :** निर्धारित निकषांच्या आधारे निर्णयाप्रत येण्याच्या क्षमतेचा समावेश असणारी अध्ययन प्रक्रिया. ही अध्ययन प्रक्रिया किंवा हा विचार डॉ. ब्लूम (Bloom) यांच्या शैक्षणिक उद्दिष्ट्यांच्या श्रेणीबद्ध वर्गीकरणातून घेण्यात आला आहे.

evening class – (ई'व्हनिंग् क्लाऽस्) **संध्यावर्ग :** ज्यांचे औपचारिक शिक्षण पूर्ण झालेले नाही अशा प्रौढ किंवा तरुण व्यक्तींसाठी घेण्यात येणारे संध्याकालीन वर्ग.

evening college – (ई'व्हनिंग् कॉ'लिज्) **संध्याकालीन महाविद्यालय :** संध्याकालीन, अंशकालीन अभ्यासक्रम चालवणारे स्वतंत्र महाविद्यालय.

evening student – (ई'व्हनिंग् स्ट्यू'डन्ट्) **संध्याकालीन विद्यार्थी :** संध्याकालीन शिक्षणव्यवस्थेत शिक्षण घेणारा विद्यार्थी.

examination – (इग्झॅ'मिने'शन्) **परीक्षा :** क्षमता संपादन यांचे मूल्यमापन करण्याचे तंत्र.

examination fee – (इग्झॅ'मिने'शन फी) **परीक्षा शुल्क :** परीक्षार्थीकडून परीक्षेसाठी घेण्यात येणारे.

examinee – (इग्झॅ'मिनी) **परीक्षार्थी :** परीक्षा देणाऱ्या व्यक्तीस परीक्षार्थी म्हणतात.

examiner – (इग्झॅ'मिनऽ) **परीक्षक :** विद्यार्थ्यांची परीक्षा घेणारी व्यक्ती म्हणजे परीक्षक.

example – (इग्झा'ऽम्पल्) **उदाहरण :** एखादी संकल्पना स्पष्ट करणारी गोष्ट.

exceptional child – (इक्से'प्शन्ल् चाइल्ड्) **असाधारण बालक :** शारीरिक, मानसिक व भावनिक क्षमतांच्या मापनानंतर जी बालके साधारण बालकांच्या क्षमतेपेक्षा अधिक किंवा कमी क्षमतेची असतात त्या दोन्ही वर्गातील बालकांना असाधारण बालक म्हणतात.

exceptional student – (इक्से'प्शन्ल् स्टू'डन्ट्) **असाधारण विद्यार्थी :** अतिहुशार किंवा शारीरिक व मानसिकदृष्ट्या मागास / अपंग विद्यार्थी म्हणजे असाधारण विद्यार्थी.

exchange teacher – (इक्स्चे'ऽन्ज् टी'चऽ) **बदली शिक्षक :** स्वतःच्या शाळेव्यतिरिक्त इतर शाळेमध्ये मर्यादित कालावधीसाठी अध्यापन करणारा शिक्षक.

executive council – (एग्झे'क्युटिव्ह का'उन्सिल्) **कार्यकारी परिषद :** महाराष्ट्रातील विद्यापीठांच्या घटनेत ही महत्त्वाची समिती अंतर्भूत आहे.

exercise – (ए'क्ससाइझ्) **आवृत्ती, सराव :** अध्ययनात शिकलेल्या गोष्टींचे विस्मरण होण्याची शक्यता गृहीत धरून त्यांचा पुनःपुन्हा सराव करणे आवश्यक असते त्यास आवृत्ती म्हणतात.

existentialism – (इग्झि'स्ट्न्शि'अलिझम्) **अस्तित्त्ववाद :** व्यक्तीचे व्यक्तिमत्त्व सर्वश्रेष्ठ असून त्याला प्राधान्य देणे आवश्यक आहे असे मानणारी तत्त्वज्ञानाची एक विचारप्रणाली.

expectancy – (इक्स्पे'क्टन्सि) **अपेक्षा :** भविष्यकालीन घटना किंवा संबंध याबाबत काही गोष्टी गृहीत धरणे.

expectancy effect – (एक्स्पे'क्टन्सि इफे'क्ट) **अपेक्षांचा परिणाम :** शिक्षकांच्या अपेक्षांचा विद्यार्थ्यांच्या बुद्ध्यंकावर होणारा परिणाम

expectancy level – (एक्स्पे'क्टन्सि ले'व्हल्) **अपेक्षांचा स्तर / अपेक्षांची पातळी :** अध्ययनार्थी किंवा अध्ययनार्थींच्या समुहाकडून संपादनाच्या बाबतीत शिक्षकांच्या असलेल्या अपेक्षांची पातळी.

expectations – (ए'क्स्पेक्टे'ऽशन्स) **अपेक्षा :** एखाद्या व्यक्तीच्या आशा-आकाक्षांच्या संदर्भात गृहीत धरलेल्या घटना.

expectancy chart – (एक्स्पे'क्टन्सि चाऽट्) **अपेक्षांचा तक्ता :** विद्यार्थ्यांच्या कृतीची अपेक्षित पातळी दर्शवणारा तक्ता.

experience – (इक्सपि'अरिअन्स्) **अनुभव :** एखाद्या कृतीतून एखादी गोष्ट पाहून अथवा वाचून मिळवलेले ज्ञान

experience curriculum – (इक्सपि'अरिअन्स् कॅरि'क्युलम्) **अनुभवाधिष्ठित अभ्यासक्रम :** विद्यार्थ्यांच्या आवडी-निवडी किंवा अनुभव यांच्यावर भर असलेला / आधारित असलेला अभ्यासक्रम.

experience curve – (इक्सपि'अरिअन्स् कऽव्ह) **अनुभव वक्र :** औपचारिक प्रशिक्षणाच्या समाप्तीनंतर प्रत्यक्ष कार्य करताना झालेल्या सुधारणांची नोंद केली जाणारा अध्ययन वक्र.

experiential intelligence – (इक्सपि'रिअ'न्शिअल इन्टे'लिजन्स्) **अनुभवजन्य बुद्धिमत्ता :** नवनवीन आव्हानांना सामोरे जाण्याची, त्यांच्याशी जुळवून घेण्याची स्वत:च्या अनुभवातून विकसित झालेली क्षमता.

experiment – (इक्स्पे'रिमन्ट) **प्रयोग :** एखादे तत्त्व किंवा तथ्य स्विकारणे अथवा नाकारणे यासाठी हाती घेतलेली औपचारिक चाचणी.

experimental – (एक्स्पे'रिमे'न्ट्ल्) **प्रायोगिक :** एखादी उपपत्ती ही प्रायोगिक तेव्हा असते जेव्हा तिच्या पुष्टी किंवा अस्वीकारार्हतेसाठी निरीक्षणात्मक पुरावा हा समर्पक, प्रसंगोचित असतो.

experimental bias – (एक्स्पे'रिमे'न्टल बा'इअस्) **प्रयोगकर्त्याची अभिनिती / पूर्वग्रह :** प्रयोगाच्या फलनिष्पत्तीवर प्रभाव टाकण्याचा प्रयोगकर्त्याचा प्रयत्न.

experimental college – (एक्स्पे'रिमे'न्टल् कॉ'लिज्) **प्रायोगिक महाविद्यालय :** अभ्यासक्रम, अध्ययन अनुभव, अध्यापन पद्धती याबाबत नवनवीन प्रयोग करणारे महाविद्यालय.

experimental condition – (एक्स्पे'रिमे'न्टल् कन्डि'शन्) **प्रायोगिक परिस्थिती :** प्रयोज्यास स्वतंत्र चलाच्या सानिध्यात आणणारी परिस्थिती म्हणजे प्रायोगिक परिस्थिती होय.

experimental control – (एक्स्पे'रिमे'न्टल् कन्ट्रो'ऽल्) **प्रायोगिक नियंत्रण :** प्रायोगिक पद्धतीमध्ये स्वतंत्र चलाशिवाय इतर सर्व चलांना स्थिर ठेवणे म्हणजे प्रायोगिक नियंत्रण होय.

experimental effect – (एक्स्पे'रिमे'न्टल् इफे'क्ट्) **प्रयोगकर्त्याचा परिणाम :** प्रयोगकर्त्याच्या कृतींचा प्रयोज्याच्या वर्तनावर पडणारा अहेतुक प्रभाव.

experimental group – (ए'क्स्पे'रिमे'न्टल् ग्रूप्) **प्रायोगिक गट :** प्रयोगादरम्यान ज्या गटावर विशिष्ट प्रयोग केला जाता तो गट. ज्या गटावर होणारा स्वतंत्र चलाचा परिणाम अभ्यासला जातो तो प्रयोगातील गट.

experimental lesson – (एक्स्पे'रिमे'न्टल् ले'सन्) **प्रायोगिक पाठ :** प्रायोगिक पाठ म्हणजे ज्या पाठात विज्ञानातील प्रयोग हा महत्त्वाचा व मुख्य भाग असतो.

experimental method – (एक्स्पे'रिमे'न्टल् मे'थड्) **प्रायोगिक पद्धती :** प्रयोगाच्या साहाय्याने संशोधन विषयाचे निरीक्षण करणे म्हणजेच प्रायोगिक पद्धती होय.

experimental research – (एक्स्पे'रिमे'न्टल् रिस'ऽच्) **प्रायोगिक संशोधन :** परतंत्र चलात घडणाऱ्या बदलांचे योग्य निरीक्षण करण्यासाठी स्वतंत्र चलाला संशोधक काळजीपूर्वक हाताळतो अशा संशोधनाला प्रायोगिक संशोधन म्हणतात.

expert – (ए'क्स्पऽट्) **तज्ज्ञ :** निर्धारित कार्यक्षेत्रामधे उच्च दर्जाचे ज्ञान व कौशल्य प्राप्त असणारी व्यक्ती.

expert teacher – (ए'क्स्पट् टी'चऽ) **तज्ज्ञ : शिक्षक :** अनुभवीकारक परिणाम शिक्षक जे शिक्षक सर्वसाधारण वर्गसमस्या सुलभपणे सोडवू शकतात व त्यांचे आशय व पद्धती यावर प्रभुत्व आहे.

explanation – (ए'क्स्प्लने'ऽशन्) **स्पष्टीकरण :** अध्यापनाच्या अनेक तंत्रांपैकी स्पष्टीकरण हे एक तंत्र आहे.

explanatory links – (एक्स्प्लॅ'नटरि लिक्स्) **स्पष्टीकरणात्मक दुवे :** दोन संकल्पना, कल्पना यामधील संबंधदर्शक शब्द.

explanatory research – (इक्स्प्लॅ'नटरि रिस'ऽच्) **स्पष्टीकरणात्मक संशोधन :** एखाद्या प्रक्रियेचे स्पष्टीकरण करण्यासाठी परिकल्पनेचे परीक्षण करण्यासाठी केलेले संशोधन.

explicit learning – (इक्स्‌प्लि'सिट् ल'ऽनिंग्) **हेतूपूर्वक अध्ययन :** स्वयंप्रयत्न व स्पष्ट उद्देशातून घडणाऱ्या अध्ययनाचा प्रकार.

exploitation – (एक्स्प्लॉइटे'ऽशन्) **पिळवणूक :** स्वार्थाकरिता अयोग्य फायदा घेणे.

exploitation of children – (एक्स्प्लॉइटे'ऽशन् ऑव्ह चि'ल्ड्रन) **बालकांचे शोषण :** फायद्याकरिता लहान मुलांना अनैतिक व बेकायदेशीर गोष्टींमध्ये गुंतवणे.

exploratory question – (एक्स्प्लरे'टरि क्वे'श्चन्) **अन्वेषक प्रश्न :** विद्यार्थ्यांच्या सुप्त गुणांचा शोध घेण्यासाठी विचारण्यात येणारे प्रश्न.

expository learning – (एक्स्पोझि'टरि ल'ऽनिंग्) **विषदीकरण अध्ययन :** अध्यापन कर्त्याकडून एखादी संकल्पना सादर करणे व त्यानंतर अध्ययनार्थीने ती संकल्पना विशिष्ट परिस्थितीत लागू करणे या अध्ययन अध्यापन दृष्टिकोनास विषदीकरण अध्ययन म्हणतात.

expository teaching – (एक्स्पोझि'टरि टी'चिंग्) **विषदीकरण अध्यापन :** अर्थपूर्ण माहितीचे सुनियोजित, सुव्यवस्थित अध्यापन.

expository writing – (एक्स्पोझि'टरि रा'इटिन्ग्) **विषदीकरण लेखन :** असे गद्य लेखन ज्यामध्ये प्रामुख्याने व्याख्या सामान्यीकरण प्रक्रिया यांचा समावेश होतो.

ex-post-facto-research – (एक्स्-पोस्ट-फॅक्टो रिस'ऽच्) **परिणामोत्तर कारणमीमांसा संशोधन :** एखादी घटना घडून गेल्यानंतर त्याच्याशी निगडीत घटकांमधील म्हणजेच चलांमधील कार्यकारण संबंधाचा शोध घेण्याचा जेव्हा प्रयत्न केला जातो तेव्हा त्याला परिणामोत्तर कारणमीमांसा संशोधन असे म्हणतात.

expressive language – (इक्स्प्रे'सिव्ह् लॅ'न्ग्विज्) **अर्थपूर्ण भाषा :** संभाषण व लेखन याद्वारे परिणामकारकपणे संप्रेक्षण करण्याची भाषेची क्षमता.

expulsion – (इक्स्पि'ल्शन्) **हकालपट्टी :** शाळा महाविद्यालयामध्ये विद्यार्थ्याने नियमांचे उल्लघंन अथवा वाईट वर्तन केले तर शिक्षेचे अंतिम टोक म्हणून त्यास शाळेतून / महाविद्यालयातून काढले जाते. यालाच हकालपट्टी म्हणतात.

extended education – (इक्स्टे'न्डेड् ए'ड्युके'ऽशन्) **विस्तारित शिक्षण :** शाळा सोडण्याच्या प्रस्तावित वयाच्या मर्यादेपलिकडील अभ्यासवर्ग.

extension education – (इक्स्टे'न्शन् ए'ड्युके'ऽशन्) **विस्तार शिक्षण :** नेहमीच्या विद्यार्थी वर्गापेक्षा इतरांसाठी सुनिश्चित केलेले शैक्षणिक उपक्रम.

extension library service – (इक्स्टे'न्शन् ला'इब्ररि स'ऽव्हिस) विस्तार ग्रंथालय सेवा. महाविद्यालय किंवा विद्यापीठ यांच्यामार्फत त्यांच्या निर्धारित विद्यार्थ्यांपेक्षा इतर लोकासाठी त्यांच्या शैक्षणिक परिसराबाहेर पुरवलेली ग्रंथालय सेवा.

extensive reading – (इक्स्टे'न्सिव्ह री'डिंग्) वेगवान, मौन वाचन ज्यामध्ये आशय व अर्थ सत्वर समजून घेण्याचा व नवीन शब्द अक्रियाशील शब्दसंग्रहामध्ये साठवण्याचा हेतू असतो. हे वाचन अध्यापकाच्या मदतीशिवाय केले जाऊ शकते.

external degree – (इक्स्ट'ऽनल् डिग्री) **बहिस्थ पदवी :** संस्थेमध्ये अंतर्गत विद्यार्थी म्हणून न शिकता मिळवलेली पदवी.

external examination – (इक्स्ट'ऽनल् इग्झॅ'मिने'शन्) **बहिस्थ परीक्षा :** विशिष्ट शैक्षणिक संस्थेशिवाय इतर परीक्षा मंडळाने घेतलेली परीक्षा.

external examiner – (इक्स्ट'ऽनल् इग्झॅमिनऽ) **बहिस्थ परिक्षक :** शाळा, किंवा महाविद्यालयातील शिक्षकांशिवाय इतर परीक्षक.

external validity – (इक्स्ट'ऽनल् व्हॅलि'डिटि) **बाह्य वैध्यता :** प्रयोगाचे निष्कर्ष वास्तव जीवनातील परिस्थितीला किती प्रमाणात लागू होतात ते प्रमाण.

extra reading – (ए'क्स्ट्रऽ री'डिंग) **अवांतर वाचन :** पाठ्यपुस्तकाशिवाय इतर वाचन साहित्याचे अध्ययनास साहाय्यकारी होण्याच्या दृष्टीने केलेले वाचन.

extracurricular activities – (ए'क्स्ट्रऽ कॅरि'क्युलर् ॲक्टि'व्हिटि) **अभ्यासेतर कार्यक्रम :** अभ्यासक्रमाशिवाय शाळेमध्ये जे इतर कार्यक्रम घेतले जातात व जे अभ्यासक्रमास साहाय्यकारी असतात अशा कार्यक्रमांना अभ्यासेतर किंवा अभ्यासानुवर्ती कार्यक्रम म्हणतात.

extramural class – (ए'क्स्ट्रऽम्यु'राल् क्ला'ऽस्) **बहि:शालवर्ग :** महाराष्ट्रात काही व्यक्ती किवा संस्था काही विषयांच्या परीक्षांसाठी विद्यार्थी तयार करावेत यासाठी वर्ग चालवतात. या विद्यार्थ्यांना बहि:शालवर्ग म्हणतात.

extramural education – (ए'क्स्ट्रऽम्यु'राल् ए'ड्युके'ऽशन्) **बहिःशाल शिक्षण :** औपचारिक शिक्षण सोडून जी बाह्य व्यवस्था केलेली असते त्यास बहि:शाल शिक्षण म्हणतात.

extrovert – (ए'क्स्ट्रव्हऽट्) **बहिर्मुख :** स्वत:पेक्षा इतरांचा, बाह्य जगाचा अधिक विचार करणारी व्यक्ती.

eye-hand co-ordination – (आइ-हॅन्ड् को'ऽऑऽडिने'ऽशन्) **नेत्र-हस्त समन्वय :** नेत्रदृष्टीचा कारक कृतींशी समन्वय साधण्याची क्षमता.

❑

F

facilitation – (फसि'लिटेऽशन्) **सौकर्य :** दिलेल्या वर्तनातील सहजता, सुलभता.

factor – (फॅ'क्टऽ) **घटक :** १) कोणताही परिणाम घडवून आणण्यास कारणीभूत झालेल्या गोष्टींपैकी एक गोष्ट. २) गणित विषयाच्या संदर्भात अवयव अथवा गुणक.

factor analysis – (फॅ'क्टऽ अनॅ'लिसिस) **घटक विश्लेषण :** दिलेल्या श्रेणीतील गुंतागुंतीच्या सहसंबंधांचे विश्लेषण करणारी सांख्यिकीय प्रक्रिया ज्यामध्ये त्या सहसंबंधाना कारणीभूत असणाऱ्या घटकांचा मागोवा घेतला जातो.

factors of attention – (फॅ'क्टऽस् ऑव्ह् अटे'न्शन्) **अवधानाचे घटक :** कोणत्याही व्यक्तीला एखाद्या गोष्टीकडे लक्ष देण्यास कारणीभूत ठरणारे घटक.

faculty – (फॅ'कल्टि) **विद्याशाखा :** विद्यापीठात असणाऱ्या ज्ञानाच्या विविध शाखांना विद्याशाखा म्हणतात. उदा. विज्ञान, कला, वाणिज्य, शिक्षण, इ. विशिष्ट विद्याशाखेमध्ये शिकवणारे शिक्षक.

faculty exchange programme – (फॅ'कल्टि इक्स्चे'ऽन्ज् प्रो'ऽग्रॅम्) **शिक्षक देवाण घेवाण / अदलाबदल कार्यक्रम :** महाविद्यालये अथवा विद्यापीठांमधील शिक्षकांच्या परस्पर देवाणघेवाणीचा पद्धतशीर कार्यक्रम ज्यामध्ये प्रगत अध्ययन-अध्यापन अपेक्षित असते.

failure – (फे'ऽल्यऽ) **अपयश :** एखादी इच्छित गोष्ट साध्य करण्यामध्ये कमी पडणे.

faith – (फे'ऽथ्) **विश्वास :** एखाद्या व्यक्ती, गोष्टीवर असणारी श्रद्धा किंवा भरवसा.

false memory – (फॉऽल्स् मे'मरी) **मित्थ्या स्मरण :** ज्याचा अनुभव घेतला गेला नाही अशी स्मृती.

family resourse education – (फॅ'मिलि रिसॉ'ऽस् ए'ड्युके'ऽशन्) **कौटुंबिक साधनस्त्रोत शिक्षण :** गृहअर्थशास्त्राचा एक भाग ज्यामध्ये घर व कुटुंब व्यवस्थापनाच्या सर्व बाजूंचा अभ्यास केला जातो.

fatigue – (फटी'ग्) **थकवा :** श्रम, थकवा, दमवून टाकणारी गोष्ट.

fear – (फिअ) **भय :** विशिष्ट गोष्टीची भीती वाटणे.

fear of failure – (फिअ ऑव्ह् फे'ऽल्यऽ) **अपयशाचे भय :** इच्छित गोष्टीमध्ये अपेक्षित संपादन करताना व्यक्तीला जाणवणारा ताण.

fear of success – (फिअ ऑव्ह् सक्से'स्) **यशाचे भय :** चांगल्या कृती करणे व यश संपादन करणे ह्या गोष्टी टाळण्याची प्रेरणा.

fee – (फी) **शुल्क, मोबदला :** विशिष्ट गोष्ट (जसे शिक्षण) प्राप्त करण्यासाठी द्यावी लागणारी रक्कम.

feedback – (फीड्बॅक) **प्रत्याभरण, प्रतिपुष्टी :** एखाद्या कृतीला अनुसरून जेव्हा प्रतिक्रिया किंवा प्रतिसाद दिला जातो त्याला प्रत्याभरण किंवा प्रतिपुष्टी म्हणतात.

fellowship – (फे'लोऽशिप्) गुणवत्तेच्या आधारावर दिली जाणारी, शिक्षणाच्या खर्चासाठी साहाय्यकारी ठरणारी आर्थिक बक्षिसाची योजना जी सर्वसाधारणपणे पदवीस्तर व त्यापुढील शिक्षणासाठी दिली जाते.

field experiment – (फील्ड् इक्स्पे'रिमन्ट्) **क्षेत्रीय प्रयोग :** प्रायोगिक पद्धतीने केलेली अभ्यास ज्यामध्ये अधिकाधिक नैसर्गिक अथवा वास्तववादी परिस्थितीचा वापर केला जातो.

field research – (फील्ड् रिस'ऽच्) **क्षेत्रीय संशोधन :** प्रायोगिक अथवा वर्णनात्मक संशोधन जे प्रयोगशाळेबाहेरील नैसर्गिक स्थितीमध्ये केले जाते.

field work – (फील्ड् व'ऽक्) **वर्गाबाहेरील प्रात्यक्षिक काम :** विद्यार्थ्यांनी शैक्षणिक बाबींशी निगडीत असे परंतु वर्गाबाहेर केलेले काम. उदा. : काही सामाजिक प्रश्नांसंबंधी माहिती मिळवणे.

figure – (फि'गऽ) **आकृती :** विविध विषयांच्या पुस्तकात दिलेल्या आकृती.

filmstrip – (फिल्म्स्ट्रिप्) **चित्रपट्टी :** अध्ययन - अध्यापनातील वापरल्या जाणाऱ्या अनेक दृकश्राव्य साधनांपैकी चित्रपट्टी हे एक दृकसाधन आहे.

final examination – (फा'इन्ल् इग्झॅमिने'शन्) **अंतिम परीक्षा, वार्षिक परीक्षा :** संपूर्ण शैक्षणिक वर्षभर अभ्यासक्रम पूर्ण झाल्यानंतर वर्षाच्या शेवटी विद्यार्थ्यांची जी परीक्षा घेतली जाते त्यास वार्षिक परीक्षा म्हणतात.

fine arts – (फाइन् आऽट्स) **ललितकला :** ज्या कलांमध्ये सौंदर्य किंवा सुंदरता हेच प्रमुख लक्षण असते त्या कलांना ललित कला म्हणतात.

first aid – (फऽस्ट् एऽड्) **प्रथमोपचार :** कोणतीही इजा झाल्यास सर्वप्रथम जे उपचार केले जातात त्यांना प्रथमोपचार म्हणतात.

flexibility – (फ्ले'क्सिबि'ऽलिटि) **लवचिकता :** नव्या कल्पनांनुरुप बदलणारा, वाकवला किंवा वळवला असता न मोडणारा, नवनवीन कल्पना, विचारप्रवाहांचा स्वीकार करण्यास तयार असलेला.

flexible learning – (फ्ले'क्सिबल् ल'ऽनिंग्) **लवचिक अध्ययन :** ठराविक शैक्षणिक मुदतीमध्ये निर्धारित शैक्षणिक काम स्वतःच्या गती व वेळेनुसार पूर्ण करण्याची विद्यार्थांना मुभा असते असा अध्ययन उपक्रम किंवा अध्ययन पद्धती.

flow chart – (फ्लोऽ चाऽट्) **ओघतक्ता :** एखादी प्रक्रिया पद्धती किंवा प्रणाली वापरत असताना त्यामधील विविध पायऱ्या किंवा टप्पे यातील परस्परसंबंध स्पष्ट करण्यासाठी जी आकृती काढली जाते त्यास ओघतक्ता म्हणतात.

fluency – (फ्लू'अन्सि) **अस्खलितपणा :** एखाद्या गोष्टीतील सहजपणा.

fluid intelligence – (फ्लू'इड् इन्टे'लिजन्स्) **प्रवाही बुद्धिमत्ता :** अमूर्त विचारप्रक्रियेचा वापर करून समस्या उकलन करण्याची क्षमता.

forgetting – (फगे'टिन्ग्) **विस्मरण :** माहिती ओळखणे किंवा आठवणे याबाबतची अक्षमता.

form – (फॉऽम्) प्रकार, नमुना, प्रपत्र इ.

formal education – (फॉ'ऽमल् ए'ड्युके'ऽशन्) औपचारिक शिक्षण म्हणजे नियमित, योजनाबद्ध शिक्षण.

formal operation stage – (फॉ'ऽमल् ऑ'परे'ऽशन् स्टेऽज्) **अमूर्त क्रियात्मक अवस्था :** पियाजेच्या मतानुसार बालकाच्या विकासाच्या अवस्थांमधील शेवटची अवस्था ज्यामध्ये बालक अमूर्त विचार करण्यासाठी सक्षम बनते.

format – (फॉ'ऽमॅट्) **पुस्तकाचे आकार, कागद, बांधणी छपाई इ. स्वरूप, रुपरेखा.**

formative evaluation – (फॉ'ऽमटिव्ह इव्हॅ'ल्युए'ऽशन्) **निर्देशात्मक मूल्यमापन :** निर्देशात्मक मूल्यमापनामध्ये संपूर्ण शैक्षणिक वर्षामध्ये विविध अध्ययन कृतींचे सातत्यपूर्ण मूल्यमापन केले जाते.

formula – (फॉ'ऽम्युलऽ) **सूत्र :** दोन घटकातील संबंध समानतेच्या पातळीवर बरोबर (=) या चिन्हाने दर्शवला जातो, त्यास सूत्र म्हणतात.

forward conditioning – (फॉऽ'वड् कन्डि'शनिन्ग) **पुरोगामी अभिसंधान :** अभिसंधित चेतक हा अनभिसंधित चेतकाच्या काही वेळापूर्वी पुरवला जातो व अनभिसंधित चेतकाच्या बरोबरच तो अस्तित्वात असतो अगर राहतो अशा अभिसंधानास पुरोगामी अभिसंधान म्हणतात.

foundation day – (फाउन्डे'ऽशन् डेऽ) **वर्धापन दिन :** शाळा, महाविद्यालय, विद्यापीठ अथवा एखादी संस्था ज्यादिवशी स्थापन झाली तो वर्षातील दिवस म्हणजे वर्धापन दिन.

free association – (फ्री असो'ऽशिएऽशन्) **मुक्त साहचर्य :** मनोविश्लेषणांची एक पद्धत ज्यामधे व्यक्तीच्या अबोध मानसिक पातळीवरील विचार समजून घेण्यासाठी एखाद्या शब्दाच्या उच्चारानंतर त्याच्या मनात येणारी प्रथम वस्तू किंवा शब्द याविषयी विचारले जाते.

free-studentship – (फ्री स्ट्यू'ऽन्ट्शिप्) **फी-माफी :** हुशार व लायक विद्यार्थ्यांचे शिक्षण अर्थसहाय्याशिवाय अडू नये म्हणून शिक्षणसंस्था किंवा शासन त्याचे शिक्षणशुल्क भरतात व त्या विद्यार्थ्याचे शिक्षण चालू रहाते.

frequency – (फ्री'क्वन्सि) **वारंवारिता :** संख्याशास्त्रीय परिभाषेत एखाद्या विशिष्ट कसोटीमधे विद्यार्थ्यांनी एकाच वर्गांतरात वेगवेगळे किंवा तेच गुण मिळवले असतील तर त्या संख्येला वारंवारिता म्हणतात.

frequency distribution – (फ्री'क्वन्सि डि'स्ट्रिब्यूशन) **वारंवारिता वितरण**

frequency polygon – (फ्री'क्वन्सि पॉ'लिगन्) **वारंवारिता बहुभुजाकृती :** आलेखाच्या स्वरूपात मांडलेले वारंवारिता वितरण.

full-time student – (फुल्टाइम् स्ट्यू'डन्ट्) **पूर्णवेळ विद्यार्थी :** पूर्णवेळ अभ्यासक्रमाचा विद्यार्थी जो या अभ्यासक्रमाचा संपूर्ण कार्यभार पूर्ण करतो.

full-time teacher – (फुल्टाईम् टी'चऽ) **पूर्णवेळ शिक्षक :** जे शिक्षक शाळा-महाविद्यालयातर्फे अथवा शासनातर्फे निर्धारित तासांसाठी पूर्णवेळ काम करतात. त्यांना पूर्णवेळ शिक्षक म्हणतात.

function – (फं'न्क्शन्) **कार्य :** कोणत्याही वस्तूचे/गोष्टीचे नैसर्गिक काम उदा. हृदयाचे कार्य, मेंदूचे कार्य इ.

functional disorder – (फंन्क्शनल् डिसॉऽडऽ) **कायिक विकृती :** शारीरिक दोषांपेक्षा भावनिक पूर्वानुभवांवर आधारित विकृती.

functional grammar – (फं'न्कशनल् ग्रॅ'मऽ) **कार्यात्मक व्याकरण :** व्यवहारात उपयुक्त ठरणारे व्याकरण म्हणजे कार्यात्मक व्याकरण.

functional illiterate – (फं'न्क्शनल् इलि'टरिट्) **कार्यात्मक निरक्षर :** मूलभूत वाचनक्षमता व गणितीक्षमता याविषयी समस्या असलेला साक्षर.

functional literacy – (फं'न्क्शनल् लि'टरसि) **कार्यात्मक साक्षरता :** समाजामधे सामान्यपणे व परिणामकारकपणे कार्यरत रहाण्यासाठी आवश्यक असणारी साक्षरतेची पातळी.

functionalism – (फ'न्क्शनॅलिझम्) **कार्यवाद :** मनोघटकांपेक्षा मनाच्या कृतींवर भर देणारी मानसशास्त्रातील एक विचारप्रणाली.

fundamental research – (फ'न्डमे'न्टल रि'सऽच्) **मूलभूत संशोधन :** ज्ञानासाठी ज्ञान हा दृष्टिकोन ठेवून केलेले संशोधन.

further education (फ'ऽदऽ ए'ड्युके'ऽशन्) **पुढील शिक्षण, अधिकचे शिक्षण :** शाळा सोडलेल्या व्यक्ती जे पूर्णवेळ किंवा अर्धवेळ शिक्षण घेतात त्यास पुढील शिक्षण म्हणतात.

fused curriculum – (फ्यू'झ्ड कॅरि'क्युलम्) **एकीभवन अभ्यासक्रम :** माध्यमिक किंवा उच्च शिक्षणामध्ये साम्य असलेल्या दोन विषयांचा एकच अभ्यासक्रम तयार केला जातो किंवा दोन अभ्यासविषयांमध्ये समन्वय साधण्याचा प्रयत्न होतो तेव्हा त्याला एकीभवन अभ्यासक्रम म्हणतात.

❑

G

game – (गेम्ऽ) **खेळ :** ज्यामध्ये नियमानुसार खेळावे लागते असा कोणताही डाव.

game teacher – (गेम्ऽ-टीच्ऽ) **खेळाचे शिक्षक :** ज्या शिक्षकांच्यावर खेळ शिकवण्याची जबाबदारी असते ते शिक्षक.

gathering – (गॅ'दरिंग) **संमेलन :** शाळा व महाविद्यालयामध्ये विद्यार्थ्यांच्या विविध कलागुणांना वाव देण्यासाठी दरवर्षी संमेलने घेतात व विद्यार्थ्यांना पारितोषिके दिली जातात.

gender bias – (जे'न्डऽ बा'इअस्) **लिंगविषयक पूर्वग्रह :** अस्तित्वात असणाऱ्या खऱ्या भेदांपेक्षा स्त्री-पुरुष आहेत म्हणून दिली जाणारी भेदात्मक वागणूक.

gender identity – (जे'न्डऽ आइडे'न्टिटि) **लिंग तादात्म्य :** स्त्री किंवा पुरुष असण्यासंबंधीची एखाद्याची संकल्पना.

general education - (जे'नरल् ए'ड्युके'ऽशन्) **सामान्य शिक्षण :** सामान्य माणसाला अत्यावश्यक अशा विषयांच्या शिक्षणाला सामान्य शिक्षण म्हणतात. यामध्ये भाषा, सामाजिक व नैसर्गिक शास्त्रे, गणित, नागरिकशास्त्र व मूल्य शिक्षण इत्यादी विषयाचा समावेश होतो.

general intelligence – (जे'नरल इन्टे'लिजन्स्) **सामान्य बुद्धिमत्ता :** सर्वसामान्य व्यक्तींमध्ये मूलभूत क्षमतेच्या स्वरूपात असणारी बुद्धिमत्ता.

general intelligence test – (जे'नरल् इन्टे'लिजन्स् टेस्ट्) **सामान्य बुद्धिमत्ता चाचणी :** विविध मानसिक क्षमता तपासणारी / मोजणारी बुद्धिमत्ता चाचणी

general knowledge – (जे'नरल नॉ'लिज्) **सामान्य ज्ञान :** विविध कामांसाठी वापरता येणारी सर्वसाधारण माहिती.

general register – (जे'नरल् रे'जिस्टऽ) **सामान्य नोंदवही :** शालेय संहितेच्या ८३व्या नियमानुसार शाळेमध्ये सामान्य नोंदवही ठेवणे आवश्यक असते. यामध्ये विद्यार्थ्यांचे पूर्ण नाव, जन्मतारीख, जन्मठिकाण, पूर्वीची शाळा, प्रवेशाची तारीख, इयत्ता, प्रगती, शाळेतील वर्ग, शाळा सोडल्याची तारीख यांची नोंद असते.

general study – (जे'नरल् स्टि'डि) **सामान्य अभ्यास (अभ्यासक्रम) :** मुख्य विषयाच्या पलीकडे विद्यार्थ्यांचे शिक्षण घडावे यासाठी तयार केलेला शिक्षण / अभ्यास कार्यक्रम.

generalist teacher – (जे'नरलिस्ट टी'चऽ) **सर्व विषय समावेशक शिक्षक :** वर्गातील विद्यार्थ्यांना जास्तीत जास्त विषयांचे मार्गदर्शन करणारा शिक्षक.

generalization – (जेन्‌रलाइझे'ऽशन्) **सामान्यीकरण :** व्यक्ती अनेक गोष्टींचे निरीक्षण करून त्यातील सामान्य गुणधर्म शोधते व त्यातून सामान्यीकरण करत असते.

generative grammar – (जे'नरटिव्ह् ग्रॅ'मऽ) **निर्माणात्मक व्याकरण :** वाक्यरचना करता येऊ शकेल किंवा वाक्याची संरचना करता येईल असे व्याकरणातील नियम.

generative knowledge – (जे'नरटिव्ह नॉलिज्) **निर्माणात्मक, उत्पादनक्षम ज्ञान :** नवीन परिस्थितीचा अर्थ लावण्यासाठी उपयुक्त ठरणारे अर्थपूर्ण ज्ञान.

genius – (जी'न्यस्) **प्रतिभावंत :** १८० पेक्षा जास्त बुद्धिगुणांक असलेली व्यक्ती.

geography room – (जिऑ'ग्रफि रूम) **भूगोल कक्ष :** प्रत्येक शाळेमध्ये विद्यार्थ्यांच्या निरीक्षणक्षमता, संग्रहणक्षमता इ. गुणांना वाव देण्यासाठी भूगोलकक्ष असणे आवश्यक आहे. या कक्षांमध्ये नकाशे, पृथ्वीगोल, भौगोलिक उपकरणे, प्रतिकृती, नमुने ठेवणे अपेक्षित आहे. याशिवाय विद्यार्थ्यांनी भूगोल अभ्यासक्रमाशी संबंधित एकत्रित केलेले नमुने व शैक्षणिक साहित्यही इथे ठेवणे अपेक्षित आहे.

Gestalt psychology – (जेस्टाल्ट साइकॉ'लजि) **समष्टिवादी मानसशास्त्र :** मानवी अनुभव व वर्तन यांचे विश्लेषणात्मक विवेचन नाकारून सकल किंवा समग्र निष्पत्तीवर भर देणारी मानसशास्त्रीय विचारधारा.

gesture – (जे'स्चऽ) **हावभाव :** कल्पना, भावना इ. व्यक्त करण्यासाठी उपयोगात आणलेले हावभाव अथवा चेहऱ्याच्या हालचाली.

gifted child – (गि'फ्टिड् चाइल्ड्) **कुशाग्रबुद्धी बालक :** खूपच वरच्या दर्जाचा किंवा जास्त बुद्ध्यंक असलेले बालक ज्याला कोणत्याही गोष्टीचे पटकन आकलन होते, ते कोणतीही गोष्ट लवकर शिकते, ज्याचा बुद्ध्यंक १३०पेक्षा जास्त आहे असे बालक.

goal – (गो'ऽल्) **ध्येय, साध्य :** प्रेरित वर्तन साखळीचे उद्दिष्ट किंवा लक्ष्य.

grade – (ग्रेऽड्) **दर्जा :** (या शब्दाऐवजी श्रेणी, इयत्ता, कक्षा हे शब्दही वापरले जातात.) सर्वसाधारणपणे विद्यार्थ्यांचे मूल्यमापन करून त्याचा दर्जा ठरवला जातो. यामधे कमाल व किमान गुणांची निश्चिती केली जाते व विशिष्ट श्रेणीतील सर्व विद्यार्थी एकाच दर्जाचे मानले जातात.

graduate – (ग्रॅ'ड्युएऽट्) **पदवीधर :** विशिष्ट विद्याशाखेतील पदवी प्राप्त केलेली व्यक्ती.

graduate teacher – (ग्रॅ'ड्युएऽट टी'चऽ) **पदवीधर शिक्षक :** ज्याच्याकडे विद्यापीठ किंवा तत्सम संस्थेची व समान दर्जाची पदवी आहे असा शिक्षक.

graduation – (ग्रॅ'ड्युए'शन्) **पदवी संपादन करणे.**

grammar – (ग्रॅ'मऽ) **व्याकरण :** व्याकरण म्हणजे भाषा विषयाचे शास्त्र विषयाचे ज्यामध्ये उच्चार, विरामचिन्हे, वाक्यरचना इ. घटकांचा विचार केलेला असतो.

grant-in-aid – (ग्राऽन्ट्-इन्-एड्) विशिष्ट हेतूने दिलेली आर्थिक मदत.

grant-in-aid code – (ग्राऽन्ट्-इन्-एड् कोड) **अनुदानसंहिता :** अनुदान देताना काही अटी किंवा अपेक्षा ठेवून दिले जाते. जेव्हा शाळा किंवा महाविद्यालयांना विशिष्ट अटींवर अनुदान दिले जाते तेव्हा या अटी अथवा नियमांना अनुदान संहिता म्हणतात.

graph – (ग्रॅफ्) **आलेख :** कोणत्याही दोन गोष्टीतील संख्यात्मक संबंध दाखवणारी चित्राकृती.

group – (ग्रूप्) **समूह / गट :** समान मूल्यप्रणाली, प्रमाणके व अपेक्षा ठेवून नियमितपणे व जाणीवपूर्वक आंतरक्रिया करणारे लोक / व्यक्ती.

group counselling – (ग्रूप का'उन्सलिन्ग्) **समूह समुपदेशन :** एका विद्यार्थ्यापेक्षा विद्यार्थ्यांच्या गटाला मार्गदर्शन देणे.

group discussion – (ग्रूप् डिस्कि'शन्) **गट चर्चा :** विद्यार्थ्यांचे ठराविक गट करून त्यांना विशिष्ट विषय देऊन चर्चा करण्यास भाग पाडणे म्हणजे गटचर्चा होय. यामुळे विद्यार्थ्यांच्या विचारांना दिशा मिळते, त्यांचा आत्मविश्वास वाढतो.

group school – (ग्रूप् स्कूऽल्) **गटशाळा :** महाराष्ट्रातील काही जिल्ह्यांमध्ये ८ कि.मी. परिसरातील शाळांचे गट केले आहेत त्यांना गटशाळा म्हणतात.

group teaching – (ग्रूप् टीचिंग) **समूह अध्यापने :** वर्गातील विद्यार्थ्यांचे त्यांच्या क्षमता, अभिरुची अथवा इतर काही प्रमाणकानुसार गट करून त्यांना अध्यापन करणे.

growth – (ग्रोऽथ्) **वाढ, विस्तार :** मानसिक शारीरिक आकृतीबंधाच्या परिपक्वतेकडे होणारी मानवाची नैसर्गिक वाटचाल किंवा परिपक्वतेच्या दृष्टीने होणारे नैसर्गिक बदल.

guardian – (गा'ऽडिअन्) **पालक :** पालक म्हणजे आई-वडील हयात नसताना अथवा काळजी घेऊ शकत नसताना पालनपोषणाची जबाबदारी घेते अशी व्यक्ती.

guidance – (गा'इडन्स्) **मार्गदर्शन :** विशिष्ट हेतूने विद्यार्थ्यांच्या प्रगतीसाठी दिलेला सल्ला.

guided practice – (गाइडेड् प्रॅ'क्टिस्) **नियंत्रित सराव :** नवीन ज्ञान मिळवण्यासाठी शिक्षकांच्या मार्गदर्शनानुसार केलेला सराव.

❑

habit – (हॅ'बिट्) **सवय:** 'एकदा जे केले ते पुन्हा त्याच पद्धतीने करण्याची प्राणीमात्राची प्रवृत्ती म्हणजे सवय' - जेम्स.

'एकदा घडलेली गोष्ट ती पूर्वी केली असल्याने परत करावीशी वाटते या प्रवृत्तीची वारंवार आवृत्ती होऊ लागली की तिचे सवयीत रूपांतर होते.' मॅग्डूगल.

habit disorder – (हॅबिट् डिसॉऽडऽ) **सवयीतील विस्कळीतपणा :** सवयींचे असमायोजन दर्शवणारे वैशिष्ट्य, उदा. झोपेत चालणे, जेवणाबाबतच्या विशिष्ट सवयी इ.

habituate – (हबि'ट्युएऽट्) **अंगवळणी पडणे :** एखाद्या गोष्टीची सवय लागणे, सराव होणे.

handicapped children – (हॅ'न्डिकॅप्ट् चि'ल्ड्रन) **अपंग मुले :** अंध, अंशत: दृष्टी असणारे, बहिरे, काही प्रमाणात ऐकू शकणारे, शारीरिक अपंगत्त्व असणारे, असमायोजित, शैक्षणिकदृष्ट्या सामान्यत्त्वापर्यंत न पोहोचणारे अशा प्रकारच्या विद्यार्थ्यांसाठी (मुलांसाठी) वापरली जाणारी संज्ञा.

handicraft – (हॅ'न्डिक्रा'ऽफ्ट्) **हस्तव्यवसाय, हस्तकौशल्याचे काम.**

hand-writing – (हॅन्ड्रा'इटिंग्) **हस्ताक्षर**

hard copy – (हाऽड्कॉ'पि) छापील स्वरूपात, कागदावर मिळालेले संगणक प्रदान.

hardware – (हा'ड्वेअ) संगणकाचे असे भाग ज्यांना स्पर्श करता येतो, जे दिसू शकतात व ज्यांचा मिळून संगणक बनतो. उदा. सी. पी. यू., माऊस, प्रिंटर, कीबोर्ड, मॉनिटर इ.

head teacher – (हेड् टीचऽ) **प्रमुख शिक्षक :** काही वेळा मुख्याध्यापकासाठी वापरली जाणारी संज्ञा, असा शिक्षक जो पूर्णवेळ शैक्षणिक जबाबदाऱ्या व प्रशासकीय कर्तव्ये पार पाडतो.

headmaster / head mistress – (हे'ड्मा'स्टऽ / हे'ड्मि'स्ट्रिस्) **मुख्याध्यापक/ मुख्याध्यापिका :** शाळेतील प्रमुख अध्यापक किंवा अध्यापिकेस मुख्याध्यापक किंवा मुख्याध्यापिका म्हणतात.

head-of-department – (हेड्-ऑव्ह्-डिपा'ऽट्मन्ट्) **विभाग प्रमुख :** विद्यापीठातील/ महाविद्यालयातील विशिष्ट विद्याशाखेचा प्रमुख.

health education – (हेल्थ् ए'ड्युके'ऽशन्) **आरोग्य शिक्षण :** आरोग्य शिक्षणात प्रकृतीच्या स्वरूपासंबंधी माहिती देणे, प्रकृती वैद्यकीय अधिकाऱ्यांकडून तपासून घेणे, शरीराची देखभाल करावयास शिकवणे, आवश्यकतेनुसार औषधपाण्याची सोय करणे याचा समावेश होतो.

hearing impairment – (हि'अरिंग इम्पे'अऽमन्ट्) **श्रवण दौर्बल्य :** कोणत्याही प्रकारचा बहिरेपणा, कमी ऐकू येणे यासाठी वापरली जाणारी संज्ञा.

hearing loss – (हि'अरिंग लॉस्) **श्रवण अक्षमता / बहिरेपणा :** अपेक्षित श्रवणक्षमतेपेक्षा कमी ऐकू येणे किंवा अजिबात ऐकू न येणे.

helping teacher – (हे'ल्पिंग् टीचऽ) **साहाय्यक शिक्षक :** शैक्षणिक निष्पत्तीमध्ये वाढ करण्यासाठी प्रमुख वर्गशिक्षकास मदत करणारा, नेमून दिलेले शैक्षणिक उपक्रम पार पाडणारा असा शिक्षक.

heredity – (हिरे'डिटि) **अनुवंश :** गर्भधारणेच्यावेळी आई-वडिलांकडून संक्रमित झालेल्या जन्मजात गुणांची (शारीरिक व मानसिक) अनन्यसाधारण जुळणी म्हणजे अनुवंश होय.

heterogeneous group – (हे'टरजी'निअस् ग्रूप्) **बहुजिनसी गट :** जेव्हा क्षमता, संपादनपातळी, पार्श्वभूमी यामध्ये वैविध्य असणारे विद्यार्थी अध्ययनासाठी एकत्र येतात तेव्हा त्या गटास बहुजिनसी गट म्हणतात.

heuristic – (ह्युअरि'स्टिक्) **नवगामी :** अचूक उकलन सुचवणारी, विविध समस्या सोडवण्यासाठी सूचित केलेली कार्यपद्धती.

Heuristic method – (ह्युअरि'स्टिक् मे'थड्) **स्वयंशोधन / अन्वेषक पद्धती :** विद्यार्थ्यांनी स्वयंशोधनाच्या मार्गाने ज्ञान मिळवावे, संशोधन करावे हा या पद्धतीचा हेतू असतो. यामुळे यांच्यामध्ये नवीन दृष्टिकोन विकसित होतो. यामुळे अध्ययन गतिमान होते.

hierarchy of need – (हा'इअराऽकी ऑव्ह् नीड्झ्) **गरजांची वर्चस्वश्रेणी :** अब्राहम मॅस्लो याने मानवी गरजांची जी अधिश्रेणी सांगितली आहे त्यास गरजांची वर्चस्व्श्रेणी म्हणतात. मानवी गरजांची पूर्ती ही विशिष्ट श्रेणीनुसार होत असते अथवा करून घेतली जात असते. या वर्चस्व श्रेणीमध्ये एकूण सात गरजा सांगितल्या आहेत.

higher education – (हाइऽ ए'ड्युके'ऽशन्) उच्चशिक्षण माध्यमिक व उच्च माध्यमिक स्तरापेक्षा वरच्या पातळीवरील शिक्षण.

higher order conditioning – (हाइऽ ऑ'ऽडऽ कन्डि'शनिंग्) **उच्च श्रेणीचे अभिसंधान :** पूर्वी स्थापित झालेला अभिसंधित चेतक हा अनभिसंधित चेतकाप्रमाणे कार्य करतो असे अभिजात अभिसंधान.

histogram – (हिस्टॉ'ग्रॅम) **स्तंभालेख :** आलेखकागदावर स्तंभांचा वापर करून काढलेला आलेख. वारंवारिता विभाजनाचे चित्रण आयताच्या किंवा स्तंभाच्या सहाय्याने दाखवले असता त्यास आयतालेख किंवा स्तंभालेख म्हणतात. यातील प्रत्येक स्तंभाचा पाया वर्गांतराच्या लांबी इतका व उंची वारंवारिता इतकी असते. सर्व गुणांक वर्गांतराच्या मर्यादेत समान अंतरावर विखुरलेले असतात.

historical research – (हिस्टॉ'रिकल् रिस'ऽच्) **ऐतिहासिक संशोधन :** भूतकाळातील घटनांचा अभ्यास करून त्यांचे आकलन व स्पष्टीकरण करणे हे ऐतिहासिक संशोधनात अपेक्षित असते.

history – (हि'स्टरि) **इतिहास :** इतिहास म्हणजे इति + ह + आस, म्हणजे 'असे घडले'याचा वृत्तान्त.

history of education – (हि'स्टरि ऑव्ह् ए'ड्युके'ऽशन्) **शिक्षणाचा इतिहास :** शिक्षणाविषयीचा विचार प्राचीन काळापासून जगामध्ये सर्वत्र झालेला आहे. प्रत्येक कालखंडामध्ये त्या-त्या ठिकाणानुसार यामध्ये परिवर्तन झालेले आढळते. या परिवर्तनांची आजपर्यंतची नोंद म्हणजे शिक्षणाचा इतिहास असे म्हणता येईल.

hobby – (हॉ'बि) **छंद :** प्रत्येकास काही ना काही छंद असतो. विद्यार्थ्यांना चांगले छंद लागावेत, त्याचा त्यांच्या सर्वांगीण विकासात सकारात्मक फायदा व्हावा यासाठी शिक्षक व पालकांनी विद्यार्थ्यांना प्रोत्साहन देणे आवश्यक असते.

holiday – (हॉ'लिडे) **सुटीचा दिवस :** शाळांच्या कामकाजातील असा दिवस ज्या दिवशी कोणतेही शालेय कामकाज होत नाही, विद्यार्थी शिक्षक व इतर कर्मचारी अधिकृतपणे शाळेत येत नाहीत.

holistic – (हॉ'लिस्टिक) **समग्र / सकल :** सुट्या घटकांपेक्षा संपूर्ण वर्तनासाठी वापरली जाणारी संज्ञा.

home education – (होऽम् ए'ड्युके'ऽशन्) **गृहशिक्षण :** शाळेतील शिक्षण न देता घरात देण्यात येणारे शिक्षण.

homebound student – (होऽम्बाउन्ड स्ट्यू'डन्ट्) **गृहसीमित विद्यार्थी :** असा विद्यार्थी जो वर्गामध्ये उपस्थित राहू शकत नाही अथवा ज्याला घरातच शिक्षकाद्वारे शिक्षण देण्यात येते.

home-school relations – (होऽम स्कूल रिले'ऽशन्) **गृहशाळा संबंध :** शाळा व विद्यार्थ्यांच्या कुटुंबातील असे संबंध ज्यामध्ये पालक शालेय जीवनात अथवा शालेय उपक्रमात सहभाग घेऊ शकतात. अशा संबंधामुळे शिक्षकांनाही विद्यार्थ्याची कौटुंबिक पार्श्वभूमी माहीत होण्यास मदत होते. याचा विद्यार्थ्यांच्या विकासावर सकारात्मक परिणाम होतो.

home-work – (होऽम् वऽक्) **गृहकार्य / गृहपाठ :** शाळेतील शिक्षक विद्यार्थ्यांना घरी करण्यासाठी जे लेखी अथवा तोंडी अगर इतर स्वरूपाचे काम देतात त्यास गृहकार्य किंवा गृहपाठ म्हणतात.

homogeneous group – (हो'मोऽजी'नियस् ग्रूप्) **एकजिनसी गट :** जेव्हा क्षमता, संपादनपातळी, पार्श्वभूमी यामध्ये साम्य असणारे विद्यार्थी अध्ययनासाठी एकत्र येतात तेव्हा त्या गटास एकजिनसी गट म्हणतात.

honorary degree – (ऑ'नररि डिग्री') **सन्माननीय पदवी :** एखाद्या व्यक्तीच्या विशेष नैपुण्याची व गुणवत्तेची दखल घेऊन कोणत्याही विद्यापीठाकडून जी खास/विशेष पदवी दिली जाते त्यास सन्माननीय पदवी म्हणतात.

hostel – (हॉ'स्टल्) **वसतिगृह :** शाळा-महाविद्यालयात शिक्षण घेण्यासाठी गावाबाहेरून आलेल्या विद्यार्थी-विद्यार्थिनींच्या निवासाची व्यवस्था ज्याठिकाणी केली जाते त्यास वसतिगृह म्हणतात.

house system – (हाउस् सि'स्टम्) **कुलपद्धती :** शाळेतील अभ्यासेतर कार्यक्रमांसाठी सर्व इयत्तांमधील थोडे-थोडे विद्यार्थी घेऊन आवश्यक तेवढे गट केले जातात. त्यांना कुल म्हणतात. अशा गटातील विद्यार्थी विविध कार्यक्रमांचे आयोजन व कार्यवाही करतात. ह्या पद्धतीस कुलपद्धती म्हणतात.

human resource – (ह्यू'मन् रिसॉऽस्) **मानवी साधनसंपत्ती :** कोणत्याही संस्थेमध्ये कार्यरत असणारे सर्व कामगार / कर्मचारी.

humanistic curriculum – (ह्यू'मनिस्टिक् करि'क्युलम्) **मानव्यवादी अभ्यासक्रम :** विद्यार्थ्यांच्या वाढ व विकासांच्या वैयक्तिक व सामाजिक बाजूंवर भर देणारा अभ्यासक्रम.

humanities – (ह्युमॅ'निटिज्) **मानव्यविज्ञान :** उत्कृष्ट पुरातन वाङ्मयाचा अभ्यास, मुख्यतः ग्रीक, रोमन वाङ्मय व कला, यांचा अभ्यास यामध्ये भाषा, इतिहास, तत्त्वज्ञान अशा मानवाभोवती केंद्रित असणाऱ्या विषयांचा समावेश होतो.

hypotheses – (हायपॉ'थिसिस्) **परिकल्पना :** संशोधन समस्येचे संभाव्य किंवा तात्पुरते उत्तर म्हणजे परिकल्पना. परिकल्पना दोन किंवा त्यापेक्षा अधिक चलामधील संबंध दर्शविणारे अनुमानिक विधान असते.

hysteria – (हिस्टि'रिअ) **उन्मादविकृती :** अर्थशून्य भावनांचा उद्रेक.

❑

Id – (इड्) **तदाला :** व्यक्तिमत्त्वाचा असा भाग जो मूलभूत शारीरिक इच्छा-आकांक्षांच्या संतुष्टतेशी निगडीत असतो.

identification – (आइडे'न्टिफिके'ऽशन्) **ओळख पटवणे, तादात्मिकरण**

identity – (आइडे'न्टिटि) **ओळख, एकत्त्व :** १) ज्यायोगे अमूकच असे म्हणता येईल त्या गोष्टी. २) पूर्ण सारखेपणा असणे.

identity card – (आइडेंन्टिटि काऽड्) **ओळखपत्र :** शाळा, महाविद्यालयात प्रत्येक विद्यार्थ्यास ओळखपत्र दिले जाते ज्यामध्ये नाव, पत्ता, जन्मतारीख, रक्तगट इ. महत्त्वाच्या नोंदी केलेल्या असतात.

identity crisis – (आइडे'न्टिटि क्राऽइसिस) **स्व-तादात्म्य संघर्ष :** आपण (व्यक्ती) काय आहोत याबद्दल स्पष्ट समज नसण्याची स्थिती जी बहुधा पौगंडावस्था किंवा तारुण्यावस्थेच्या सुरुवातीस दिसून येते.

illusion – (इल्यू'झ्यन) **अपसंवेदन, भ्रम :** शारीरिक किंवा मानसिक कारणास्तव व्यक्तीच्या आकलनामध्ये होणारी चूक.

illustration – (इ'लस्ट्रेऽशन्) **स्पष्टीकरण**

image – (इ'मिज्) **प्रतिमा :** ज्ञानेंद्रियांना उद्दिपित न करता जेव्हा एखाद्या अनुभवाचे पुनरुज्जीवन होते तेव्हा त्याला प्रतिमा म्हणतात.

imagery – (इ'मिजरि) **प्रतिमासृष्टी :** मन:चक्षुंपुढे तयार होणाऱ्या निरनिराळ्या प्रतिमा, विद्यार्थ्यांच्या सकारात्मक अध्ययनासाठी प्रतिमासृष्टी उपयुक्त ठरते.

imagination – (इमॅ'जिने'ऽशन्) **कल्पनाशक्ती :** विविध व्यक्ती, घटना किंवा वस्तू समोर नसताना त्यांचे मानसचित्र तयार करण्याची क्षमता.

imitation – (इ'मिटे'ऽशन्) **अनुकरण :** एखाद्या व्यक्तीचे वर्तन अथवा विशिष्ट कृतींची नक्कल करणे. विद्यार्थी हे अनुकरणप्रिय असून शिक्षकांचे जास्तीतजास्त अनुकरण करतात. त्यामुळे शिक्षकाचे वर्तन हे आदर्शप्रत ठरणारे असावे.

immature – (इ'मट्यु'अ) **अपरिपक्व**

implication – (इ'म्प्लिके'ऽशन्) **ध्वन्यर्थ :** एखाद्या कृती अथवा निर्णयाचा शक्य असलेला परिणाम.

implicit learning – (इम्प्लि'सिट् ल'ऽनिंग्) **सुप्त अध्ययन :** अध्ययनकर्त्याला नक्की काय शिकलो हे जरी शब्दबद्ध करता आले नाही तरीही घडणारे कठीण पातळीवरील अध्ययन.

implicit memory - (इम्प्लि'सिट् मे'मरी) **अबोध, अव्यक्त स्मृती :** अध्ययनकर्त्याला जाणीव नसलेली परंतु पूर्वी अध्ययन केलेल्या (झालेल्या) कृती अथवा अध्ययन वस्तूंची स्मृती.

in-absentia – (इन्-ॲ'ब्सन्शिया) **अनुपस्थितीत :** हा लॅटिन शब्दप्रयोग आहे. एखादी पदवी अगर किताब व्यक्तीच्या अनुपस्थितीत बहाल केली जाते तेव्हा हा शब्द वापरतात.

incentive – (इन्से'न्टिव्ह) **प्रेरक गोष्ट :** कार्याला प्रेरक ठरणारी, उद्युक्त करणारी गोष्ट.

incidental learning – (इ'न्सिडेन्ट्ल् ल'ऽनिंग्) **अनुषंगिक अध्ययन :** स्पष्ट प्रबलनाशिवाय घडून येणारे अध्ययन.

independent learning – (इ'न्डिपे'न्डन्ट् ल'ऽनिंग्) **स्वतंत्र अध्ययन :** वर्ग किंवा समूहामध्ये एखाद्या विद्यार्थ्याने स्वतंत्रपणे इतरांच्या पुढे जाऊन केलेले अध्ययन.

independent study – (इ'न्डिपे'न्डन्ट् स्टि'डि) **स्वतंत्र अभ्यास :** कोणत्याही बाह्य मार्गदर्शनाशिवाय पूर्ण केलेला अभ्यास.

independent variable – (इ'न्डिपे'न्डन्ट व्हे'अरिअबल्) **स्वाश्रयी चल / परिवर्त्य :** प्रायोगिक नियंत्रणाखाली असलेले चल अथवा परिवर्त्य, इतर चलांमध्ये बदल घडवून आणण्यास कारणीभूत ठरणारे चल.

indigenous school – (इन्डि'जिनस स्कूऽल) **एत्तद्देशीय शाळा :** स्वातंत्र्यपूर्व काळामध्ये भारतातील स्थानिक शाळांना व्हर्नाक्युलर अथवा नेटीव्ह स्कूल्स् म्हणत असत. या शाळांना मराठी भाषेमध्ये एतद्देशीय शाळा म्हणतात.

individual differences - (इ'न्डिव्हि'ड्युअल् डि'फरन्सेस्) **व्यक्तीभिन्नता :** एकाच प्रजातीच्या विविध घटकांच्या वर्तनामध्ये असलेली भिन्नता.

individual learning – (इ'न्डिव्हि'ड्युअल् ल'ऽनिंग्) **व्यक्तिगत / वैयक्तिक अध्ययन :** कोणतीही अध्ययनकृती उदा. लेखन, वाचन, समस्यानिराकरण इ. वैयक्तिकरीत्या एखादा विद्यार्थी करतो त्या प्रक्रियेस व्यक्तिगत अथवा वैयक्तिक अध्ययन म्हणतात.

inductive method – (इ'न्डि'क्टिव्ह् मे'थड्) **उद्‌गामी पद्धत :** या पद्धतीमध्ये अनेक उदाहरणावरून सामान्य नियम काढला जातो.

infancy – (इ'न्फन्सि) **अर्भकावस्था :** जन्मानंतर दोन आठवड्यापर्यंतचा काळ

infant school – (इ'न्फन्ट् स्कूल्) **बालशाळा :** वय वर्षे ५ ते ७ पर्यंतच्या बालकांसाठी असलेली शाळा.

inference – (इ'न्फरन्स्) **अनुमान**

inferiority complex – (इन्फि'अरिऑ'रिटि कॉ'म्प्लेक्स्) **न्यूनगंड :** काही दोषांमुळे व्यक्तीमध्ये असलेली अपूर्णतेची, कमीपणाची भावना.

influence – (इन्फ्लुअन्स्) **प्रभाव :** इच्छित परिणाम घडवून आणण्याचे बळ.

informal curriculum – (इन्फॉ'ऽमल् कॅरि'क्युलम्) **अनौपचारिक अभ्यासक्रम :** विद्यार्थ्यांच्या समूहामध्ये उत्स्फूर्तपणे विकसित झालेली / केलेली अध्ययन प्रक्रिया.

informal education – (इन्फॉ'ऽमल् ए'ड्युके'ऽशन्) **अनौपचारिक शिक्षण :** औपचारिक वर्ग किंवा शाळा यांच्याबाहेर घडून येणारे शिक्षण जे संपूर्ण आयुष्यभर चालू असते. सर्व वयोगटातील व्यक्ती अनौपचारिक शिक्षणामुळे आपल्या ज्ञानात भर घालू शकतात.

information technology – (इ'न्फमे'ऽशन् टेक्नॉ'लजि) **माहिती तंत्रज्ञान :** माहिती मिळविण्यासाठी, माहितीवर प्रक्रिया करण्यासाठी किंवा माहितीचे वितरण करण्यासाठी जी यंत्र-तंत्र प्रणाली तयार करण्यात आलेली असते तिला माहिती तंत्रज्ञान म्हणतात.

innovation – (इ'नोऽव्हे'ऽशन्) **नवीन उपक्रम**

in-service training – (इ'न्सऽव्हिस् ट्रेऽनिंग्) **सेवांतर्गत प्रशिक्षण :** एखादा कर्मचारी नोकरीत असताना त्यास जे प्रशिक्षण दिले जाते त्यास सेवांतर्गत प्रशिक्षण म्हणतात.

insight learning – (इ'न्साइट् ल'ऽनिंग्) **मर्मदृष्टी अध्ययन :** अचानक झालेल्या आकलनामुळे कोणताही नवीन वर्तनप्रकार जेव्हा आत्मसात केला जातो अशा अध्ययनप्रकारास मर्मदृष्टी अध्ययन म्हणतात.

institution – (इ'न्स्टिट्यू'शन्) **संस्था :** कायदा किंवा प्रचलित रीतिरिवाजांच्या आधारावर स्थापन करण्यात आलेली संस्था ज्याद्वारे सामाजिक, धार्मिक, शास्त्रीय किंवा शैक्षणिक इत्यादी ध्येयांच्या पूर्ततेसाठी सातत्याने प्रयत्न केले जातात.

institutional planning – (इ'न्स्टिट्यू'शनल् प्लॅनिंग्) **संस्थानिहाय नियोजन :** शैक्षणिक संस्थेने शैक्षणिक सुधारणा व विकासासाठी अध्ययन अध्यापनाचा उपक्रम आखलेला असतो त्याला संस्थात्मक नियोजन म्हणतात.

instructional aid – (इन्स्ट्रि'क्शनल् एऽड्) **अध्यापन साहित्य :** अध्यापन अधिकाधिक प्रभावी करण्यासाठी जी शैक्षणिक साधने वापरली जातात त्यांना अध्यापन साहित्य म्हणतात. उदा. नकाशे, चित्रे, तक्ते, वस्तू इ.

instruction – (इन्स्ट्रि'क्शन्) **सूचना, शिक्षण इ :** शालेय उपक्रमांसंदर्भात, अध्यापन प्रक्रियेदरम्यान विद्यार्थ्यांकडून विशिष्ट अपेक्षा असतात. त्यासंदर्भात त्यांना शिक्षकांकडून सातत्याने आवश्यक माहिती दिली जाते. त्यास सर्वसाधारणपणे सूचना म्हणतात.

instrumental conditioning – (इ'न्स्ट्रुमे'न्टल् कन्डि'शनिंग्) **साधनात्मक अभिसंधान :** शिक्षा किंवा बक्षीस देऊन जेव्हा वर्तन नियंत्रित केले जाते असा अध्ययन प्रकार.

integrated learning system – (इ'न्टिग्रे'ऽटेड् ल'ऽनिंग् सि'स्टम्) **एकात्मिक अध्ययन व्यवस्था :** निर्धारित ध्येय साध्य करण्यासाठी विविध अध्यापन पद्धती व शैक्षणिक साहित्याचा केलेला एकत्रित व सुनियोजित वापर.

integration – (इ'न्टिग्रे'ऽशन्) **एकात्मिकरण :** एकाच पाठ्यक्रमामध्ये विविध विषयांचे सुनियोजित एकत्रिकरण करणे.

intellectual development – (इ'न्टले'क्ट्युअल् डिव्हे'लप्मन्ट) **बौद्धिक विकास :** बालकाच्या सर्वांगिण विकासातील बुद्धिमत्तेशी अथवा बौद्धिक क्षमतेशी निगडित असलेला विकास.

intelligence – (इन्टे'लिजन्स्) **बुद्धिमत्ता :** एखादी गोष्ट समजून घेण्याची व्यक्तीची क्षमता.

intelligence quotient – (इन्टे'लिजन्स् क्वो'ऽशन्ट्) **बुद्ध्यंक, बुद्धिमत्ता गुणांक :** सर्वसाधारण बौद्धिक क्षमता मोजण्याचे साधन जे मानसिक वयास शारीरिक वयाने भागून काढता येते त्यास बुद्ध्यंक म्हणतात.

intelligence test – (इन्टे'लिजन्स टेस्ट) **बुद्धिमत्ता कसोटी :** बुद्धिमत्तेचे मापन करणारी विशिष्ट कसोटी.

interaction – (इ'न्टरॅ'क्शन्) **आंतरक्रिया :** परस्परांवर प्रभाव टाकणाऱ्या क्रिया.

interest – (इ'न्ट्रस्ट्) **आवड, रस :** एखाद्या व्यक्तीला विशिष्ट विषयाची / गोष्टीची असणारी आवड किंवा त्याबद्दल वाटणारी गोडी.

internal evaluation – (इ'न्ट'ऽनल् इव्हॅ'ल्युए'ऽशन्) **अंतर्गत मूल्यमापन :** शालेय अथवा महाविद्यालयीन पातळीवर विद्यार्थ्यांचे विविध शैक्षणिक उपक्रमांद्वारे वर्षभर जे सातत्यपूर्ण मूल्यमापन केले जाते त्यास अंतर्गत मूल्यमापन म्हणतात.

internal validity – (इ'न्ट'ऽनल् व्हॅलि'डिटि) **अंतर्गत वैधता :** प्रयोग ज्या परिस्थितीत केला गेला असेल त्याच्याशी संबंधित प्रयोगाची वैधता म्हणजे अंतर्गत वैधता होय.

internship – (इ'न्टऽन्शिप्) **छात्रसेवाकाल :** शिक्षक प्रशिक्षण कार्यक्रमांतर्गत प्रशिक्षणार्थ्यांना शालेय कामकाजाचा प्रत्यक्ष अनुभव मिळावा म्हणून विविध शाळांमधून कनिष्ठ शिक्षक म्हणून कार्य करावे लागते. हा कालावधी साधारणत: दोन ते तीन आठवडे इतका असतो. त्यास छात्रसेवाकाळ म्हणतात.

interpretation – (इन्ट'ऽप्रिटेऽशन्) **स्पष्टीकरण, अन्वयार्थ.**

interview – (इ'न्ट'व्ह्यू) **मुलाखत :** पूर्वनियोजित मुद्द्यांवर आधारित प्रश्नांना प्रयोज्याने दिलेल्या उत्तरांद्वारे वैध व विश्वसनीय माहिती मिळवण्यासाठी समोरासमोर बसून केलेले संभाषण म्हणजे मुलाखत होय.

interviewer bias – (इन्ट'व्ह्यूअर बा'इअस्) **मुलाखतकाराचा पूर्वग्रह :** मुलाखतकाराच्या पूर्वग्रहांचा जाणीवपूर्वक किंवा अजाणतेपणी मुलाखतीवर झालेला परिणाम.

intrapersonal conflict – (इन्ट्रॅप'ऽसनल् कॉ'न्फ्लिक्ट्) **व्यक्तिअंतर्गत संघर्ष**

introspection – (इ'न्ट्रस्पे'क्शन) आत्मनिरीक्षण स्वत:च्या मानसप्रक्रियेचे निरीक्षण आणि परीक्षण.

introvert – (इ'न्ट्रव्ह'ऽट्) **अंतर्मुख :** व्यक्तिमत्त्वाच्या प्रमुख दोन प्रकारांपैकी अंतर्मुख व्यक्ती स्वत:च्या कल्पना, विचार, भावना यामध्ये व्यग्र असते.

invention – (इन्व्हे'न्शन्) **शोध :** आधीच अस्तित्वात असणाऱ्या गोष्टींपासून नवीन गोष्ट तयार करणे, निर्माण करणे.

inventory – (इ'न्व्हेन्टरि) **शोधिका :** प्रतिसाद देणाऱ्या शक्तींच्या विविध प्रवृत्तींच्या चाचणीसाठी शोधिका तयार करतात.

investigator effect – (इन्व्हे'स्टिगेऽटऽ इफे'क्ट) **संशोधनकर्त्याच्या अपेक्षांचा परिणाम :** प्रतिसादकाच्या प्रतिसादावर संशोधनकर्त्याच्या अपेक्षांचा होणारा परिणाम.

❑

J

Jigsaw classroom – (जिग्सॉऽ क्ला'ऽसरूम्)वर्गाची ध्येय-उद्दिष्ट्ये साध्य करण्यामध्ये प्रत्येक विद्यार्थ्याचे योगदान मिळेल ही खात्री करण्यासाठी शिक्षक संबंधित पूर्वग्रह दूर करण्यासाठी किंवा कमी करण्यासाठी वापरतात ती पद्धत किंवा तो दृष्टिकोन.

job-education – (जॉब् ए'ऽड्युके'ऽश्न) **कार्य शिक्षण :** औद्योगिक प्रशिक्षणाशी संबंधित असे प्रासंगिक शिक्षण.

job-enrichment – (जॉब् इन्रि'च्मन्ट्) **कार्यसंपन्नता :** काम करणाऱ्या व्यक्तीच्या प्रगतीसाठी कामाचे प्रमाण, जबाबदारी व त्याचे स्थान वृद्धिंगत करणे.

job satisfaction – (जॉब सॅ'टिस्फॅ'क्शन्): व्यक्तीला स्वत:च्या कामातून मिळणाऱ्या समाधानाचे, संतोषाचे प्रमाण.

journeyman teacher – (ज'ऽनिमन् टी'चऽ) **कौशल्यप्राप्त शिक्षक :** उमेदवारी काळासाठी कामावर घेतलेला, कौशल्यप्राप्त शिक्षक.

journey method – (ज'ऽनि मे'थड्) **प्रवास पद्धती :** भूगोल विषयाच्या अध्यापनातील एक पद्धती ज्यामध्ये विद्यार्थ्यांच्या प्रत्यक्ष सहलीला महत्त्व असते.

junior college of education – (ज्यु'न्यऽ कॉ'लिज् ऑव्ह् ए'ड्युके'ऽश्न) **अध्यापक विद्यालय :** इयत्ता बारावी उत्तीर्ण झाल्यानंतर दिले जाणारे शिक्षक प्रशिक्षण जे प्राथमिक स्तरावरील शिक्षक होण्यासाठी आवश्यक असते, असे प्रशिक्षण देणारे विद्यालय. (डी.एड्.)

juvenile deliquency – (ज्यू'व्हनाइल डेलि'न्क्वन्सि) **बालगुन्हेगारी :** मुले किंवा कुमारावस्थेतील मुलांकडून केले जाणारे गुन्हेगारी वर्तन.

❑

keyword technique – (की - वऽड् टेक्नी'क्) **सूचक शब्द तंत्र :** स्मरणाचे असे तंत्र की ज्यामध्ये काही परिचित शब्दांशी काही दृश्य प्रतिमांचा संबंध जोडून गोष्टी लक्षात ठेवल्या जातात.

kindergarten – (किं'न्डऽगा'ऽट्न) **बालोद्यान :** अगदी लहान मुलांची शाळा, पूर्व प्राथमिक शिक्षण देणाऱ्या शाळा.

knowledge – (नॉ'लिज्) **ज्ञान :** ज्ञान ही संकल्पना विस्तृत व व्यापक आहे. माहिती, घटना व अशाच प्रकारच्या आणखी गोष्टी ज्ञानात अंतर्भूत आहे. ज्ञान मिळवण्यासाठी अनुभव व अभ्यास यांची नितांत आवश्यकता असते.

❑

L

labour education – (ले'ऽबऽ ए'ड्युके'ऽशन्) **श्रमशिक्षण :** कामगारांचे शिक्षण अथवा प्रशिक्षण.

laboratory education – (लबॉ'रटरि ए'ऽड्युके'ऽशन्) **प्रयोगशाळा शिक्षण :** अनुभवावर आधारित शैक्षणिक तंत्रज्ञानाचा स्वीकार.

laboratory school – (लबॉ'रटरि स्कूल्) **प्रायोगिक शाळा :** शैक्षणिक तत्त्वांच्या बाबतीतील संशोधन राबवण्यासाठी असलेली शाळा, विविध अध्यापन पद्धती प्रत्यक्ष राबवून पहाण्यासाठी महाविद्यालये किंवा विद्यापीठाच्या शिक्षणविभागाशी संलग्नित असलेली शाळा.

laissez-faire – (ले'ऽसेझफे'अ) **मुक्तशैली :** व्यापार-उदिम यामध्ये व्यक्तीच्या स्वातंत्र्यावर सरकारी नियंत्रण न आणण्याचे धोरण. व्यवस्थापनाची अशी शैली ज्यामध्ये कर्मचाऱ्यांवर उद्दिष्टपूर्तीच्या दृष्टीने कोणतेही नियंत्रण असत नाही. फक्त उद्दिष्टपूर्ती अपेक्षित असते, ती कशी करावी याबाबत स्वातंत्र्य असते.

language – (लॅ'न्ग्विज्) **भाषा :** आपले विचार व्यक्त करण्याचे (तोंडी किंवा लिखित स्वरूपात) साधन म्हणजे भाषा.

language disorder – (लॅ'न्ग्विज् डिसॉ'ऽडऽ) **भाषिक विकृती :** भाषा समजण्याबाबतच्या क्षमतेसंबंधी असलेली समस्या.

language laboratory – (लॅ'न्ग्विज् लबॉ'रटरि) **भाषा प्रयोगशाळा :** एखादी भाषा अधिक चांगल्या प्रकारे शिकण्यासाठी विविध यंत्रे व साधने यांनी सुसज्ज अशी खोली असते त्याला भाषा प्रयोगशाळा म्हणतात.

language learning – (लॅ'न्ग्विज् ल'ऽनिंग्) **भाषा अध्ययन :** अनुकरणाच्या माध्यमातून एखादी भाषा जेव्हा मूल शिकते तेव्हा त्यास भाषा अध्ययन म्हणतात.

latent learning – (ले'ऽटन्ट् ल'ऽनिंग्) **सुप्त अध्ययन :** कोणत्याही निरीक्षणक्षम वर्तनाशिवाय जेव्हा अध्ययन घडते तेव्हा त्यास सुप्त अध्ययन म्हणतात.

laws of learning – (लॉऽ ऑव्ह् ल'ऽनिंग्) **अध्ययनाचे नियम :** थॉर्नडाईकने मांजर, माकड यासारखे प्राणी व मुले यावर प्रयोग करून अध्ययनाचे नियम तयार केले.

leadership – (ली'ऽडऽशिप्) **नेतृत्त्वगुण, नेतृत्त्व :** एखाद्या व्यक्तीमध्ये असणारे नेतृत्त्व करण्यासाठी आवश्यक असे गुण.

learned society – (ल'ऽनिड् ससा'इअटि) **विद्‌वत् समाज :** एखाद्या क्षेत्रातील सुप्रसिद्ध व्यक्तींचा गट जो त्या क्षेत्रातील ज्ञानाच्या वाढीस हातभार लावतो.

learning – (ल'ऽनिंग्) **अध्ययन :** संपादन केलेले ज्ञान, कौशल्ये इ. परिपक्वतेशिवाय आलेला वर्तनातील कायमस्वरूपी बदल.

learning curve – (ल'ऽनिंग् कऽव्ह) **अध्ययन वक्र :** ठराविक कालावधीतील अध्ययन निष्पत्तीमध्ये आलेले बदल आलेखावर अंकित करून मिळालेला वक्र.

learning goal – (ल'ऽनिंग् गो'ल्) **अध्ययन उद्दिष्ट, अध्ययन ध्येय :** नवीन कौशल्यावर प्रभुत्त्व मिळविण्याची व अधिकचे ज्ञान मिळवण्याची इच्छा.

learning plateau – (ल'ऽनिंग् प्लॅ'टोऽ) **अध्ययनातील पठारावस्था :** अध्ययन प्रगतीमधील तत्कालीन स्थैर्यामुळे आलेला अध्ययन वक्रातील सपाटपणा.

learning process – (ल'ऽनिंग् प्रसे'स्) **अध्ययन प्रक्रिया :** विद्यार्थ्यांच्या अध्ययनासाठी आवश्यक असणाऱ्या सर्व घटकांचा समावेश असणारी, विद्यार्थ्यांचे अध्ययन घडण्याची प्रक्रिया.

learning theory – (ल'ऽनिंग् थि'अरि) **अध्ययन उपपत्ती :** अध्ययन प्रक्रिया स्पष्ट करण्याचा विशिष्ट प्रयत्न.

lecture method – (ले'क्चऽ मे'थड्) **व्याख्यान पद्धती :** प्रामुख्याने महाविद्यालयामध्ये ही पद्धती वापरली जाते. यामध्ये व्याख्याता व्याख्यान देतो व विद्यार्थी ऐकत असतात. काही अशी एकांगी पद्धती आहे.

leisure time – (ले'झ्यऽ टाइम्) **फुरसतीचा काळ :** विद्यार्थ्यांनी फुरसतीच्या काळाचा उपयोग व्यक्तिमत्त्व विकासासाठी करावा कारण फुरसतीच्या काळाचा चांगल्या कामासाठी उपयोग करणे हे शिक्षणाचे एक उद्दिष्ट आहे.

lesson – (ले'सन्) **पाठ, धडा :** शाळेत शिक्षक आपल्या विषयाच्या तासाच्यावेळी जे शिकवतात त्यास पाठ म्हणतात.

lesson - plan – (ले'सन् प्लॅन्) **पाठनियोजन :** प्रशिक्षणार्थी शिक्षकांना शाळेमध्ये पाठ घेण्यापूर्वी पाठ कसा घ्यावा याचा आराखडा तयार करावा लागतो. त्या नियोजनास पाठ नियोजन म्हणतात.

liberal education – (लि'बरल् ए'ड्युके'ऽशन्) **उदार शिक्षण :** सर्वप्रकारच्या संकुचितपणापासून मुक्त करून ज्ञानाची दारे उघडून देणारे शिक्षण म्हणजे मुक्त शिक्षण.

librarian – (लाइब्रे'अरिअन) **ग्रंथपाल :** ग्रंथालयाचा कारभार पहाणारी तज्ज्ञ व्यक्ती.

library – (ला'इब्ररि) **ग्रंथालय :** विद्यापीठ, महाविद्यालय, शाळा अथवा इतर संस्थांमध्ये, तसेच खासगी पद्धतीने केलेला पुस्तकांचा संग्रह, जिथे वाचकास पुस्तके घरी वाचण्यासाठी मिळतात अशी ग्रंथसंग्रह असलेली / केलेली जागा.

lifelong learning – (ला'इफलॉ'न्ग् ल'ऽनिंग्) **आजीवन अध्ययन :** संपूर्ण जीवनभर औपचारिक व अनौपचारिक पद्धतीने अध्ययन करणे व त्याचा उपयोग व्यक्तिमत्त्व विकासासाठी करणे.

linguistic ability – (लिं'ग्वि'स्टिक अबि'लिटि) **भाषिक क्षमता :** प्रथम अथवा द्वितीय भाषेतील भाषिक कौशल्यांबाबतची क्षमता.

literacy – (लि'टरसि) **साक्षरता :** लिहिता-वाचता येणे म्हणजे साक्षरता.

logical positivism – (लॉ'जिकल् पॉ'झिटिविझम्) **तार्किक प्रत्यक्षतावाद :** तार्किक प्रत्यक्षतावाद हा अनुभवातून निर्माण होतो. त्याला शास्त्रीय कार्यवाद असेही म्हणतात.

long-term memory – (लाँग्टऽम् मे'मरि) **दीर्घकालीन स्मृती - सापेक्षतः** स्मृतीचा कायमस्वरूपी साठा किंवा स्मृती जिचा कालावधी व क्षमता अमर्यादित असते.

longterm objective – (लाँगटऽम् ऑब्जे'क्टिव्ह) **दीर्घकालीन उद्दिष्ट्ये :** जे उद्दिष्ट्य पूर्ण करण्यासाठी / संपादन करण्यासाठी काही महिने अथवा वर्षांचा कालावधी आवश्यक असतो असे उद्दिष्ट.

loud reading – (लाउड् री'डिन्ग्) **प्रकट वाचन, मौखिकवाचन :** मोठ्या आवाजात वाचणे.

lower level questions – (लो'ऽअ् ले'व्हल् क्वे'स्चन्) **कनिष्ठ स्तरीय प्रश्न :** काठिण्यपातळीचा विचार करता ज्या प्रश्नांची उत्तरे देणे विद्यार्थ्यांना सोपे जाते असे प्रश्न.

lower level students – (लो'ऽअ् ले'व्हल् स्ट्यू'डन्ट्) आर्थिकदृष्ट्या व सांस्कृतिकदृष्ट्या मागास / वंचित विद्यार्थी.

❑

M

macro teaching – (मॅ'क्रो टी'ऽचिंग्) **स्थूल अध्यापन :** प्रस्तावित अभ्यास क्रमाव्यतिरिक्त इतर पुरवणी अध्ययन साहित्याचे अध्यापन.

madarasa – (मदरसा) **मदरसा :** मुस्लिम लोकांच्या उच्च शिक्षणाच्या केंद्राना मदरसा म्हणतात. या शाळांचा खर्च दानशूर लोकांच्या देणग्यातून चालतात.

magazine – (मॅ'गझी'न्) **नियतकालिक :** ठराविक कालाने प्रकाशित होणारी पत्रिका.

magnet school – (मॅ'ग्निट स्कूल्) **चुंबकशाळा / आकर्षण शाळा :** स्वयंस्फूर्त प्रवेशास प्राधान्य देण्यात येणारी शाळा जिथे विशेष शैक्षणिक अभ्यासक्रम / उपक्रम राबवण्यात येतो.

main stream – (मेऽन् स्ट्रीम्) **मुख्य प्रवाह :** सरासरी बुद्धिमत्तेच्या मुलांबरोबरच असाधारण बुद्धिमत्तेच्या व मंदबुद्धी मुलांना शिक्षण देण्याची व्यवस्था असणे म्हणजेच त्यांना मुख्य प्रवाहामध्ये आणणे.

maintenance team – (मे'ऽन्टिनन्स् टीम्) **पाठपुरावा दल / संघ :** एखाद्या अभ्यासवर्गाच्या / अभ्यासक्रमाच्या / शैक्षणिक उपक्रमाच्या विकासानंतर त्याच्या सादरीकरणाची जबाबदारी घेणारे दल.

major – (मे'ऽजऽ) **सज्ञान :** १८ वर्षापेक्षा अधिक वयाची व्यक्ती.

make believe – (मे'ऽक्बिली'व्ह्) **कृतक कल्पना :** लहान मुले खेळ खेळताना खोट्या खोट्या कल्पना करतात व त्यानुसार वर्तन करतात त्यास कृतक कल्पना म्हणतात.

maktab – (मक्तब्) **मक्ताब :** ब्रिटीश राजवट सुरू होण्यापूर्वी मुस्लिमांच्या प्राथमिक शिक्षण देणाऱ्या संस्थांना मक्ताब म्हणत असत.

maladaptive behaviour – (मॅ'लॅडॅ'प्टिव्ह् बिहे'ऽव्ह्यऽ) **असमायोजित वर्तन :** आपल्या सभोवतालच्या वातावरणाशी जुळवून घेणे व दैनंदिन आयुष्यातील कार्य सुरळीतपणे पार पाडणे यामध्ये अडथळा ठरणारे वर्तन.

maladjustment – (मॅ'लड्ज़े'स्‌मन्ट्) **असमायोजन, विषमायोजन :** परिस्थितीशी काही कारणास्तव समायोजन साधणे शक्य न होणे किंवा समायोजन न साधणे.

malpractice – (मॅ'ल्प्रॅक्टिस्) **अधिकाराचा दुरुपयोग :** व्यावसायिक कर्तव्य पार पाडताना दाखवण्यात आलेला बेजबाबदारपणा.

management – (मॅ'निज्‌मन्ट्) **व्यवस्थापन :** आपल्या कार्यक्षेत्रातील सर्व गोष्टी सुरळीतपणे पार पडत आहेत अथवा नाहीत याची पहाणी करून त्या सुरळीत पार पडतील अशी व्यवस्था करणे. व्यवस्थापन हे कार्यक्षेत्रानुसार बदलत रहाते.

manpower budgeting – (मॅ'न्पाउअ बॅ'जिटिंग्) **मनुष्यबळ अंदाजपत्रक :** भविष्यकाळातील कर्मचाऱ्यांच्या मागणी व पुरवठा यामध्ये संतुलन साधणे.

manpower planning – (मॅ'न्पाउअ प्लॅ'निंग्) **मनुष्यबळ व्यवस्थापन :** मनुष्यबळासंबंधी वर्तमान व भविष्यकालीन गरजांचे विश्लेषण करून गरजांच्या पूर्तीसाठी नियोजन तयार करणे.

map – (मॅप्) **नकाशा :** भूपृष्ठावरील अनेक नैसर्गिक व मानवनिर्मित वैशिष्ट्यांची विशिष्ट चिन्हे व खुणांच्या साहाय्याने केलेली मांडणी.

map reading – (मॅप् री'डिन्ग्) **नकाशावाचन :** नकाशाच्या साहाय्याने माहिती समजून घेणे म्हणजे नकाशावाचन होय.

mark – (माऽक्) **गुण :** शालेय संपादनाचे मूल्यमापन करून विद्यार्थ्यांना गुण दिले जातात. गुण हे संख्यात्मक असतात तसेच ते गुणात्मकही असू शकतात.

marking scheme – (मा'ऽकिंग स्कीम्) **गुणदान योजना / गुणव्यवस्था :** विद्यार्थ्यांचे शालेय कार्य व त्यातील संपादन यांचे मूल्यमापन करण्यासाठी ठरवण्यात आलेली व्यवस्था.

mass – (मॅस्) **जनसमुदाय :** लोकांचा समुदाय जो समान उद्दीपकास प्रतिक्रिया देतो.

mass education – (मॅस् ए'ड्युके'ऽशन्) **सामुदायिक शिक्षण :** सर्वसामान्य लोकांचे शिक्षण म्हणजे सामुदायिक शिक्षण.

mass media – (मॅस् मी'डिअ) **प्रसारमाध्यमे / जनसंपर्कमाध्यमे :** जनसमुदायाशी संप्रेषण साधण्याची माध्यमे.

mass-drill – (मॅस् ड्री'ल्) **सांघिक कवायत :** शाळेच्या सर्व विद्यार्थ्यांची एकत्रित कवायत.

master of education – M.Ed. – (मा'ऽस्टऽ ऑव्ह् ए'ड्युके'ऽशन्) **शिक्षणशास्त्र पदव्युत्तर पदवी :** शिक्षणशास्त्र विषयातील पदव्युत्तर पदवी जी घेतल्यानंतर शिक्षणशास्त्र पदवी व पदविका यासाठी अध्यापन करता येते.

master teacher – (मा'ऽस्टऽ टी'चऽ) **प्रवीण शिक्षक :** अनुभवाने संपन्न असलेला शिक्षक जो प्रशिक्षणसंपन्न, कुशल, निष्णात व इतर शिक्षकांना मार्गदर्शन करत असतो.

mastery – (मा'ऽस्टरि) **नैपुण्य, प्रावीण्य :** विशिष्ट गोष्ट उच्च पातळीवर आत्मसात करून तिच्यावर प्रभुत्त्व मिळवणे.

mastery learning – (मा'ऽस्टरि ल'ऽनिंग्) **प्रभुत्त्व अध्ययन :** विशिष्ट शैक्षणिक उद्दिष्ट्ये साध्य करण्यासाठी अध्ययन करण्यासाठी विद्यार्थ्यांना त्यांच्या क्षमतेनुसार कालावधी देणे.

mastery oriented student – (मा'ऽस्टरि ऑ'ऽरिएन्टेऽड् स्ट्यू'डन्ट) **प्रभुत्त्व / प्रावीण्य केंद्रित विद्यार्थी :** अध्ययन उद्दिष्ट्यांवर लक्ष केंद्रित करणारा विद्यार्थी जो संपादनास महत्त्व देतो.

matching test – (मॅचिंग् टेस्ट्) **जोड्या लावण्याची कसोटी :** 'जोड्या लावा' प्रकारचे प्रश्न विविध विषयांसाठी तयार केले जातात. यामध्ये दोन शब्दसमूहातील साहचर्यसंबंध विद्यार्थ्यांना समजला अथवा नाही हे तपासले जाते.

mathematics – (मॅथमॅ'टिक्स्) **गणित :** गणन क्रियेचे शास्त्र म्हणजे गणित.

matrix – (मे'ऽट्रिक्स्) **समाजमिती :** व्यक्तिमत्त्वाचा अभ्यास सामाजिक पार्श्वभूमीवर व्यक्तीच्या सामाजिक आंतरक्रिया लक्षात घेऊन करणे म्हणजे समाजमिती होय.

maturation – (मॅ'ट्युरेऽशन) **परिपक्वन :** वैयक्तिक अनुवंश अथवा परिस्थितीशी सापेक्षता न ठेवता सर्व मानवी जीवांची होणारी वाढ व विकासाची प्रक्रिया.

mature student – (मट्यु'अ स्ट्यू'डन्ट) **परिपक्व विद्यार्थी :** शाळेनंतर लगेच उच्चशिक्षण न घेता काही काळ नोकरी केल्यानंतर उच्च शिक्षण घेणारा विद्यार्थी.

maxim of teaching – (मॅ'क्सिम ऑव्ह् टी'ऽचिंग्) **अध्यापनाची सूत्रे :** अनुभव व मानसशास्त्र यावर आधारित असलेली अध्यापनातील सूत्रे. त्यांचा उपयोग शिक्षकांनी अध्यापनात करणे आवश्यक आहे.

mean – (मीन्) **मध्यमान :** अंकगणित पद्धतीने दिलेल्या गोष्टींची सरासरी काढली असता त्यास मध्यमान म्हणतात.

mean deviation – (मीन् डि'व्हिए'शन्) **मध्यमान विचलन :** मध्यमानापासून प्राप्तांकांचे विचलन किती आहे हे शोधणे म्हणजे मध्यमान विचलन होय.

meaningful learning – (मी'निंग्फुल् ल'ऽनिंग्) **अर्थपूर्ण अध्ययन :** अर्थपूर्ण अध्ययन म्हणजे अशी बोधात्मक प्रक्रिया ज्यामध्ये अध्ययनार्थी पूर्वी शिकलेल्या गोष्टीशी नवीन माहितीचा संबंध प्रस्थापित करतो.

meaningful verbal learning – (मी'निंग्फुल व्ह'ऽबल् ल'ऽनिंग्) **अर्थपूर्ण शाब्दिक अध्ययन :** शाब्दिक माहिती व कल्पना यामधील सुव्यवस्थित संबंध.

measurement – (मे'झ्यऽमन्ट्) **मापन :** संख्यात्मक पद्धतीने वर्णन केलेले मूल्यमापन, काही नियमांवर आधारित व्यक्ती, वस्तू अथवा घटनांना संख्यात्मक गुण देणे.

measure of central tendency – (मे'झ्यऽ ऑव्ह् से'न्ट्रल् टे'न्डन्सि) **केंद्रीय प्रवृत्तीची परिणामे :** प्राप्तांकाच्या वितरणातील केंद्रीय प्रवृत्तीचे वर्णन करण्यासाठी वापरण्यात येणारी संख्याशास्त्रीय संज्ञा.

measure of variability – (मे'झ्यऽ ऑव्ह् व्हे'अरिॲबलिटि) **विचलनशीलतेची परिमाणे :** गटाच्या मध्यवृत्तीपासून गुणसंख्या कशा विस्तारित झाल्या आहेत हे पहाण्याकरिता ज्या मापांचा वापर करतात त्यांना विचलनशीलतेची परिमाणे म्हणतात.

median – (मी'डिअन्) **मध्यगा :** संख्याशास्त्रीय वितरण किंवा प्राप्तांकामधील दोन भागांना समान विभागणारा बिंदू म्हणजे मध्यगा.

medical examination – (मेडिकल् इग्झॅ'मिने'शन्) **वैद्यकीय तपासणी :** अनुदान संहिता - नियम ४८ प्रमाणे शाळेतील विद्यार्थ्यांची वैद्यकीय तपासणी त्यांच्या शालेय कालावधीत दोन किंवा तीनदा घेणे आवश्यक असते.

meditation – (मे'डिटे'ऽशन्) **ध्यान :** बाह्य जगापासून विलग होऊन स्वतःच्या जाणीवेचा शोध घेण्याचा प्रयत्न.

medium of instruction – (मी'डिअम् ऑव्ह् इन्स्ट्र'क्शन्) **अध्यापनाचे माध्यम :** शाळेमध्ये ज्या भाषेतून अध्यापन केले जाते त्या भाषेस अध्यापनाचे माध्यम म्हणतात.

memory – (मे'मरि) **स्मृती :** घेतलेले अनुभव पुन्हा अनुभवणे म्हणजे स्मृती किंवा स्मरण.

memory span – (मे'मरि स्पॅन्) **स्मृती कक्षा :** अध्ययन वस्तू एकदा सादर केल्यानंतर एखादी व्यक्ती त्यातील वस्तू किती प्रमाणात आठवू शकते ते प्रमाण.

mental ability test – (मे'न्टल् अबि'लिटि टेस्ट्) **मानसिक क्षमता चाचणी :** सर्वसाधारण क्षमता किंवा विशेष क्षमता यासंबंधी घेतली जाणारी बुद्धिमत्ता चाचणी.

mental age – (मे'न्टल् एऽज्) **मानसिक वय :** विशिष्ट वयातील सरासरी मानसिक क्षमताच्या संदर्भात केलेले मानसिक विकासांचे मापन.

mental disability – (मे'न्टल् डिस'अबि'लिटि) **मानसिक अक्षमता :** शिक्षण व्यवस्थेतील प्रचलित शैक्षणिक उपक्रमांमधील यशस्वी सहभागावर परिणाम करणारी मानसिक क्षमतांतील तफावत.

mental health – (मे'न्टल् हेल्थ्) **मानसिक आरोग्य :** कोणत्याही प्रकारची मानसिक अवस्था नसणे व समाधानकारक व्यक्तिमत्त्व समायोजन साधणे.

mental retardation – (मे'न्टल् रिटा'ऽडेशन्) **मानसिक मंदत्त्व :** ज्या व्यक्तींचा बुद्ध्यंक ७० पेक्षा कमी आहे अशा व्यक्तींसाठी वापरली जाणारी संज्ञा.

mental set – (मे'न्टल् सेट) **मानसिक सज्जता :** विशिष्ट अनुभवांसाठी मानसिकदृष्ट्या तयार करणे.

merit scholarship – (मे'रिट् स्कॉलऽशिप्) **गुणवत्ता शिष्यवृत्ती :** विशेष गुणवत्ता असणाऱ्या विद्यार्थ्यांना प्रोत्साहन व प्रेरणा देण्यासाठी देण्यात येणारी शिष्यवृत्ती. ही शिष्यवृत्ती देताना विद्यार्थ्यांची आर्थिक परिस्थिती विचारात घेतली जात नाही.

mesomorph – (मे'सोमॉ'ऽफ्) **बांधेसूद, पिळदार प्रकृती :** ज्या व्यक्तींचे स्नायू घोटीव व पिळदार असतात, सशक्त हाडे असून स्नायूविकास समतोल असतो अशा व्यक्तींना बांधेसूद पिळदार प्रकृतीच्या व्यक्ती म्हणतात. अशा व्यक्ती उत्साही, जोखमीचे कार्य करण्यास पुढे होणाऱ्या, आक्रमक असतात.

metaphysics – (मे'टफि'झिक्स) **सद्‌वस्तूमीमांसा :** सत्य व त्याचे ज्ञान या विषयाचे तत्त्वज्ञान.

method – (मे'थड्) **कार्यपद्धती :** एखादी गोष्ट ज्या पद्धतीने केली जाते किंवा करणे अपेक्षित असते ती पद्धती.

method master – (मे'थड् माऽस्टऽ) **पाठनिर्देशक :** शिक्षणशास्त्र महाविद्यालयात विशिष्ट विषयांचे पाठ कसे घ्यायचे यासंबंधीचे प्रशिक्षणार्थींना मार्गदर्शन करणारे प्राध्यापक.

methods of teaching – (मे'थड्स् ऑव्ह टी'ऽचिंग्) **अध्यापन पद्धती :** विद्यार्थ्यांना अध्यापन करण्यासाठी शिक्षकांकडून वापरण्यात येणाऱ्या विविध पद्धती.

metric system – (मे'ट्रिक सि'स्टम्) **दशमान पद्धती :** सर्वात लहान एककापासून सुरुवात करून व ते दहा-दहाच्या पटीने वाढवत जाऊन सर्वात मोठे माप ठरवले जाते. यास दशमान पद्धती म्हणतात.

micro lesson – (मा'इक्रोऽ ले'सन्) **सूक्ष्मपाठ :** सूक्ष्म अध्यापनामध्ये घेतले जाणारे पाठ. ज्यांचा कालावधी पाच मिनिटांचा असतो.

micro teaching – (मा'इक्रोऽ टी'ऽचिंग्) **सूक्ष्मअध्यापन :** नवीन प्रशिक्षणार्थींमध्ये अध्यापन कौशल्ये विकसित करण्यासाठी अवलंबिली जाणारी कौशल्याधिष्ठित पद्धती ज्यामध्ये निर्धारित कौशल्यांवर लक्ष केंद्रित करून प्रशिक्षणार्थीस पाच मिनिटांसाठी अध्यापन करावे लागते.

middle school – (मि'डल् स्कूल) **माध्यमिक शाळा :** वय वर्षे ८ ते १२, ९ ते १२, ९ ते १३, १० ते १४ पर्यंतच्या विद्यार्थ्यांसाठी असणारी शाळा, येथे विद्यार्थी प्राथमिक शाळेतून येतात व माध्यमिक शाळेत जातात.

middle years of childhood – (मि'डल् यिअस् ऑव्ह चा'इल्डहुड्) **बालपणाची मधील वर्षे :** सर्वसाधारणपणे वय वर्षे ५ ते १२ हा कालावधी.

midterm examination – (मि'डटऽम् इग्झॅमिने'शन्) **सत्रमध्य किंवा सहामाही परीक्षा :** शैक्षणिक वर्षाच्या प्रथम सत्राच्या शेवटी घेतली जाणारी परीक्षा.

migrant education – (मा'इग्रन्ट ए'ड्युके'ऽशन्) **स्थलांतरीतांसाठीचे शिक्षण :** स्थलांतरीत विद्यार्थ्यांसाठी असणारे / दिले जाणारे शिक्षण.

migration certificate – (मा'इग्रेऽशन् सटि'फिकिट्) **स्थलांतर प्रमाणपत्र :** देशाच्या एका भागातून दुसऱ्या भागामध्ये, एका राज्यातून दुसऱ्या राज्यात अथवा एका विद्यापीठातून दुसऱ्या विद्यापीठात शिक्षण घेण्यासाठी जाणाऱ्या विद्यार्थ्यास संबंधित अधिकारी व्यक्तीकडून दिले जाणारे प्रमाणपत्र हे प्रमाणपत्र मूळ शिक्षण संस्थेकडून त्यानंतरच्या शिक्षणसंस्थेस दिले जाते.

mind – (माइन्ड) **मन :** प्रतीके समजून घेण्याची मानवी क्षमता.

minimum competency test – (मि'निमम् कॉ'म्पिटन्सि टेस्ट) **किमान क्षमता चाचणी :** विद्यार्थी समाधानकारकपणे सर्व किमान अपेक्षित शैक्षणिक कृती पूर्ण करू शकतो किंवा नाही हे तपासणारी प्रमाणित चाचणी.

minor – (मा'इनऽ) **अज्ञान :** वयात न आलेला, लहान असणारा.

minority – (माइनॉ'रिटि) **अल्पसंख्यांक लोक :** असा वंशसमूह ज्याबाबत भेदाभेद केला जातो,. तो पूर्वग्रहांवर आधारित असतो कारण तो वंशसमूह संख्येने कमी असतो.

misbehaviour – (मि'स्बिहे'ऽव्ह्य) **दुर्वर्तन :** नियोजित अध्यापन कृती व अध्यापन प्रक्रियेमध्ये बाधा आणणारे वर्तन

mnemonic devices – (निमॉ'निक् डिव्हा'इसेस्) **स्मृती सहाय्यक :** वाचलेला किंवा अभ्यासलेला भाग सहजपणे लक्षात रहावा यासाठी विद्यार्थी काही उपाय करतात. त्यांना स्मृती साहाय्यक म्हणतात.

mob – (मॉब्) **जमाव :** भावनिक पातळीवर एकत्र आलेली लोकांची गर्दी जी काही वेळा विनाशक कृत्य करू शकते.

mob psychology – (मॉब् साइकॉ'लजि) **गर्दीचे मानसशास्त्र :** गर्दीमध्ये सामील असणाऱ्या लोकांची मानसिक स्थिती व त्यानुसार घडणारे त्यांचे एकत्रित वर्तन.

mode – (मोऽड्) **बहुलक :** संख्याशास्त्रातील केंद्रीय प्रवृत्ती काढण्याची ही एक पद्धती आहे. जो प्राप्तांक किंवा मूल्य एखाद्या वितरणामध्ये वारंवार येते त्यास बहुलक म्हणतात.

model – (मॉ'ड्ल्) **प्रतिकृती, नमुना:** निरनिराळ्या विषयांच्या अध्यापनामध्ये प्रतिकृतींचा वापर केला जातो.

model lesson – (मॉ'ड्ल ले'सन्) **नमुना पाठ, आदर्श पाठ :** प्रशिक्षणार्थींना अध्यापन कसे करावे हे समजून देण्यासाठी विविध विषयांच्या प्राध्यापकांनी प्रशिक्षणार्थींसमोर घेतलेले त्या-त्या विषयांचे पाठ.

models of teaching – (मॉ'ड्ल्स् ऑव्ह् टी'ऽचिंग्) **अध्यापनाची प्रतिमाने :** आधुनिक शैक्षणिक विचारप्रवाह उदयास आलेली अध्यापन पद्धती. अध्यापनाचे प्रतिमान म्हणजे वर्गातील अध्यापन व अध्यापनासाठी वापरले जाणारे साहित्य यांचे नियोजन करण्यासाठी वापरला जाणारा आराखडा.

modem – (मॉ'ऽडम्) **मोडम् :** एका संगणकावरून दुसऱ्या संगणकावर माहितीची देवाणघेवाण करण्यासाठीचे साधन.

moderator – (मॉ'डरेऽटऽ) **नियामक :** परीक्षण व गुणदान यांचे निकष तपासणारा परीक्षक.

modern languages – (मॉ'डन् लॅ'न्ग्विजिस्) **आधुनिक भाषा:** दैनंदिन वापरामध्ये आजही वापरली जाणारी कोणतीही भाषा.

modernization – (मॉ'ड्नाइझे'ऽशन) **आधुनिकीकरण :** सामाजिक परिवर्तनाची प्रक्रिया ज्यामध्ये ग्रामीण, कृषीप्रधान समाजाचे रूपांतर शहरी, कारखानदारी प्रधान समाजामध्ये झाले.

monitor – (मॉ'निटऽ) **वर्गनायक :** प्रत्येक वर्गामधून विद्यार्थ्यांचे प्रतिनिधित्व करणारा विद्यार्थी.

monitorial system – (मॉ'निटरि'अल सि'स्टम्) **शिष्य-गुरू पद्धती :** वर्गातील काही हुशार विद्यार्थ्यांना एखादा घटक प्रथम शिकवणे व त्यांच्यामार्फत तो घटक वर्गातील इतर विद्यार्थ्यांना शिकवणे याला शिष्य-गुरू पद्धती म्हणतात.

montessori method – (मॉन्टे'सरि मे'थ्ड) **मॉन्टेसरी पद्धती :** बालकाच्या नैसर्गिक विकास व वाढीसाठी पुरेशी संधी उपलब्ध करून देणारी बालशिक्षणाची पद्धती.

mood – (मूड) **भावास्थिती, मनस्थिती :** भाव भावनांची क्षणिक स्थिती.

moral education – (मॉ'रल ए'ड्युके'ऽशन्) **नीतिशिक्षण / नैतिक शिक्षण :** नीतिशिक्षणामध्ये विद्यार्थ्याच्या चारित्र्यनिर्मितीस महत्त्व दिले जाते. समाजात वावरण्याचे चांगले नीतिनियम, वर्तनपद्धती यामध्ये विद्यार्थ्यास शिकवल्या जातात.

morphology – (मॉ'ऽफॉऽलजि) **शब्दांचे शास्त्र :** कोणत्याही भाषेतील शब्दांचे स्वरूप व आराखडा यानुसार ते शब्द कसे बनतात याचे शास्त्र.

mother tongue – (मॅ'दऽ टॅन्ग्) **मातृभाषा :** विद्यार्थ्याच्या घरामध्ये व त्याच्या आसपास प्रामुख्याने बोलली जाणारी भाषा. विद्यार्थ्याच्या अध्यापन अध्ययनाची सुरूवात त्याच्या मातृभाषेतच होणे फायदेशीर ठरते. हे आज सर्वांनी मान्य केले आहे.

motivations - (मो'ऽटिव्हेऽशन्) **प्रेरणा :** व्यक्तीच्या वर्तनास कार्यरत करणारे अंतर्गत व बाह्य घटक.

motor learning – (मो'ऽटर ल'ऽनिंग) **कारक अध्ययन :** शारीरिक शिक्षणामध्ये कारक अध्ययनास महत्त्व असते. विविध खेळांमध्ये कारक अध्ययन आवश्यक असते.

motor skills – (मो'ऽटऽ स्किल्स्) **कारक कौशल्ये :** स्नायूंच्या कारक कृतींशी संबंधित असणारी कौशल्ये, ही अध्ययन प्रक्रियेमध्ये आवश्यक मानली जातात.

multicultural classrom – (मी'ल्टिकें'ल्चरल् क्ला'ऽसरूम) **बहुसांस्कृतिक वर्ग :** विविध सांस्कृतिक पार्श्वभूमीतून एकत्र आलेले विद्यार्थी व शिक्षक ज्या वर्गामध्ये एकत्र येतात असा वर्ग.

multilateral school – (मी'ल्टिलॅ'ट्रल स्कूल) **बहुभुज शाळा :** एकाच इमारतीमध्ये व्याकरण, तांत्रिक व आधुनिक शिक्षण देणारी शाळा.

multi-media instruction – (मी'ल्टिमी'डिअ इन्स्ट्रॅ'क्शन्) **बहुमाध्यम शिक्षण :** अध्यापनामध्ये दोन किंवा अधिक दृक-श्राव्य माध्यमांचा वापर.

multiple approach avoidance conflict – (मी'ल्टिपल् ॲप्रो'ऽच् अव्हॉ'इडन्स कॉन्फ्लि'क्ट) **बहुविध प्रगमन - वर्जन संघर्ष :** हा एक प्रकारचा मानसशास्त्रीय संघर्ष आहे. ज्यामध्ये व्यक्तीसमोर समान पातळीवरील आकर्षक व अनाकर्षक उद्दिष्ट्य असू शकते.

multiple choice test – (मी'ल्टिपल् चॉइस टेस्ट) **बहुपर्यायी चाचणी :** बहुपर्यायी चाचणीमध्ये प्रश्नाच्या उत्तरासाठी चार पर्याय दिले जातात व त्यातून विद्यार्थ्यास अचूक उत्तराची निवड करावयाची असते.

multiple personality – (मी'ल्टिपल् प'ऽसनॅ'लिटी) **बहुव्यक्तित्त्व, बहुविध व्यक्तिमत्त्व :** एकाच व्यक्तीमध्ये दोन किंवा अधिक व्यक्तिमत्त्व दिसून येणे हा एक प्रकारचा व्यक्तिमत्त्वातील विस्कळीतपणा असतो.

multistage sample – (मी'ल्टिस्टेऽज् सा'ऽम्पल्) **बहुस्तरीय न्यादर्श :** न्यादर्शात पुन्हा न्यादर्शन असेल तर त्यास बहुस्तरीय न्यादर्श म्हणतात.

museum – (म्यूझि'अम्) **वस्तूसंग्रहालय :** मोठमोठ्या शहरामध्ये विविध वस्तूंची संग्रहालये असतात. तशीच संग्रहालये शाळांमध्ये असणे अपेक्षित आहे, जेथे विद्यार्थ्यांनी एकत्रित केलेले नमुने वस्तू संग्रहित करता येतील.

muticultural education – (मी'ल्टिकें'ल्चरल् ए'ड्युके'ऽशन्) **बहुसांस्कृतिक शिक्षण :** विविध सांस्कृतिक, वांशिक व सामाजिक समुहांना समजून घेण्यासाठी देण्यात येणारे शिक्षण.

❑

N

narration method – (नॅरे'ऽशन् मे'थड्) **कथन पद्धती :** विद्यार्थ्यांना अध्यापन करताना शिक्षक एखादा घटक गोष्टीरूपाने शिकवतात त्यास कथन पद्धती म्हणतात. यासाठी भाषेवर प्रभुत्त्व आवश्यक असते त्याचबरोबर आवाजातील चढउतार व देहबोलीचा वापर महत्त्वाचा ठरतो. भाषा, इतिहास, भूगोल यामध्ये प्रामुख्याने कथनपद्धतीचा वापर होतो.

native language – (ने'ऽटिव्ह् लॅ'न्ग्विज्) **तद्देशीय भाषा :** विशिष्ट प्रदेश बोलली जाणारी, त्या प्रदेशाची भाषा.

naturalism – (नॅ'च्रलिझ्म्) **निसर्गवाद :** अनुभवजन्य जग हेच केवळ संपूर्ण सत्य आहे असे मानणारा तत्त्वज्ञानातील एक सिद्धांत अगर वाद म्हणजे निसर्गवाद.

nature - nurture debate – (ने'ऽचऽ - न'ऽचऽ डिबे'ऽट्) **सृष्टी-पृष्टी वाद / निसर्ग संगोपन वाद :** शालेय जीवनातील विद्यार्थ्यांचे वर्तन, गुणवत्ता, अभ्यासातील प्रगती या संदर्भात अनुवंश व परिस्थिती यांच्या वर्चस्वाबाबत चर्चिला जाणारा एक वाद.

necessity – (निसे'सिटी) **गरज :** भाग पाडणारी स्थिती.

need – (नीड्) **गरज :** १) एखादी गोष्ट हवी असणे. २) भाग पाडणारी परिस्थिती.

need for affiliation – (नीड् फॉऽ अफि'लिए'ऽशन्) **सहवासाची गरज :** लोकांच्या सहवासात असण्याची गरज (विशेषतः एखादा क्लेशकारक अनुभव घेत असताना).

need for approval – (नीड् फॉऽ अप्रू'व्हल्) **मान्यतेची गरज :** इतरांकडून मान्यता व स्वीकार मिळविण्याची गरज.

need for power – (नीड् फॉऽ पा'उअ) **सामर्थ्याची गरज :** इतरांच्यावर सामाजिक प्रभाव व नियंत्रण असण्याची इच्छा, इतरांना प्रभावित अथवा अंकित करण्याची प्रेरणा.

need for self-actualization – (नीड् फॉऽ सेल्फ-ॲक्च्युअला'ऽयझे'ऽशन्) **आत्मप्रकटीकरणाची गरज :** स्वत:चे अंगभूत गुण व क्षमता संपूर्णत: विकसित करण्याची अंतर्गत प्रेरणा

need of achievement – (नीड् ऑव्ह अची'व्ह्मन्ट्) **संपादनाची गरज :** संपादन करण्यासाठीची प्रेरणा, यशस्वी होण्याची महत्त्वाकांक्षा पूर्ण करण्यासाठीची प्रेरणा.

negative attention – (ने'गटिव्ह् अटे'न्शन्) **ऋण अवधान :** शिक्षकाकडून विद्यार्थ्यास अनवधानाने दिले गेलेले प्रबलन जे अनैच्छिक किंवा विचलित वर्तनासाठी दिले जाते.

negative correlation – (ने'गटिव्ह् कॉ'रिले'ऽशन्) **ऋण सहसंबंध :** दोन चलांच्या सातत्यपूर्ण संबंधातील तफावत जिथे एका चलामध्ये वाढ झाल्यास दुसऱ्या चलामध्ये घट होते.

negative reinforcement – (ने'गटिव्ह् री'इन्फॉ'ऽस्मन्ट्) **ऋण प्रबलीकरण / प्रबलन :** असुखकारक स्थितीमधे शेवट होणारी अभिसंधान प्रक्रियेतील बक्षीस देण्याची कृती.

negative transfer – (ने'गटिव्ह् ट्रॅ'न्स्फऽ) **ऋण (अध्ययन) संक्रमण :** पूर्वीच्या अध्ययनाचा नंतर करण्यात येत असलेल्या अध्ययनावर होणारा नकारात्मक परिणाम.

neoliterate – (नीओ लिटरिट्) **नवसाक्षर :** नव्याने साक्षर झालेली प्रौढ व्यक्ती.

night blindness – (नाइट ब्लाइन्डनेस्) **रातांधळेपणा :** रात्रीच्या अंधारामध्ये जर व्यक्ती कोणतीही गोष्ट पाहू शकत नसेल तर त्या अक्षमतेस रातांधळेपणा म्हणतात.

night school – (नाइट् स्कूल) **रात्रशाळा :** दिवसा कामकाजामुळे शिक्षण न घेऊ शकणाऱ्यांसाठी रात्री शिक्षण घेण्याची सोय असलेली शाळा.

noise pollution – (नॉइस् पलू'ऽशन्) **ध्वनीप्रदूषण :** विशिष्ट ध्वनीमर्यादेच्या वरील ध्वनींमुळे होणारा गोंगाट व त्याद्वारे लोकांना होणारा त्रास.

non-book materials – (नॉन्बुक् मटि'अरिअल्स) **अपुस्तकीय साहित्य :** अध्यापनासाठी वापरले जाणारे पुस्तकाव्यतिरिक्ताचे साहित्य उदा. दृक्‌श्राव्य शैक्षणिक साहित्य इ.

non-experimental research – (नॉन्-एक्स्पे'रिमे'न्ट्ल् रिस'ऽच्) **अप्रायोगिक संशोधन :** संशोधनाचे सर्व प्रकार ज्यामध्ये कोणत्याही प्रयोगाचा समावेश नाही.

non-formal education – (नॉनफॉऽमल् ए'ड्युके'ऽशन्) **औपचारिक शिक्षण :** औपचारिक शिक्षणाच्या चौकटीबाहेर घडणारे शिक्षण, जी संज्ञा बहुतांशी प्रौढ शिक्षण व निरंतर शिक्षण यांच्यासंदर्भात वापरली जाते.

non-resident student – (नॉन्-रे'झिडन्ट् स्ट्यू'डन्ट) **अनिवासी विद्यार्थी :** शाळा किंवा महाविद्यालयामार्फत पुरवल्या जाणाऱ्या निवासाची सुविधा न घेता इतरत्र राहणारा विद्यार्थी.

non-selective school – (नॉन् सिले'क्टिव्ह स्कूल) **निवड करण्याची कुवत (पद्धत) नसणारी शाळा :** ज्या शाळांमध्ये विद्यार्थ्यांची क्षमता, संपादनशीलता इत्यादी लक्षात न घेता अथवा कोणत्याही प्रकारची प्रवेश चाचणी न घेता सर्व विद्यार्थ्यांस प्रवेश दिला जातो अशी शाळा.

non-verbal communication – (नॉन्व्हॅ'ऽबल् कम्यू'निकेऽशन्) **अशाब्दिक संप्रेषणा :** देहबोली, चेहऱ्यावरील हावभाव यांच्या साहाय्याने शब्दाविना केलेले संप्रेषण, यामध्ये शब्दांचा कोणत्याही प्रकारे समावेश नसतो.

normal probability curve – (नॉ'ऽमल् प्रॉ'बबि'लिटि कऽव्ह) **सामान्य संभाव्यता वक्र :** संख्याशास्त्रातील ही एक संज्ञा असून याचा आलेख घंटाकृती होत असल्याने त्याला घंटाकृती वक्र असेही म्हणतात. ह्या आलेखातून निघणारा निष्कर्ष हा संभाव्य स्वरूपाचा असल्याने याला सामान्य संभाव्यता वक्र म्हणतात.

normal school – (नॉ'ऽमल् स्कूल्) दोन वर्षाचे शिक्षक प्रशिक्षण देणाऱ्या एकोणिसाव्या शतकात प्रचलित असणाऱ्या शिक्षक प्रशिक्षण संस्था.

norm-referenced evaluation – (नॉऽम् रे'फरन्स्ड् इव्हॅ'ल्युए'ऽशन्) मानकसंदर्भित मूल्यमापन एखाद्या विद्यार्थ्याच्या कृतींचे इतर विद्यार्थ्यांच्या कृतीसंदर्भात मूल्यमापन करणे, इतरांच्या तुलनेत त्या विशिष्ट विद्यार्थ्याचे स्थान ठरवणे.

note-book – (नोऽट्बुक्) **टिपणवही :** अध्ययन-अध्यापन प्रक्रियेमध्ये टिपणे लिहून घेण्यासाठी वापरण्यात येणारी वही.

notes – (नो'ऽटस्) **टिपणे :** अध्ययन-अध्यापन प्रक्रियेवेळी, एखाद्या भाषणावेळी केलेल्या महत्त्वांच्या मुद्यांच्या नोंदींना टिपणे म्हणतात.

notice – (नो'ऽटिस्) **सूचना :** विशिष्ट गोष्ट लक्षात आणून देणे.

novice teacher – (नॉ'व्हिस् टी'चऽ) अनुनभवी किंवा उमेदवारी काळामध्ये काम करणारा शिक्षक.

null hypotheses – (नॅल् हायपॉ'थिसिस्) **शून्य परिकल्पना :** शून्य परिकल्पनेमध्ये दोन चलातील संबंधक किंवा अंतर शून्य आहे अशी कल्पना करण्यात येते.

nursery education – (न'ऽसरि ए'ड्युके'ऽशन्) **शाळापूर्व वयामध्ये देण्यात येणारे शिक्षण :** पूर्वप्राथमिक शाळेत देण्यात येणारे शिक्षण.

nurture – (न'ऽचऽ) **संगोपन :** एखाद्या व्यक्तिच्या वाढ व विकासामध्ये साहाय्य करणे.

nutrition – (न्यू'ट्रिशन्) **पोषण :** व्यक्तीचे आरोग्य व वाढ यासाठी आवश्यक असणारी अन्नघटकांचे आदान-प्रदान करण्याची प्रक्रिया.

❑

O

obedience – (अबी'ड्यन्स्) **आज्ञापालन, आज्ञाधारकपणा :** दिलेल्या आज्ञांचे पालन करणे.

obesity – (ऑबी'सिटि) **स्थूलत्त्व, लठ्ठपणा :** अतिखाण्यामुळे निर्माण झालेला प्रकृती बिघाड.

object – (ऑब्जिक्ट्) दिसते अगर स्पर्श करता येतो अशी वस्तू

objective – (ऑब्जे'क्टिव्ह्) **वस्तुनिष्ठ :** सत्य (व्यक्ती अगर दृष्टीनिष्ठ नव्हे असा.) साध्य, उद्दिष्ट

objective method – (ऑब्जे'क्टिव्ह् मे'थड्) **वस्तुनिष्ठ पद्धती :** लहान मुलांना अध्यापन करताना विविध वस्तूंचा वापर करणे उपयुक्त ठरते. मूर्त वस्तूंच्याद्वारे अध्ययन करून विद्यार्थी अमूर्त विचारांकडे सुलभपणे जातात. म्हणून वस्तुनिष्ठ पद्धती शैक्षणिकदृष्ट्या उपयुक्त ठरते.

objective question – (ऑब्जे'क्टिव्ह् क्वे'स्चन्) **वस्तुनिष्ठ प्रश्न :** ज्या प्रश्नाचे उत्तर एक व एकच असते अशा प्रश्नांना वस्तुनिष्ठ प्रश्न म्हणतात.

objective test – (ऑब्जे'क्टिव्ह् टेस्ट्) **वस्तुनिष्ठ कसोटी / चाचणी :** जेव्हा कोणतीही व्यक्ती त्रयस्थपणे मुलांना चाचणी देवून त्यांच्या गुणांचे मोजमाप करू शकते तेव्हा त्या चाचणीस वस्तुनिष्ठ चाचणी म्हणतात.

observation – (ऑ'ब्झव्हे'ऽशन्) **निरीक्षण :** निरीक्षणामध्ये व्यक्तीच्या कृती, वर्तन इ. पाहून त्यांचे विश्लेषण करून नोंद करावी लागते.

observation method – (ऑ'ब्झव्हे'ऽशन् मे'थड्) **निरीक्षण पद्धती :** निरीक्षण पद्धती ही वर्णनात्मक संशोधन पद्धतीची उपपद्धती आहे ज्यामध्ये विशिष्ट माहिती मिळविण्यासाठी निरीक्षण केले जाते. (एखाद्या वस्तू, घटना अथवा व्यक्तीचे).

observational learning – (ऑ'ब्झव्हे'ऽशनल् ल'ऽनिंग्) **निरीक्षणात्मक अध्ययन :** इतरांच्या वर्तनाचे अनुकरण करण्यावर अवलंबून असणारा अध्ययनाचा प्रकार.

observational research – (ऑ'ब्झव्हे'ऽशनल् रिस'ऽच) **निरीक्षणात्मक संशोधन : वर्णनात्मक संशोधनाचा प्रकार :** ज्यामध्ये व्यक्तीला प्रश्न विचारून माहिती संकलन करण्यापेक्षा व्यक्तीच्या प्रत्यक्ष निरीक्षणावर भर दिला जातो.

observer – (अब्झ'ऽव्ह्ऽ) **निरीक्षक :** निरीक्षण करणारी व्यक्ती. विशिष्ट ज्ञानप्राप्तीसाठी व्यक्ती वा व्यक्तीसमूहाचे प्रत्यक्ष वर्तन पाहून त्याचे पद्धतशीर विश्लेषण व नोंदी करणाऱ्या व्यक्तीला निरीक्षक म्हणतात. निरीक्षकात अत्यंत सहज, नैसर्गिक, अनिर्बंधित अनुभवापासून ते अत्यंत निश्चित व नियंत्रित अशा प्रयोगशाळेतील प्रयोगांच्या छायाचित्रित निरीक्षणापर्यंत विविध गोष्टीचे निरीक्षण करावे लागते.

observer bias – (अब्झ'ऽव्ह्ऽ बा'इअस्) **निरीक्षकाचा पूर्वग्रह :** निरीक्षकाच्या अपेक्षा किंवा पूर्वग्रहाचा निरीक्षण करण्यात येणाऱ्या वस्तूंवर होणारा परिणाम.

one teacher school – (वॅन् टीचऽ स्कूल) **एक शिक्षकी शाळा :** ज्या शाळांमध्ये विद्यार्थीसंख्या पुरेशी नसल्यामुळे इयत्ता १ ते ४ पर्यंत एकच शिक्षक नेमलेला असतो त्या शाळांना एकशिक्षकी शाळा म्हणतात.

open admission – (ओ'ऽपन् अड्मि'शन्) **मुक्त प्रवेश :** महाविद्यालयामध्ये उच्च माध्यमिक परीक्षा उत्तीर्ण झालेल्या प्रत्येकाला प्रवेश देणे म्हणजे मुक्त प्रवेश होय.

open book test – (ओ'ऽपन् बुक् टेस्ट) ज्या लेखी परीक्षेमध्ये विद्यार्थ्यांना पुस्तके अथवा टिप्पणे वापरून उत्तरे लिहिण्याची परवानगी असते अशी परीक्षा.

open education – (ओ'ऽपन् ए'ड्युके'ऽशन्) **मुक्त शिक्षण :** शिक्षणाची अशी संकल्पना जिथे वर्ग आराखड्यामध्ये लवचिकता असते, एकाच वेळी विविध अध्ययन कृतींचा समावेश असतो व विद्यार्थी स्वदिग्दर्शित कृती करत असतात.

open learning – (ओ'ऽपन् ल'ऽनिंग्) **मुक्त अध्ययन :** ज्या अध्ययनामध्ये विद्यार्थी घरी अध्ययन करता येणारे साहित्य वापरतात व शैक्षणिक संस्थेमध्ये उपस्थित राहण्याची आवश्यकता नसते.

open school – (ओ'ऽपन् स्कूल) **मुक्त शाळा :** शिक्षणव्यवस्था व शिक्षणप्रक्रिया यामधे मुक्तता व लवचिकता आणून समाजातील सर्व स्तरावरील वंचितांना शिक्षणाची सुविधा प्राप्त करून देणारी शैक्षणिक संस्था म्हणजे मुक्तशाळा होय.

open university – (ओ'ऽपन् यू'निव्ह्'ऽसिटी) **मुक्त विद्यापीठ :** मुक्तविद्यापीठामध्ये पारंपरिक विद्यापीठांच्या शिक्षणप्रक्रियेतील वय, शिक्षण, उपस्थिती या नियमांसंबंधी

लवचिकता देऊन विद्यार्थ्यांना शिक्षणाची संधी दिली जाते. नोकरी, व्यवसाय सांभाळून शिक्षण घेणाऱ्या प्रौढांना याचा फायदा होतो.

open-ended question – (ओ'ऽपन् एन्डेऽड् क्वे'स्चन्) **मुक्त प्रश्न :** ज्या प्रश्नाची एकापेक्षा अनेक उत्तरे असू शकतात असा प्रश्न.

operant conditioning – (ऑ'परन्ट् कन्डि'शनिंग्) **साधक अभिसंधान :** असा अध्ययन प्रकार ज्यामध्ये बक्षीस किंवा शिक्षा या दोहोंच्या माध्यमातून वर्तन नियंत्रित केले जाते.

operational definition – (ऑ'परे'ऽशनल् डे'फिनि'शन्) **कार्यात्मक व्याख्या :** संशोधनामध्ये शब्दांचे काही विशिष्ट अर्थ असतात. अशा शब्दांच्या व्याख्या संशोधनात अपेक्षित असलेल्या दिल्या जातात. अशा व्याख्यांना कार्यात्मक व्याख्या म्हणतात.

opinionnaire – (अपि'न्यन्ऽ) **मतावली, अभिवृत्तीमापिका :** मतावलीमध्ये प्रतिसादकाने प्रश्नाच्या उत्तरामध्ये आपली मते व्यक्त करावीत अशी अपेक्षा असते. व्यक्तीचा कल समजण्यासाठी मतावली किंवा अभिवृत्तीमापिका संशोधनाचे साधन म्हणून वापरले जाते.

optional subject – (ऑ'प्शनल् सं'ब्जे'क्ट्) **ऐच्छिक विषय :** सक्तीच्या विषयाशिवाय विद्यार्थ्यांना आपल्या आवडीनुसार अथवा गरजेनुसार जे विषय अभ्यासता येतात त्यांना ऐच्छिक अथवा वैकल्पिक विषय म्हणतात. विद्यार्थ्यांच्या सुप्त गुणांना वाव मिळावा व त्यांच्या विकासास हातभार लागावा म्हणून अभ्यासक्रमात असे विषय ठेवण्यात आले आहेत.

oral language skill – (ऑ'ऽरल् ल'न्ग्विज् स्किल्) **मौखिक भाषिक कौशल्य :** भाषण किंवा दैनंदिन तोंडी व्यवहारामध्ये परिणामकारकपणे भाषा वापरण्याचे कौशल्य.

oral reading – (ऑ'ऽरल् री'डिन्ग्) **मौखिक वाचन, प्रकट वाचन :** शब्दांचे प्रकट उच्चारण करून वाचणे.

oral test – (ऑ'ऽरल् टेस्ट्) **तोंडी / मौखिक चाचणी :** लेखी परीक्षांऐवजी विचारलेल्या प्रश्नांना तोंडी उत्तरे देण्याची सुविधा असलेली चाचणी, ज्यामध्ये परीक्षक विद्यार्थ्यांना काही प्रश्न विचारून त्यांचे संपादन तपासतात.

organization – (ऑ'गनाइझे'ऽशन्) **संघटना :** समान ध्येय-उद्दिष्ट्ये, अपेक्षा असणारे दोन अथवा त्यापेक्षा जास्त समुहांनी एकत्र येण्याची स्थिती.

orientation course – (ऑ'ऽरिएन्टेऽशन् कॉऽस्) **उद्‌बोधन वर्ग :** एखादा नवा व्यवसाय किंवा अध्यापनासाठी एखादा नवीन विषय व्यक्तीस किंवा समूहास

द्यावयाचा असेल तर तो व्यवसाय किंवा विषय याचे पूर्वज्ञान देणे आवश्यक असते. त्यासाठी जो वर्ग आयोजित केला जातो त्यास उद्‌बोधन वर्ग म्हणतात.

out of school youth – (आउट् ऑव्ह् स्कूल यू'थ) **शालाबाह्य तरुण / तरुणी :** शालायोग्य वयाचे मूल ज्याला शाळा उपस्थितीतून सूट मिळाली आहे किंवा काही समर्थनीय कारणासाठी शालेय उपस्थित न राहणारे शालायोग्य वयाचे मूल.

over achievement – (ओ'ऽव्ह्ऽ अची'व्ह्मन्ट्) **अतीसंपादन :** विशिष्ट संपादन पातळीपेक्षा जास्त संपादन.

over achiever – (ओ'ऽव्हअची'व्हऽ) **अतिसंपदनशील :** अपेक्षेपेक्षा जास्त नैपुण्य मिळविल्यास अथवा गुणवत्ता संपादन केल्यास त्या विद्यार्थ्यास अतिसंपादनशील विद्यार्थी म्हणतात.

over learning – (ओ'ऽव्हऽल'निंग) **अतिअध्ययन :** एखाद्या कृतीवर प्रभुत्त्व मिळविण्यासाठी अपेक्षित असलेल्या मर्यादेपेक्षा जास्त सराव अथवा आवर्तन चालू ठेवणारे असे अध्ययन.

overconfidence – (ओ'ऽव्हकॉ'न्फिडन्स्) **अतिआत्मविश्वास :** स्वत:बद्‌ल, स्वत:च्या क्षमतांबद्‌ल असणारा विशिष्ट मर्यादेपेक्षा जास्त विश्वास.

overhead projector – (ओ'ऽव्हहे'ड् प्रजे'क्टऽ) **उपरी प्रक्षेपी, उर्ध्व प्रक्षेपक :** वर्गामध्ये सुलभ अध्ययन-अध्यापन प्रक्रियेसाठी पडद्यावर किंवा भिंतीवर आकृत्या. चित्रे, नकाशा किंवा मजकूर इत्यादींचे प्रक्षेपण करण्यासाठी या यंत्राचा उपयोग केला जातो.

❑

P

palace school – (पॅ'लिस् स्कूल्) **पॅलेस शाळा :** राज्यकर्त्यांच्या राजवाड्यामध्ये चालवली जाणारी, राजघराण्यातील मुलांसाठीची शाळा.

panel – (पॅ'नल्) **तज्ज्ञ मंडळ :** शिक्षणातील निरनिराळ्या समस्या सोडविण्यासाठी किंवा अन्य काही कारणांसाठी त्यातील तज्ज्ञ व्यक्तींना बोलावून त्या त्या विषयांसाठी मंडळ नेमले जाते त्यास तज्ज्ञ मंडळ म्हणतात.

paper – (पे'ऽपऽ) **कागद, लेख :** शिक्षणक्षेत्रामध्ये ही संज्ञा अभ्यासपूर्वक लिहिलेल्या लेख, निबंध किंवा अहवालासाठी वापरली जाते.

paper-pencil test – (पे'ऽपऽ-पे'न्सल् टेस्ट्) **कागद पेन्सिल कसोटी :** लेखी उत्तरे अपेक्षित असलेली चाचणी.

paper-setter – (पे'ऽपऽ-से'टऽ) **प्राश्निक :** विद्यापीठे, महाविद्यालये अगर शालेय पातळीवरील परीक्षांसाठी त्या-त्या विषयानुसार प्रश्नपत्रिका तयार करणारी व्यक्ती.

paradigm – (पॅ'रडिम्) **उचित नमुना/योजना :** एखादे आदर्श / आदर्शवत प्रारूप म्हणजे उचित नमुना / योजना, ज्यास अनुसरून पुढील कारवाई होत असते.

paralanguage – (पॅ'रलॅन्ग्विज्) **साहाय्यकभाषा, अशाब्दिक संकेत :** उदा. शरीरभाषा, नेत्रसंकेत इ.

paralinguistic communication – **साहाय्यक भाषेद्वारा संप्रेषण :** या संज्ञेचा शाब्दिक अर्थ आहे भाषापूर्ण संप्रेषण. उदा. पालकांनी बालकाशी खेळ, हावभाव, ध्वनी, अनुकरण, देहबोली याद्वारे केलेले संप्रेषण.

parameter – (पॅ'रमी'टऽ) **प्राचलन :** जनसंख्येचे वर्तन दाखवणारे संख्यात्मक प्रमाण.

parent – (पे'अरन्ट्) **पालक :** विद्यार्थ्याचे आई वडील अथवा त्याची जबाबदारी घेणारी व्यक्ती.

parent education – (पे'अरन्ट् ए'ड्युके'ऽशन्) **पालक शिक्षण :** पालकांच्या वाढ विकासाबाबतचे शिक्षण पालकांना देणे.

parental value system – (परे'न्ट्ल् व्हॅ'ल्यू सि'स्टम्) **पालकांची मूल्यव्यवस्था :** पालकांचे सामाजिक, शैक्षणिक, राजकीय, धार्मिक, नैतिक बाबींसंबंधी असणारे विचार व मते.

parenthood education – (पे'अरन्ट्हुड् ए'ड्युकेऽशन्) **पालकत्त्वाचे शिक्षण :** साधारणपणे १३ ते २१ वर्षे वयाच्या मुलामुलींना बालविकासाचे शिक्षण देणे जेणेकरून ते भविष्यामध्ये जबाबदार पालक होतील.

parenting style – (पे'अर'न्टिन्ग स्टाइल) **पालकत्त्वाची शैली :** आपल्या बालकांना / पाल्यांना वाढवताना, त्यांचे संगोपन करताना व पालकांकडून घडणारे सर्वसाधारण वर्तन.

parent's day – (पे'अरन्ट्स् डे'ऽ) **पालकदिन :** शाळेमध्ये विद्यार्थ्यांच्या पालकांना मुद्दाम आमंत्रित करून वर्षातून एक दिवस साजरा केला जातो त्यास पालकदिन म्हणतात.

parent-teacher association – (पे'अरन्ट्-टी'चऽ असो'ऽशिएऽशन्) **पालक-शिक्षक संघ :** शालेय विद्यार्थ्यांच्या सर्वांगीण विकासासाठी शिक्षक व पालक यांनी एकत्रित प्रयत्न करण्याची आवश्यकता भासते. यासाठी शालेय शिक्षक व पालक यांनी एकत्र येऊन स्थापन केलेल्या संघटनेस 'पालक शिक्षक संघ' असे म्हणतात.

parochial school – (परो'किअल् स्कूल) **बंदिस्त -शिक्षण विद्यालय :** विविध धार्मिक संघटनांनी धर्मकारणास्तव चालवलेल्या खाजगी, प्राथमिक व माध्यमिक शाळा.

part learning – (पाऽट् ल'ऽनिंग्) **भागशः अध्ययनः** कोणत्याही विस्तृत माहितीचे उपभाग पाडून, उपकौशल्यांमध्ये विभाजन करून अध्ययन करणे.

partial tuition student – (पा'ऽशल् ट्यू'इशन् स्ट्यू'डन्ट्) **शिक्षणासाठीचे अपुरे शुल्क भरलेला विद्यार्थी :** संपूर्ण शुल्कापेक्षा कमी शिक्षणशुल्क ज्या विद्यार्थ्याने भरलेले आहे असा विद्यार्थी.

parts of speech – (पा'ऽट्स ऑव्ह् स्वीच) **शब्दांच्या जाती / शब्दांचे वर्गीकरण :** शब्दांचे त्यांच्या वाक्यातील कार्यास अनुसरून केले जाणारे वर्गीकरण.

part-time education – (पाऽट्-टा'इम् ए'ड्युके'ऽशन्) **अंशकालीन शिक्षण :** इतर कामकाज करत असताना घेण्यात येणारे शिक्षण. या प्रकारामध्ये शिक्षण घेत असतानाच विद्यार्थी अर्थाजनासाठी काही कामधंदा करू शकतो.

part-time student – (पाऽट् टा'इम् स्ट्यू'डन्ट) **अंशकालीन विद्यार्थी :** नोकरी, व्यवसाय सांभाळून शिक्षण घेणारा विद्यार्थी.

part-time teacher – (पाऽट् टा'इम् टी'चऽ) **अंशकालीन शिक्षक :** कार्यभारास अनुसरून अंशकाल अध्यापन करणारे शिक्षक.

passive learning – (पॅ'सिव्ह ल'ऽनिंग्) **अक्रियाशील अध्ययन :** अध्ययनार्थीच्या कृतीशील सहभागाशिवाय घडलेले, फक्त अध्यापन झाले म्हणून घडलेले अध्ययन.

passive vocabulary – (पॅ'सिव्ह व्होऽकॅ'ब्युलरि) **अक्रियाशील शब्दसंग्रह :** बालकास समजणाऱ्या शब्दांची संख्या, एखाद्यास माहीत असणारे, ओळखता येणारे परंतु ज्यांचा वापर उस्फूर्तपणे करता येत नाही असे शब्द.

past student – (पाऽस्ट् स्ट्यू'डन्ट) **माजी विद्यार्थी :** जे विद्यार्थी शिक्षण पूर्ण करून उत्तीर्ण होऊन, किंवा अनुत्तीर्ण होऊन दाखला घेऊन बाहेर पडतात अशा विद्यार्थ्यांना माजी विद्यार्थी म्हणतात.

patriarchy – (पे'ऽट्रिआऽकी) **पुरुषसत्ताक समाज :** जो समाज पुरुषांमार्फत चालवला जातो, ज्या समाजामध्ये पुरुषांना प्राधान्य दिले जाते असा समाज.

pedagogical content knowledge – (पे'डगॉ'गिकल कॉ'न्टेन्ट् नॉ'लिज्) **अध्यापनशास्त्रीय् आशयज्ञान :** विशिष्ट आशय परिणामकारकपणे कसा शिकवावा याविषयीचे ज्ञान.

pedagogical roles – (पे'डगॉ'गिकल रोऽल्) **अध्यापनशास्त्रीय भूमिका :** वर्गामध्ये विद्यार्थ्यांकडून अध्यापन अध्ययन प्रक्रियेदरम्यान करण्यात येणाऱ्या विशिष्ट कृती.

pedagogy – (पे'डगॉ'गि) **अध्यापनशास्त्र :** अध्यापन कसे करावे यासंबंधीचे शास्त्र ज्यामध्ये अध्यापनाची तत्त्वे व पद्धती यांचा समावेश असतो.

peer counselling – (पिअऽ का'अन्सि'लिंग) **समवयस्कांचे समुपदेशन :** औपचारिक समुपदेशनाचा असा कार्यक्रम ज्यामध्ये काही विद्यार्थी इतर विद्यार्थ्यांना अध्ययनातील समस्या सोडवण्यासाठी मदत करतात.

peer counsellor – (पिअऽ का'उन्सलऽ) **समवयस्क समुपदेशक :** ज्या व्यक्तीने मार्गदर्शन व समुपदेशनाची पायाभूत कौशल्ये शिकलेली आहेत व समुपदेशन हा तिचा व्यवसाय नाही अशी व्यक्ती.

peer group – (पिअऽ ग्रूप्) **समवयस्कांचा समूह :** ज्या समूहातील व्यक्तींचे वय, अभिरूची व समाजातील स्थान एकाच पातळीवरचे आहे अशा व्यक्तींचा समूह.

peer tutor – (पिअऽ ट्यू'टऽ) **समवयस्क खासगी शिक्षक :** ज्यांना अध्ययनामध्ये काही कारणास्तव साहाय्य आवश्यक असते अशा विद्यार्थ्यांसाठी समवयस्क वर्गमित्रांचा शैक्षणिक मदत म्हणून वापर करणे, अशा साहाय्य करणाऱ्या एकाच वर्गातील विद्यार्थ्यांना समवयस्क शिक्षक म्हणतात.

pension – (पे'न्शन्) **निवृत्तीवेतन :** कर्मचाऱ्यास त्याच्या कार्यनिवृत्तीनंतर देण्यात येणारे अर्थसाहाय्य

percentage – (पर्से'न्टिज्) **शतमान, शेकडा प्रमाण :** विद्यार्थ्यांने परीक्षेमध्ये मिळविलेले प्रतिशेकडा गुण.

percentile rank – (पसे'न्टाईल रॅ'न्क्) **शततमक क्रम :** मापन श्रेणीतील विशिष्ट बिन्दू ज्याच्याखाली विशिष्ट टक्के व्यक्ती येतात.

perception – (पसे'प्शन्) **संवेदन अवबोध :** ज्ञानेंद्रियांमार्फत मिळविलेल्या माहितीतून जाणीव निर्माण करण्याची प्रक्रिया.

perceptual learning – (पसे'प्ट्युअल् ल'ऽनिंग्) **अवबोधात्मक, संवेदनात्मक अध्ययन :** अध्ययन म्हणजे नवीन संवेदनांचा विकास करणे किंवा दोन गोष्टींमध्ये नवीन नातेसंबंध प्रस्थापित करणे होय असे मानणारा विचारप्रवाह.

perennialism – (परे'ऽनिअलि'झम्) **निरंतरवाद, चिरकालवाद :** शिक्षण प्रक्रियेमध्ये चिरकाल टिकणारी निरंतर मूल्ये विद्यार्थ्यांमध्ये रुजवण्याचा प्रयत्न झाला पाहिजे असे मानणारा विचारप्रवाह.

performance – (पफॉऽ'मन्स) **कार्य, कृती :** एखादे अध्ययन कार्य दिले गेल्यास ते पूर्ण करण्यासाठी करण्यात आलेल्या व्यक्ती किंवा समूहाच्या सर्व कृती.

performance intelligence – (पफॉ'ऽमन्स इन्टे'लिजन्स्) **कृतीशील बुद्धिमत्ता :** कोडी सोडवणे, चित्रे पूर्ण करणे, वस्तूंचे विविध भाग जुळवणे या अशाब्दिक कृतींतून मोजली जाणारी बुद्धिमत्ता.

performance IQ – (पफॉ'ऽमन्स आयक्यू) **कृतीयुक्त बुद्ध्यंक :** बुद्धीच्या अशाब्दिक घटकांचे वर्णन करण्यासाठी डेव्हिड वेश्लर याने वापरलेली संज्ञा.

performance test – (पफॉ'ऽमन्स टेस्ट्) **कृतीयुक्त कसोटी :** भाषिक प्रतिसादाची आवश्यकता नसलेली बुद्धिमत्ता चाचणी.

period – (पि'अरिअड्) **तासिका :** शाळा, महाविद्यालयात प्रत्येक विषयाच्या अध्यापनासाठी विशिष्ट कालखंड ठरवलेला असतो. या कालखंडास तासिका म्हणतात.

peripatetic school – (पे'रिपटे'टिक् स्कूल) **गमनागमन शाळा :** ॲरिस्टॉटलने चालवलेली अथेन्स शहरातील शाळा. या शाळेद्वारे त्याने विविध स्तरातील विद्यार्थ्यांना ज्ञान देण्याचे काम केले. या शाळेत फेऱ्या मारत मारत विविध विषयांवर चर्चा होत असे.

peripatetic teacher – (पे'रिपटे'टिक टी'चऽ) **फिरस्ता शिक्षक :** विशेष कौशल्ये प्राप्त असलेला, एकापेक्षा जास्त शाळेमध्ये अध्यापकाचे कार्य करणारा शिक्षक.

permissive parents – (पमि'सिव्ह् पे'अरन्टस्) **मुक्तविचारी पालक :** पाल्यांना त्यांचे वर्तन नियंत्रित करण्याची परवानगी देणारे, कोणताही धाक न दाखवणारे, पाल्यांना मोकळीक देणारे पालक.

perseveration – (प'ऽसिव्हि'अरे'ऽशन्) **अनुभवांचे पुरश्चरण :** एखादा अनुभव घेतल्यानंतर त्याचे पडसाद मनात रेंगाळत रहातात. या प्रवृत्तीस अनुभवांचे पुरश्चरण म्हणतात.

persona – (पऽसो'ऽनऽ) **मुखवटा / बाह्य व्यक्तिमत्त्व :** १) 'व्यक्ती आपले व्यक्तित्व स्वत:पुढे अगर इतरांपुढे जे व जेवढे व्यक्त करते ते' – कार्ल युंग. २) पुरातन ग्रीसमध्ये अभिनेत्यांकडून वापरला जाणारा मुखवटा.

personal development – (प'ऽसनल् डिव्हे'लप्मन्ट्) **व्यक्तिगत विकास :** एखाद्या व्यक्तीच्या वाढीसोबत तिच्या व्यक्तिमत्त्वात होणारे बदल.

personal teaching – (प'ऽसनल् टी'चिन्ग्) **व्यक्तिगत अध्यापन :** लहान गटामध्ये प्रत्येकास व्यक्तिगतरीत्या शिकविणे.

personality – (प'ऽसनॅ'लिटि) **व्यक्तिमत्त्व :** एखादी व्यक्ती पाहिल्यानंतर त्या व्यक्तीचा जो ठसा आपल्यावर उमटतो त्याला सामान्यत: आपण 'व्यक्तिमत्त्व' असे म्हणतो.

personality assessment – (प'ऽसनॅ'लिटी असे'स्मन्ट्) **व्यक्तिमत्त्व मूल्यमापन :** विविध तंत्रे वापरून केलेले व्यक्तिमत्त्व विश्लेषण.

personality development – (प'ऽसनॅ'लिटी डिव्हे'लप्मन्ट्) **व्यक्तिमत्त्व विकास :** व्यक्तीची उपजत गुणवैशिष्ट्ये व क्षमता, अर्जित कौशल्ये यांचा शिक्षण व प्रशिक्षणाच्या माध्यमातून विकास करणे म्हणजे व्यक्तिमत्त्व विकास होय.

personality disintegration – (प'ऽसनॅ'लिटि डिसि'न्टिग्रे'ऽशन्) **व्यक्तिमत्त्व विभाजन :** व्यक्तीचे विचार, भावना व कृती यातील समन्वय विस्कळीत होणे.

personality inventory – (प'ऽसनॅ'लिटि इ'न्व्हेन्टरि) **व्यक्तिमत्त्व शोधिका :** व्यक्तिगत विचार, भावभावना यासंबंधीची प्रश्नावली ज्यावरून त्या व्यक्तीच्या व्यक्तिमत्त्वाचे मूल्यमापन करता येते.

personality questionnaire – (प'ऽसनॅ'लिटी क्वे'स्टिऑने'अ) **व्यक्तिमत्त्व प्रश्नावली :** प्रतिसादकाच्या व्यक्तिमत्त्वाच्या विविध पैलूंचा शोध घेण्यासाठी असलेली, लेखी उत्तरे देणे अपेक्षित असलेली चाचणी

personality test – (प'ऽसनॅ'लिटि टेस्ट) **व्यक्तिमत्त्व कसोटी :** प्रतिसादकाच्या व्यक्तिमत्त्वातील अबौद्धिक किंवा 'बुद्धिमत्ता' या घटकाशिवाय इतर घटकांचे मापन करण्यासाठी तयार करण्यात आलेली चाचणी ज्यामध्ये व्यक्तीच्या प्रेरणा, अभिवृत्ती यांचे तिच्या क्षमतांच्या संदर्भात मापन केले जाते.

personality theory – (प'ऽसनॅ'लिटि थि'अरि) **व्यक्तिमत्त्व उपपत्ती :** व्यक्तिमत्त्व समजून घेण्यासाठी / स्पष्ट करण्यासाठी असलेली काही तत्त्वे व संकल्पना यावर आधारित असलेली एकात्मिक व्यवस्था.

personality trait – (प'ऽसनॅ'लिटि ट्रेऽ) **व्यक्तिमत्त्व गुणघटक :** व्यक्तिच्या वर्तनामध्ये वारंवार आढळणारे गुणवैशिष्ट्य.

personality type – (प'ऽसनॅ'लिटि टाइप) **व्यक्तिमत्त्व प्रकार :** सापेक्ष गुणवैशिष्ट्यांच्या, गुणघटकांच्या समुहांच्या संदर्भातील व्यक्तिमत्त्वाची शैली.

personalization – (प'ऽसन्लाइझे'ऽशन्) **व्यक्तिगत ठसा :** बौद्धिक व भावनिकदृष्ट्या परिचित उदाहरणे देऊन पाठाचा आशय विद्यार्थ्यांसाठी जास्तीत जास्त अर्थपूर्ण बनवणे, म्हणजेच त्यावर आपला व्यक्तिगत ठसा उमटवणे.

persuasion – (पस्वे'ऽझ्यन्) **अनुकूलन, मन वळवणे :** बदल घडवून आणण्यासाठी केलेले सहेतुक संप्रेषण.

philology – (फिलॉ'लजि) **भाषाशास्त्र :** भाषेचा उगम, व्याकरण, चिकित्सा, यासंबंधी भाषेचा अभ्यास.

philosophy – (फिलॉ'सफि) **तत्त्वज्ञान :** आपल्या अनुभवांची एका मोठ्या व्यापक चौकटीत बौद्धिक संगती लावणे व या चौकटीसंदर्भात मानवी जीवनाला वळण लावण्याचा, दिशा दाखवण्याचा प्रयत्न करणे म्हणजे सर्वसामान्य तत्त्वज्ञान होय.

philosophy of education – (फिलॉ'सफि ऑव्ह् ए'ड्युके'ऽशन्) **शिक्षणाचे तत्त्वज्ञान :** शिक्षणासाठी आवश्यक असणाऱ्या तात्त्विक अधिष्ठानास शिक्षणाचे तत्त्वज्ञान म्हणतात.

phobia – (फो'बिअ) **भयगंड :** एखादी वस्तू किंवा परिस्थिती याविषयी वाटणारी मानसिक, भावनिक भीती अथवा तिरस्कार.

phoneme – (फोनी'म्) **ध्वनीचे एकक :** बोलीभाषेतील ध्वनीचे मूलभूत एकक, भिन्न तऱ्हेने लिहिला जाणारा पण एकच ध्वनी.

phonetics – (फोऽने'टिक्स्) **उच्चारशास्त्र :** बोली भाषेत वापरल्या जाणाऱ्या ध्वनींचा अभ्यास. भाषाशास्त्रातील अशी शाखा ज्यामध्ये भाषणातील ध्वनींचे विश्लेषण केले जाते.

phonology – (फोऽनॉ'लजि) **उच्चारांचे शास्त्रशुद्ध वर्गीकरण :** भाषेतील उच्चार व त्यांच्या विचारांचा अभ्यास, ध्वनींचा इतिहास व उपपत्ती ज्यामध्ये भाषेतील शब्दसंबंधांचे नियम व त्यातील संबंध यांचा अभ्यास केला जातो.

physical development – (फि'झिकल् डिव्हे'लप्मन्ट्) **शारीरिक विकास :** संपूर्ण आयुष्यभरामध्ये होणारे शारीरिक बदल, परिपक्वता व वाढ.

physical education – (फि'झिकल ए'ड्युके'ऽशन्) **शारीरिक शिक्षण :** विद्यार्थ्यांच्या शारीरिक विकासासाठी व्यायाम, खेळ यांचा समावेश असलेला अभ्यासक्रम.

physical punishment – (फि'झिकल् प'निशमन्ट्) **शारीरिक शिक्षा :** विद्यार्थ्याला त्याच्या चुकांसाठी मार देणे अथवा शारीरिक त्रास होईल अशा कृती करावयास लावणे किंवा करणे.

physical resources – (फि'झिकल् रिसॉ'ऽसस्) **भौतिक साधनसंपत्ती :** शाळा, महाविद्यालयातील शिक्षणासाठी आवश्यक इमारत, खुर्च्या, बाके, कपाटे व तत्सम वस्तू व यासारख्याच आवश्यक असणाऱ्या सुविधा (मानवी संसाधना व्यतिरिक्त).

physics – (फि'झिक्स) **भौतिकशास्त्र, पदार्थविज्ञान :** द्रव्य अगर पदार्थ व उर्जा यातील मूलभूत संबंध अभ्यासणारे शास्त्र म्हणजे भौतिकशास्त्र.

pie chart – (पाऽइ चाऽट्) **पायचार्ट :** एका संपूर्ण वस्तूमध्ये किती घटक अंतर्भूत आहेत याचे आलेखाच्या साहाय्याने सादरीकरण करणे.

pilot school – (पा'इलट् स्कूल) **पथदर्शक शाळा :** अध्यापनातील नवीन पद्धती व कल्पना यांचा विकास व परीक्षण करण्यासाठी चालवण्यात येणारी शाळा.

pilot study – (पा'इलट् स्टि'डि) **पथदर्शी अभ्यास :** मोठ्या प्रमाणावर संशोधन हाती घेण्यापूर्वी त्याच संशोधनाची कार्यपद्धती वापरून लहान प्रमाणावर केला जाणारा अभ्यास.

pitch – (पिच्) **तीव्रता :** ध्वनीलहरींवर प्रामुख्याने अवलंबून असणारी, ध्वनींची उच्च किंवा न्यूनतम पातळी.

pituitary gland – (पि'ट्युटरि ग्लॅन्ड्) **पीयुषिका :** स्वतः वाढीशी संबंधित हार्मोन्स् स्त्रवणारी व इतर ग्रंथींच्या हार्मोन्स् स्त्रवण्यावर प्रभाव टाकणारी मेंदूतील ग्रंथी.

placement service – (प्लेऽस्मन्ट स'ऽव्हिस्) **नोकरी मिळवून देणारी व्यवस्था :** नोकरी, व्यवसाय यासंदर्भात मार्गदर्शन करणारी व्यवस्था.

play attitude – (प्लेऽ ॲ'टिट्यूड्) **क्रीडा वृत्ती :** जबाबदारीची जाणीव ठेवून चिकाटीने काम करणे, हार-जीत समान पातळीवर घेणे यास क्रीडावृत्ती म्हणतात.

play ground – (प्ले'ऽग्राऊन्ड्) **क्रीडांगण :** कवायत किंवा विविध खेळ खेळण्यासाठी शाळा, महाविद्यालय किंवा इतरत्र नियोजित केलेली जागा.

play school – (प्लेऽ स्कूल) **क्रीडाशाळा :** शालापूर्व वयातील बालकांचे मनोरंजन व सामाजिक समायोजन यासाठी चालवली जाणारी शाळा.

playway method – (प्ले'ऽवेऽ मे'थड्) **क्रीडन पद्धती :** क्रीडेद्वारे शिक्षण देण्याच्या प्रगत अध्यापन पद्धतीस क्रीडन पद्धती म्हणतात. ही संज्ञा प्रथम काल्डवेल कुक या शिक्षकाने इंग्रजी भाषा शिकविण्यासंदर्भात वापरली.

polytechnique – (पॉ'लिटे'क्निक्) **तंत्रनिकेतन :** तांत्रिक पदविका अभ्यासक्रम शिकवले जाण्याचे ठिकाण.

population – (पॉ'प्युले'ऽशन्) **लोकसंख्या :** विशिष्ट प्रदेशातील माणसांची मोजलेली संख्या म्हणजे लोकसंख्या.

population control – (पॉ'प्युले'ऽशन् कन्ट्रो'ऽल) **लोकसंख्या नियंत्रण :** वाढत्या लोकसंख्येचे दुष्परिणाम टाळण्यासाठी लोकसंख्या नियंत्रित ठेवणे म्हणजे लोकसंख्या नियंत्रण.

population density – (पॉ'प्युले'ऽशन् डे'न्सिटि) **लोकसंख्येची घनता :** दर चौरस किलोमीटर क्षेत्रातील असलेली प्रत्यक्ष लोकसंख्या म्हणजे लोकसंख्येची घनता.

population education – (पॉ'प्युले'ऽशन् ए'ड्युके'ऽशन्) **लोकसंख्या शिक्षण :** लोकसंख्येचा विस्फोट व त्याचे दुष्परिणाम याची जाणीव विद्यार्थ्यांमध्ये निर्माण करण्यासाठी 'लोकसंख्या शिक्षण' या विषयांचा समावेश शालेय शिक्षणात करावा असे तज्ज्ञांचे मत आहे.

population growth – (पॉ'प्युले'ऽशन ग्रो'ऽथ्) **लोकसंख्या वाढ :** जेव्हा जन्मप्रमाण हे मृत्यूप्रमाणापेक्षा जास्त असते तेव्हा त्यास लोकसंख्येची वाढ म्हणतात.

positive correlation – (पॉ'झिटिव्ह कॉ'रिले'ऽशन) **धन सहसंबंध :** दोन सहचलातील वाढ एकाच वेळी होत असेल तर त्या दोन चलांमध्ये धन सहसंबंध आहे असे म्हणतात.

positive punishment – (पॉ'झिटिव्ह् प'निश्मन्ट्) **सकारात्मक शिक्षा :** एखाद्या वर्तनासाठी अवांच्छित प्रतिसाद मिळण्याची शक्यता कमी करण्यासाठी सादर केलेला उद्दीपक.

positive reinforcement – (पॉ'झिटिव्ह् रीइन्फॉ'ऽस्मन्ट) **धनप्रबलीकरण :** दिलेल्या प्रतिसादाची शक्ती बक्षीसाद्वारा वाढविण्याची अभिसंधानातील प्रक्रिया.

positive transfer – (पॉ'झिटिव्ह ट्रॅ'न्स्फऽ) **धन-संक्रमण :** एखादी नवी गोष्ट शिकताना पूर्वी शिकलेल्या गोष्टीचा फायदा होतो तेव्हा त्यास धन-संक्रमण म्हणतात.

post graduate – (पो'ऽस्टग्रॅ'ड्युअट्) **पदत्त्युत्तर :** एखादी पदवी विद्यापीठाकडून प्राप्त झाल्यानंतरही पुढील पदवी घेतल्यास त्यास पदव्युत्तर म्हणतात.

post test – (पो'ऽस्ट-टेस्ट्) **उत्तर चाचणी :** प्रशिक्षण संशोधन कार्यक्रमाच्या शेवटी दिली जाणारी चाचणी ज्याद्वारे निर्धारित उद्दिष्ट साध्य झाले किंवा नाही हे पाहिले जाते.

potency – (पो'ऽटन्सि) **सामर्थ्य :** प्रबलकाची वर्तन शक्तिशाली करण्याची क्षमता.

potentiality : (पोऽटेन्शिअॅ'लिटि) **सुप्तशक्ती :** प्रत्येक व्यक्तीच्या अंगी असणारे अंतर्गत सामर्थ्य

poverty – (पॉ'व्हटि) **गरिबी, दारिद्र्य :** व्यक्ती किंवा समुहाचा समाजातील जीवनस्तर अपेक्षेपेक्षा कमी असतो ती परिस्थिती.

practical intelligence – (प्रॅक्टिकूल् इन्टे'लिजन्स्) **व्यावहारिक बुद्धिमत्ता :** शालांतर्गत व शालाबाह्य यशासाठी आवश्यक असलेले डावपेचात्मक ज्ञान.

practice – (प्रॅ'क्टिस्) **सराव :** एकच गोष्ट अचूक येण्यासाठी तिचा पुन:पुन्हा अभ्यास करणे, एखाद्या गोष्टीची नियमित पुनरावृत्ती.

practice lesson – (प्रॅ'क्टिस् ले'सन्) **सरावपाठ :** प्रशिक्षणसंस्थातील प्रशिक्षणार्थींना अध्यापनाचा अनुभव मिळावा म्हणून काही सरावशाळांमध्ये वर्षभर ठराविक पाठ घेण्याची योजना असते. या पाठांना सरावपाठ म्हणतात.

practice teaching – (प्रॅ'क्टिस् टी'चिंग्) **सराव अध्यापन :** प्रशिक्षणार्थींनी प्रशिक्षणकाळादरम्यान सरावशाळांमध्ये केलेले अध्यापन.

pragmatism – (प्रॅग्मॅ'टिझम्) **उपयुक्ततावाद :** कोणत्याही गोष्टीचा मानवाला प्रत्यक्ष जीवन जगण्यासाठी काय व कसा उपयोग होतो यावर त्या गोष्टीचे महत्त्व ठरते हे सांगणारी तत्त्वज्ञानाची एक शाखा.

praise – (प्रेऽझ्) **स्तुती :** विद्यार्थ्यांच्या चांगल्या कामाबद्दल त्याला दिलेले शाब्दिक प्रोत्साहन.

precise teaching – (प्रिसा'इस् टी'चिंग्) **अचूक अध्यापन :** नव्याने मुख्य प्रवाहात आलेल्या विद्यार्थ्यांना शिकविण्यासाठी वापरले जाणारे अध्यापन तंत्र.

prejudice – (प्रे'जडिस्) **पूर्वग्रह :** एखाद्या वांशिक किंवा धार्मिक गटाबद्दल असणारी नकारात्मक वृत्ती.

premoral stage – (प्रीमॉ'रल् स्टेऽज्) **पूर्व-नैतिक अवस्था :** नैतिक विकासाच्या कोहेलबर्गच्या तीन अवस्थांपैकी प्रथम अवस्था.

pre-operational stage – (प्रीऑ'परेऽशनल स्टेऽज्) **क्रियापूर्व (बोधात्मक) अवस्था :** पियाजेच्या म्हणण्यानुसार या अवस्थेमध्ये कोणत्यातरी सूचना चिन्हांच्या आधारे कशाचे तरी प्रतिनिधित्त्व करण्याची क्षमता मुलांच्यामध्ये विकसित होते. हे प्रतिनिधित्त्व भाषा किंवा मानसप्रतिमांच्या आधारे केले जाते.

preparation – (प्रे'परेशन) **पूर्वतयारी :** अध्ययन अध्यापन प्रक्रियेमध्ये घटक शिकणे अथवा शिकविणे यापूर्वी केलेली तयारी.

preparedness – (प्रिपे'अड्निस्) **सज्जता, अनुकूलता :** प्रत्येक व्यक्ती / प्रजातीमध्ये अध्ययनाचे काही प्रकार इतरांच्यापेक्षा जास्त नैसर्गिक ठरतात. त्यास त्यांची त्या अध्ययनासाठीची अनुकूलता म्हणतात.

pre-post testing – (प्रि-पॉऽस्ट् टे'स्टिंग्) **पूर्व उत्तर चाचणी :** संशोधनप्रकल्पामध्ये करण्यात येणारी एकच चाचणी प्रयोगापूर्वी व प्रयोगानंतर देणे.

pre-primary education – (प्रि-प्रायमरि ए'ड्युके'ऽशन) **पूर्वप्राथमिक :** प्राथमिक शिक्षणापूर्वीचे शिक्षण.

preschool – (प्रि'स्कूल) **शाळापूर्व शाळा :** ज्या केंद्रामध्ये बालकांना पूर्वनियोजित सामाजिक व बौद्धिक अनुभव दिले जातात असे बालसंगोपन केंद्र.

presentation – (प्रे'झन्टे'ऽशन्) **विषयप्रतिपादन :** विषयप्रतिपादन या हर्बार्टच्या पंचपदीपैकी तिसऱ्या पायरीमध्ये स्पष्टीकरण, कथन व निवेदन यांचा समावेश होतो.

pressure – (प्रे'शऽ) **दबाव :** विशिष्ट वर्तन किंवा निकालासाठी इतरांच्या अपेक्षांचा मनावर येणारा भावनिक ताण.

pretest – (प्रि'टेस्ट) **पूर्वचाचणी :** १) विद्यार्थ्याचे ज्ञान व क्षमता जाणून घेण्यासाठी घेतली जाणारी चाचणी. २) संशोधनासाठी प्रयोगापूर्वी, प्रशिक्षणापूर्वी सद्यस्थितीतील क्षमता तपासण्यासाठी घेण्यात येणारी चाचणी.

priliminary examination – (प्रिलि'मिनरि इग्झॅ'मिने'शन्) **पूर्व परीक्षा :** मुख्य परीक्षेच्या पूर्वी घेतली जाणारी परीक्षा.

primary education – (प्रायमरि ए'ड्युके'ऽशन्) **प्राथमिक शिक्षण :** औपचारिक शिक्षणाची पहिली पायरी, भारतीय राज्यघटनेतील मार्गदर्शन तत्त्वांनुसार प्राथमिक शिक्षण हे सर्वांना सक्तीचे व मोफत दिले गेले पाहिजे.

primary source – (प्रा'इमरि सॉऽस्) **प्राथमिक स्त्रोत :** घटनेला साक्षी असलेल्या व्यक्तीने लिहिलेल्या, निर्माण केलेल्या किंवा तत्सम अन्य साधनांना प्राथमिक स्त्रोत म्हणतात.

principal – (प्रि'न्सिपल्) **प्राचार्य :** महाविद्यालयाचे कामकाज व व्यवस्थापन पाहणाऱ्या प्रमुख व्यक्तीस प्राचार्य म्हणतात.

principle – (प्रि'न्सिपल्) **तत्त्व :** दोन घटकांमधील सापेक्ष संबंध.

principles of teaching – (प्रि'न्सिपल्स् ऑव्ह् टी'चिंग्) **अध्यापनाची तत्त्वे :** विद्यार्थ्यांचे मानसशास्त्र व त्यांच्या क्षमता लक्षात घेऊन अध्यापन अध्ययन सुलभ होण्यासाठी मांडलेली काही तत्त्वे.

prison school – (प्रि'झन् स्कूल्) **कारागृह शाळा :** तुरुंगामध्ये पुरविण्यात येणाऱ्या शैक्षणिक सुविधा.

private college – (प्रा'इव्हिट् कॉ'लिज्) **खाजगी महाविद्यालय :** खासगी अर्थसाहाय्याच्या पाठबळावर चालणारे महाविद्यालय.

private school – (प्रा'इव्हिट् स्कूल्) **खासगी शाळा :** खासगी मालकी व संघटन असलेली शाळा.

probability – (प्रॉ'बबि'लिटि) **संभवनीयता :** एखादी गोष्ट पुन्हा पुन्हा घडण्याची अपेक्षित शक्यता.

probability sampling – (प्रॉ'बबि'लिटी सा'ऽम्पलिंग्) **संभाव्यता न्यादर्शन :** जनसंख्येतून न्यादर्शनाचे घटक निवडताना ते निवडले जाण्याची निश्चित संभावना ज्या पद्धतीत सांगता येते त्यास संभाव्यता न्यादर्शन पद्धती म्हणतात.

probation – (प्रो'ऽबे'शन) **परिवीक्षा :** एखाद्या नव्याने कामात रुजू झालेल्या कर्मचाऱ्याचा उमेदवारीचा काळ.

probation student – (प्रो'ऽबेशन् स्ट्यू'डन्ट्) **परिवीक्षा विद्यार्थी :** शाळा, महाविद्यालय यामध्ये एखाद्या विद्यार्थ्याला सुधारण्यासाठी संधी म्हणून शिक्षण घेण्यास परवानगी दिली जाते तेव्हा त्या विद्यार्थ्याला परिवीक्षा विद्यार्थी म्हणतात.

problem – (प्रॉ'ब्लम्) **समस्या :** सोडवणे आवश्यक आहे असा प्रश्न. संशोधनामध्ये समस्या निश्चित करणे हे महत्त्वाचे असते.

problem based learning – (प्रॉ'ब्लम् बेऽस्ड् ल'ऽनिंग) **समस्याधिष्ठित अध्ययन :** एकच एक अचूक उत्तर नसलेले वास्तववादी प्रश्न विद्यार्थ्यांना घटक अध्ययनासाठी पुरवणे.

problem solving – (प्रॉ'ब्लम् सॉव्हिंग) **समस्या निराकरण :** तार्किक विचार किंवा मर्मदृष्टीने एखादी समस्या सोडवण्यात येते असे अध्ययन.

problem statement – (प्रॉ'ब्लम् स्टे'ट्मन्ट) **समस्याविधान :** संशोधकाच्या संशोधन समस्येतील चले किंवा दोन चलातील जो संबंध शोधावयाचा ते दर्शवणारे विधान.

procedure – (प्रसी'जऽ) **कार्यपद्धती :** एखादी कृती नेहमी ज्या पद्धतीने केली जाते ती प्रचलित पद्धत.

productivity – (प्रॉ'डी'क्टि'व्हिटि) **उत्पादन क्षमता, उत्पादकता :** नवीन कल्पना व शक्यता निर्माण करण्याची भाषेची क्षमता.

profession – (प्रफे'शन्) **व्यवसाय उद्योगधंदा :** सृजनात्मक स्वातंत्र्य व विशेष कौशल्य आवश्यक असणारे काम.

professional continuing education – (प्रफे'शनल् क'न्टि'न्युइंग् ए'ड्युके'ऽशन्) **व्यावसायिक निरंतर शिक्षण :** एखाद्या व्यवसायासाठी काम करण्यासाठी व्यक्तीला तयार करणारे निरंतर शिक्षण.

professional guidance – (प्रफे'शनल् गा'इडन्स्) **व्यावसायिक मार्गदर्शन :** एखाद्या व्यक्तीला व्यवसाय निवड, त्यामध्ये प्रवेश करण्यासाठी आवश्यक अर्हता, यशासंबंधी अपेक्षित संधी यासंबंधी सर्व औपचारिक माहिती पुरविण्याची प्रक्रिया.

professor – (प्रफे'सऽ) **प्राध्यापक :** उच्च शिक्षण देणाऱ्या संस्थेमध्ये किंवा विद्यापीठामध्ये उच्च श्रेणीच्या विद्वान व्यक्तीस दिले जाणारे पद म्हणजे प्राध्यापक. पदव्युत्तर किंवा संशोधन करणाऱ्या विद्यार्थ्यांना प्राध्यापक मार्गदर्शन करतात.

proficiency test – (प्रफि'शन्सि टेस्ट) **नैपुण्य चाचणी :** एखाद्या व्यक्तीने मिळवलेले ज्ञान अथवा कौशल्य किती प्रमाणात मिळवले आहे याचे मापन करणारी चाचणी.

program – (प्रो'ग्रॅम) **कार्यक्रम :** अभ्यासाच्या एखाद्या क्षेत्रातील विविध अभ्यासक्रमांचे एकत्रिकरण, पूर्ण करावयाच्या कृतीची यादी.

programmed learning – (प्रो'ऽग्रॅम्ड् ल'ऽनिंग्) **क्रमन्वित अध्ययन :** काळजीपूर्वक नियोजन करून क्रमबद्धपणे अध्ययन वस्तूचे सादरीकरण करणे जेणेकरून अध्ययनकर्त्यास अध्ययन करणे सोपे होईल. यास क्रमन्वित अध्ययन म्हणतात. यामध्ये अध्यापनयंत्राचीही मदत घेतली जाते.

programmed text – (प्रो'ऽग्रॅम्ड् टे'क्स्ट्) **क्रमन्वित पाठ्यवस्तू :** विद्यार्थ्यांच्या गरजा व प्रतिसाद यांच्याशी जुळवून घेणारी पायरीपायरीने सादर केली जाणारी छापील पाठ्यवस्तू (अध्यापनसाहित्य).

progress book – (प्रो'ऽग्रेस् बुक्) **प्रगती पुस्तक :** विद्यार्थ्यांच्या प्रगतीची माहिती देणारे पुस्तक. यामध्ये विद्यार्थ्यांचे गुण, पालकांसाठी सूचना यांचा अंतर्भाव असतो.

progressive discipline – (प्रग्रे'सिव्ह् डि'सिप्लिन्) **प्रगमनशील शिस्त :** विद्यार्थ्यांना त्यांच्याकडून अपेक्षित असणाऱ्या वर्तनाची जाणीव असते. त्यामुळे त्यानुसार वर्तन न झाल्यास त्यांच्यावर शिस्तीसाठी योग्य ती कारवाई करता येते, असे मानणारी संकल्पना.

progressive education – (प्रग्रे'सिव्ह् ए'ड्युके'ऽशन्) **प्रगमनशील / पुरोगामी शिक्षण :** या शिक्षणपद्धतीत औपचारिकता आढळत नाही. या पद्धतीचे जनक जॉन ड्युई आहेत. लोकशाही मूल्यांची जोपासना, शालेय जीवन व समाजजीवनाचा दृढसंबंध, विद्यार्थ्यांच्या गरजांनुसार अभ्यासक्रम ही या पद्धतीची प्रमुख वैशिष्ट्ये आहेत.

progressive school – (प्रग्रे'सिव्ह स्कूल) **प्रगमनशील शाळा :** विद्यार्थांसाठी सुलभ शिस्त, स्वयंशासन यांचा समावेश असणारी पुरोगामी अध्यापन पद्धतींचा वापर करणारी शाळा.

progressive teaching – (प्रग्रे'सिव्ह् टी'चिंग्) **प्रगमनशील अध्यापन :** विद्यार्थी केंद्रित पद्धतीने अध्यापन करणे.

project – (प्रॉ'जेक्ट) **योजना, प्रकल्प :** शिक्षकांनी सुचवलेली व विद्यार्थ्यांनी पूर्ण करावयाची कृती.

project method – (प्रॉ'जेक्ट मे'थड्) विद्यार्थ्यांनी विशिष्ट प्रकल्प पूर्ण करणे व त्यातून त्यांचे अध्ययन होणे यावर आधारित असलेली अध्यापन पद्धती. यामध्ये वेळोवेळी शिक्षक विद्यार्थ्यास आवश्यकतेनुसार मार्गदर्शन करतात.

projective technique – (प्रजे'क्टिव्ह टेक्नी'क्) **प्रक्षेपणात्मक तंत्रे :** प्रयोग्याला बाह्यजग कसे दिसते याबद्दलच्या त्याच्या कथनावरूनही त्याच्या व्यक्तित्त्वावर प्रकाश पडू शकतो. यापद्धतीने अध्ययन करणाऱ्या तंत्रांना प्रक्षेपणात्मक तंत्रे म्हणतात.

projective test – (प्रजे'क्टिव्ह टेस्ट्) **प्रक्षेपणात्मक चाचणी :** अरचित किंवा संदिग्ध प्रश्न किंवा साहित्यास व्यक्तीस प्रतिसाद देण्यास सांगणारी व त्यावरून व्यक्तीच्या व्यक्तिमत्त्वाचे अध्ययन करता येणारी चाचणी.

promotion – (प्रमो'ऽशन्) **बढती :** १) एखाद्या विद्यार्थ्यास एका इयत्तेतून पुढच्या इयत्तेत घालणे. २) कर्मचाऱ्यास पुढील कार्यश्रेणीमध्ये स्थान देणे.

prompts – (प्रॉ'म्स्) **सूचके :** एखाद्या अभ्यास विषयावर प्रश्नावली तयार केल्यानंतर प्रत्येक प्रश्नाची पूर्ती झाल्यानंतर जी उत्तरे दिलेली असतात त्या भागाला सूचके म्हणतात.

proprietary school – (प्रप्रा'इअटरि स्कूल) **खासगी मालकीची शाळा:** व्यावसायिक फायद्यासाठी चालविलेली शैक्षणिक संस्था.

prospectus – (प्रस्पे'क्टस्) **एखाद्या संस्थेचे छापील माहितीपत्रक :** शाळा, महाविद्यालये किंवा इतर तत्सम संस्था प्रामुख्याने भावी विद्यार्थ्यांच्या माहितीसाठी छोटी पुस्तिका प्रसिद्ध करतात. यामध्ये संस्थेची प्राथमिक माहिती, अभ्यासक्रम, शुल्क, सुविधा इत्यादींची माहिती असते. या पुस्तिकेस माहितीपत्रक म्हणतात.

protocol – (प्रो'ऽटकॉल्) **वर्तनविषयक नियम :** विशेषतः आंतरराष्ट्रीय समारंभ प्रसंगी पाळावयाचे वर्तनविषयक नियम.

psyche – (सा'इकि) **आत्मा / मन / स्व :** 'आत्मा' किंवा 'मन' किंवा 'स्व' असे समजले जाणारी जीवनशक्ती.

psychoanalysis – (सा'इकोऽअनॅ'लिसिस्) **मनोविश्लेषण :** मनोरुग्णांना जाणून घेऊन त्यांना मानसिक आजारातून बरे करण्यासाठी व त्यांना पुन्हा असे आजार होऊ नयेत यासाठी मार्ग शोधणारी पद्धती. ही पद्धती सिग्मंड फ्रॉईड या मानसशास्त्रज्ञाने शोधली आहे.

psycholinguistics – (सा'इकोलिं'ग्वि'स्टिक्स्) **मनोभाषाविज्ञान, मानसभाषाविज्ञान :** भाषेचा वापर करून विनिमय साधणाऱ्या व्यक्तींच्या भाषेचा अभ्यास ज्या विचारधारेत केला जातो त्यास मनोभाषा विज्ञान म्हणतात.

psychological test – (साइ'कलॉ'जिक्ल् टेस्ट्) **मानसशास्त्रीय चाचणी :** व्यक्ती किंवा समुहाच्या क्षमतांचे मापन करण्यासाठी तयार केलेली प्रमाणित चाचणी.

psychologist – (सायकॉ'लजिस्ट) **मानसशास्त्रज्ञ :** मानवी वर्तनाचा अभ्यास करणारी, शास्त्रीय संशोधनामध्ये वर्तनवादी तत्त्वे वापरणारी व्यावसायिक संशोधन, अध्यापन, वैद्यकीय सेवा यामध्ये कार्यरत असलेली, मानसशास्त्रविषयाची अधिकृत पदवी घेतलेली व्यक्ती.

psychology – (साइकॉ'लजि) **मानसशास्त्र :** मानसिक प्रक्रिया व वर्तन यांचा शास्त्रीय अभ्यास.

psychology of education – (साइकॉ'लजि ऑव्ह ए'ड्युके'ऽशन्) **शिक्षणाचे मानसशास्त्र :** शिक्षणाचे मानसशास्त्र किंवा शैक्षणिक मानसशास्त्र ही मानसशास्त्राची उपयोजित शाखा आहे ज्यामध्ये अध्ययन - अध्यापनावर प्रभाव टाकणारे घटक, व्यक्तींचे बौद्धिक, भावनिक व सामाजिक वर्तन व त्यावरील परिस्थितीचा प्रभाव इत्यादींचा अभ्यास समाविष्ट असतो.

psychomotor domain – (साइको'मो'ऽटऽ डो(ऽ)मे'ऽन्) **मनोकारक कार्यक्षेत्र :** अध्ययन कृतींचे असे कार्यक्षेत्र ज्यामध्ये काही साध्या व गुंतागुंतीच्या शारीरिक कृती व हालचालींचा समावेश होतो.

psychomotor objective – (साइको'मो'ऽटऽ ऑब्जे'क्टिव्ह) **मनोकारक उद्दिष्ट्ये :** विद्यार्थ्यांनी प्रभुत्व मिळविलेच पाहिजे अशा शारीरिक कौशल्यांच्या संदर्भातील उद्दिष्ट्ये.

psychomotor skills – (साइको'मो'ऽटऽ स्किल्स्) **मनोकारक कौशल्ये :** बौद्धिक प्रक्रिया व शारीरिक फलनिष्पत्ती यातील संबंध, विचारप्रक्रिया व स्नायूंच्या हालचाली यांचा समन्वय असलेली कोणतीही कृती.

psychomotor test – (साइको'मो'ऽटऽ टेस्ट्) **मनोकारक चाचणी :** व्यक्तिगत मानसिक प्रक्रियेचे कारक परिणाम तपासण्यासाठीची परीक्षा.

puberty – (प्यू'बटि) **वयात येण्याची अवस्था प्राप्त होण्याचे वय :** लैंगिक अपरिपक्वतेतून परिपक्वतेकडे जाण्याचा संक्रमणकाळ.

public education – (पॅ'ब्लिक् ए'ड्युके'ऽशन्) **सार्वजनिक शिक्षण :** शासन किंवा राज्याकडून देण्यात येणारे शिक्षण.

public school – (पॅ'ब्लिक स्कूल) **विद्यानिकेतन :** विद्यानिकेतन म्हणजे सार्वजनिक शाळा जिथे विद्यार्थ्यांच्या शिक्षण, निवास व भोजनाची व्यवस्था असते.

punishment – (प'निश्मन्ट्) **शिक्षा, दंड :** विद्यार्थ्यांचे वाईट वर्तन, अनियमितपणा, नियमांचे उल्लंघन यासाठी विद्यार्थ्यासमोर सादर केलेला असुखकारक चेतक.

pupil – (प्यू'पल्) **शिष्य, विद्यार्थी :** शाळेमध्ये पटावर असलेली विद्यार्थी.

purposive group – (प'ऽपसिव्ह् ग्रूप) **सहेतुक समूह :** विशिष्ट निश्चित उद्दिष्टांच्या पूर्तीसाठी कार्यरत असणारा समूह.

purposive sampling – (प'ऽपसिव्ह् सा'ऽम्पलिंग्) **सहेतूक न्यादर्श :** न्यादर्शाची निवड जेव्हा विशिष्ट हेतूने केली जाते तेव्हा त्यास सहेतुक न्यादर्श म्हणतात.

❑

Q

Qualification – (क्वॉ'लिफिके'ऽशन्) **योग्यता, अर्हता :** कोणत्याही व्यवसायासाठी लागणारी किमान पात्रता किंवा गुणवत्ता.

qualifying examination – (क्वॉ'लिफाइंऽग् इग्झॅ'मिने'शन्) **पात्रता परीक्षा :** ज्ञानाच्या एखाद्या विशिष्ट क्षेत्रात प्रवेश मिळवण्यासाठी जी परीक्षा द्यावी लागते त्यास पात्रता परीक्षा म्हणतात.

qualitative analysis – (क्वॉ'लिट्टिव्ह् अनॅ'लिसिस) **गुणात्मक विश्लेषण :** अर्थवर्णनाशी निगडीत असलेली माहितीचे विश्लेषण करण्याची पद्धत ज्यामध्ये संख्याशास्त्रीय अनुमानांपेक्षा अर्थवर्णनास महत्त्व दिले जाते.

qualitative research – (क्वॉ'लिटटिव्ह् रिस'ऽच्) **गुणात्मक संशोधन :** संशोधनाची अशी पद्धत त्यामध्ये लोकांचे निरीक्षण, वर्णन व त्यांच्या वर्तनाचा अर्थ लावणे यावर भर असतो.

quality – (क्वॉ'लिटि) **गुण, मोल :** व्यक्ती अगर वस्तूची वैशिष्ट्ये.

quantitative research – (क्वॉ'न्टिटे'ऽटिव्ह् रिस'ऽच्) **संख्यात्मक संशोधन :** संशोधनाची अशी पद्धत ज्यामध्ये अभिरुची प्रक्रियेचे स्पष्टीकरण व नियंत्रण यासाठी संख्यात्मक माहिती संकलित केली जाते.

quartile – (क्वॉऽटऽइल्) **चतुर्थक :** चार भागांपैकी एक.

quartile deviation – (क्वॉऽटऽइल् डी'व्हिए'शन्) **चतुर्थक विचलन :** चतुर्थक विचलन **(Q)** म्हणजे तृतीय चतुर्थक **(Q3)** व प्रथम चतुर्थक **(Q1)** यातील फरकाची निमपट होय.

question – (क्वे'श्चन्) **प्रश्न.**

question bank – (क्वे'श्चन् बॅ'न्क्) **प्रश्नपेढी :** विशिष्ट विषयावरील एकत्रित केलेले प्रश्न ज्यांचा उपयोग विद्यार्थी परीक्षेच्या तयारीसाठी करतात.

question paper – (क्वे'श्चन् पे'ऽपऽ) **प्रश्नपत्रिका**

questionnaire – (क्वे'स्टिऑने'अ, क्वेस्चने'अ) **प्रश्नावली :** संशोधनासाठी आधारसामुग्री गोळा करण्यासाठी प्रश्नावली हे साधन वापरले जाते. यामध्ये विविध सुरचित प्रश्नांच्या साहाय्याने प्रतिसादकांकडून माहिती मिळवली जाते.

quota sampling – (क्वोऽटऽसा'ऽम्पलिंग्) **निर्दिष्टांश न्यादर्शन :** जनसंख्येच्या विविध वर्गांचे योग्य प्रतिनिधित्त्व रहावे व एकूण जनसंख्येत असणारे विविध वर्गांचे सापेक्ष प्रमाण न्यादर्शातही असावे म्हणून निर्दिष्टांश न्यादर्शन केले जाते.

quotation – (क्वोऽटे'ऽशन्) **अवतरण :** एखाद्या ग्रंथातील / पुस्तकातील वाक्य, परिच्छेद, उतारा जसा असेल तसा सांगणे अथवा उद्धृत करणे यास अवतरण म्हणतात.

❑

R

race – (रेऽस्) **वंश :** समान वैशिष्ट्ये दर्शवणारा / असणारा लोकांचा समूह.

ragged school – (रॅ'गिड् स्कूल्) समाजातील गरीब मुलांना शिक्षण व जेवण पुरविणारी शाळा.

ragging – (रॅगिन्ग्) **छळवणूक :** सर्वसाधारणपणे काही विद्यार्थ्यांकडून इतर काही विद्यार्थ्यांबाबत केले जाणारे आडदांडपणाचे अथवा दांडगाईचे वर्तन, शाळा किंवा महाविद्यालयातील वरच्या इयत्तामधील विद्यार्थ्यांकडून नवीन येणाऱ्या विद्यार्थ्यांना दिली जाणारी अपमानास्पद वागणूक.

random – (रॅ'न्डम्) **सहजरीत्या, यादृच्छिक :** कोणताही विशिष्ट हेतू मनात न ठेवता केलेली कृती.

random error of measurement – (रॅ'न्डम एऽरऽ ऑव्ह मे'झ्यऽमन्ट्) **मापनातील यादृच्छिक त्रुटी :** समान परिस्थितीमध्ये केलेल्या मापनातील तफावत.

random learning – (रॅ'न्डम् ल'ऽनिंग्) **यादृच्छिक अध्ययन :** स्वयं-अध्ययन अथवा कोणत्याही औपचारिक शिक्षण व्यवस्थेशिवाय, अनुषंगिक किंवा प्रासंगिक पद्धतीने घडलेले अध्ययन.

random sampling – (रॅ'न्डम् सा'ऽम्पलिंग्) **यादृच्छिक न्यादर्शन :** कोणत्याही प्रकारचा पक्षपात न होता जनसंख्या घटकाला न्यादर्शनात अंतर्भूत होण्याची संधी ज्या न्यादर्शनात मिळते त्यास यादृच्छिक न्यादर्शन म्हणतात.

range – (रेन्ज्) **अंतर :** संख्याशास्त्रानुसार समुहातील / सारणीतील उच्चतम व नीचतम प्राप्तांकातील अंतर ज्याला विस्तार असेही म्हटले जाते. यास वर्गांतर असेही म्हणतात.

rank – (रॅन्क्) **दर्जा, श्रेणी :** विद्यार्थ्यांची गुणानुक्रमे लावलेली श्रेणी.

ranking – (रॅ'न्किंग्) **श्रेणी :** गुणानुक्रमे येणारे व्यक्तीचे स्थान.

rapport – (रॅपॉ'ऽ) **सुसंवाद असणे जवळीकता साधणे :** शिक्षक व विद्यार्थ्यांमध्ये योग्य सुसंवाद असल्यास विद्यार्थ्यांच्या अध्ययनावर त्याचा सकारात्मक परिणाम होतो.

rating scale – (रे'ऽटिन्‌ स्केऽल्‌) **पदनिश्चयनश्रेणी :** संशोधनासाठी सरलतेने वापरता येण्यासारखे साधन ज्यामध्ये अभ्यासवस्तूच्या प्रत्येक वैशिष्ट्यासाठी श्रेणीमूल्य देण्यात येते व यांचे एकत्रीकरण करून संकलित प्राप्तांक काढता येतो. या साधनास पदनिश्चयन श्रेणी म्हणतात. गाल्टन याने १८८३ मध्ये प्रथम पदनिश्चयन श्रेणी प्रकाशित केली.

ratio – (रे'ऽशिओ) **प्रमाण :** दोन संख्यांचे गुणोत्तर.

ratio reinforcement – (रे'ऽशिओ रीइन्फॉ'ऽस्मन्ट्‌) **गुणोत्तरीय प्रबलन :** प्रतिसादांच्या ठराविक प्रमाणानंतर / संख्येनंतर मिळणारे प्रबलन.

rationalism – (रॅ'ऽशन्‌लिझ्म्‌) **बुद्धी प्रामाण्यवाद :** खरे ज्ञान फक्त कारणमीमांसेतूनच प्राप्त होऊ शकते असे मानणारा विचार प्रवाह.

rationality – (रॅशनॅ'लिटि) **तार्किकता :** मानवी संबंध व मानवी कार्यकारण याकडे पहाण्याचा अचूक दृष्टीकोन म्हणजे नियमांचा स्विकार, क्षमता व व्यावहारिक निष्कर्ष असे मानण्याची प्रवृत्ती.

raw data – (रॉऽ डे'ऽटऽ) **असंस्कारित माहिती :** कोणतीही गणिती प्रक्रिया न केलेले / झालेली मूळ स्वरूपातील संख्याशास्त्रीय माहिती.

raw score – (रॉऽ स्कॉऽ) **प्रयोज्याचे चाचणीतून प्राप्त झालेले :** कोणत्याही प्रकारे रूपांतरीत न झालेले, न बदललेले मूळ प्राप्तांक / गुणांक

reader – (री'डऽ) १) **वाचक :** पाठ्यपुस्तक, वर्तमानपत्रे असे व इतर वाचन साहित्य वाचणारी व्यक्ती. २) **प्रपाठक :** विद्यापीठातील अधिव्याख्याता.

readiability – (री'डिॲबि'लिटि) **वाचनक्षमता, सुवाच्यता :** विशिष्ट वाचनसाहित्य ज्या सहजपणे वाचता येऊ शकते ती सर्वसाधारण वाचनक्षमता किंवा स्थिती.

readiness – (रे'डिनिस) **तत्परता, तयारी :** प्रतिसाद देण्याची तयारी असलेली व्यक्तीची शारीरिक स्थिती.

reading – (री'डिन्‌) **वाचन :** लिखित अथवा मुद्रित साहित्य वाचणे.

reading comprehension – (री'डिन्‌ कॉ'म्प्रिहे'न्शन्‌) **वाचन आकलनक्षमता :** मुद्रित शब्दांतून अर्थबोध लावण्याची क्षमता.

reading laboratory – (री'डिन्‌ लॅबॉ'रटरि) **वाचन प्रयोगशाळा :** शाळा - महाविद्यालयामध्ये विद्यार्थ्यांचे वाचन कौशल्य, वेग वाढावा व वाचलेले लक्षात ठेवता यावे यासाठी जी व्यवस्था केलेली असते त्यास वाचन प्रयोगशाळा म्हणतात.

reading level – (री'डिन्‌ ले'व्हल्‌) **वाचनस्तर :** विद्यार्थ्यांकडून संपादित केला गेलेला वाचनक्षमतेचा स्तर.

reading room – (री'डिन्ग् रूम्) **वाचनालय :** विद्यार्थी, शिक्षक यांनी ग्रंथालयातील साहित्य वाचावे, वृत्तपत्रे, मासिके, संदर्भ ग्रंथ ग्रंथालयातच वापरावेत यासाठी केलेले वेगळी वाचनव्यवस्था.

reading skills – (री'डिन्ग् स्किल्स्) **वाचन कौशल्ये :** वाचनामध्ये उपयुक्त ठरणाऱ्या किंवा वापरल्या जाणाऱ्या बौद्धिक किंवा आकलनात्मक क्षमता. यामध्ये शब्द ओळखणे, उच्चार, आकलन व सुस्पष्ट मोठ्याने वाचणे यांचा समावेश होतो.

real learning time – (रिअल् ल'ऽनिंग् टाइम्) **वास्तव अध्ययन कालावधी :** अनुभवी कर्मचारी ज्या गुणवत्तेने व वेगाने काम करतात त्या क्षमतेपर्यंत पोहचण्यासाठी प्रशिक्षणार्थी कर्मचाऱ्यास लागणारा कालावधी.

realism – (रि'अलिझम्) **वास्तववाद :** बाह्य भौतिक जग हेच खरे आहे. अनुभव-जन्य ज्ञान हेच खरे ज्ञान असे मानणारी विचारप्रणाली.

reasoning – (री'झनिन्ग्) **युक्तीवाद :** सर्वसाधारण तत्त्वांचा वापर करून समस्या निराकरण करण्याची प्रक्रिया.

recall – (रिकॉ'ऽल) **प्रत्यावाहन :** भूतकालीन अनुभवांचे पुनरुज्जीवन, कमीत कमी बाह्य मदत किंवा आधारसामुग्रीच्या साहाय्याने घडून गेलेली घटना, गोष्ट आठवणे. प्रत्यक्ष उद्दीपक समोर नसताना एखादी घटना आठवणे.

recall item – (रिकॉ'ऽल आ'इटम) **प्रत्यावाहन घटक :** स्मृतीतील अचूक उत्तर देणे ज्यामध्ये अपेक्षित आहे असा चाचणीतील प्रश्न.

receptive language – (रिसे'प्टिव्ह् लँ'न्ग्विज्) **ग्रहणक्षम भाषा :** एखाद्याने फक्त ऐकलेली किंवा वाचलेली भाषा समजण्याची क्षमता ज्या भाषेमध्ये असते त्या भाषेस ग्रहणक्षम भाषा म्हणतात.

receptive vocabulary – (रिसे'प्टिव्ह् व्होऽकॅ'ब्युलरि) **ग्रहणक्षम शब्दसंग्रह :** एका व्यक्तीकडून दुसऱ्या व्यक्तीकडे संप्रेषित होणाऱ्या शब्दांचे, शब्दांच्या अर्थाचे व्यक्तीला कितपत ज्ञान आहे ती मर्यादा किंवा तेवढे शब्द म्हणजे ग्रहणक्षम शब्दसंग्रह होय.

recess – (रिसे'स्) **मधली सुट्टी :** शाळेमध्ये विद्यार्थ्यांना देण्यात येणारा वर्गाबाहेर काही सृजनात्मक कार्य किंवा खेळण्यासाठी देण्यात येणारा, अध्यापना व्यतिरिक्तचा कालावधी.

recitation – (रि'सिटेऽशन्) **पठण, मौखिक प्रत्यावाहन :** विद्यार्थ्याने आत्मसात केलेले अध्ययन साहित्य सर्वांसमोर (मोठ्या आवाजात) म्हणून दाखवणे.

recognition – (रे'कग्नि'शन्) **प्रत्यभिज्ञा :** पूर्वी अनुभव घेतलेली व स्मृतीमध्ये साठवलेली माहिती ओळखणे.

recognition item – (रे'कग्नि'शन् आ'इटम्) **प्रत्यभिज्ञा घटक :** दिलेल्या दोन किंवा तीन पर्यायांमधून अचूक पर्याय ओळखण्याची आवश्यकता असलेला चाचणीतील प्रश्न.

record card – (रिकॉ'ऽड् काऽड्) **नोंदपत्र / नोंदपत्रक :** विद्यार्थ्याची शैक्षणिक प्रगती, उपस्थिती, वर्तणूक व कौटुंबिक पार्श्वभूमी यांची नोंद असणारे पत्रक.

recycling – (री'साइक'लिंग्) **पुनर्प्रक्रिया, पुनर्वापर :** एकदा वापरलेली गोष्ट पुन्हा वापरण्या योग्य करण्यासाठी त्यावर प्रक्रिया करून त्याचा वापर करणे.

re-evaluation – (री'इव्हॅ'ल्युए'ऽशन्) **पुनर्मुल्यांकन :** परीक्षेतील गुणांमध्ये त्रुटी आढळल्यास विद्यार्थ्यांच्या विनंतीवरून उत्तरपत्रिकेचे पुन्हा मुल्यांकन करणे.

referee – (रे'फरी') **पंच, लवाद :** खेळामध्ये निर्णय देण्यासाठी पंच असतात. त्यांचा निर्णय सर्व खेळाडूंवर बंधनकारक असतो. पंच तज्ज्ञ व निस्पृह असणे अपेक्षित असते.

reference – (रे'फरन्स) **संदर्भ :** निर्णय किंवा माहितीसाठी विशिष्ट स्त्रोतांकडे जाणे.

reference book – (रे'फरन्स् बुक्) **संदर्भ ग्रंथ :** विशिष्ट माहिती पुनःपुन्हा वापरण्यासाठी शब्दकोश, माहितीकोश इत्यादींचा वापर संदर्भसाहित्य म्हणून करताना त्या संदर्भसाहित्यासाठी वापरण्यात येणारी संज्ञा.

reference group – (रे'फरन्स् ग्रूप्) **संदर्भ समूह :** एखादी व्यक्ती एखाद्या विशिष्ट समूहाशी तादाम्य दर्शवते व त्या समूहाचा सामाजिक वर्तनासाठीचे प्रमाण म्हणून उपयोग करते अशा समूहास त्या व्यक्तीचा संदर्भसमूह म्हणतात.

reflection – (रिफ्ले'क्शन्) **परावर्तन, मननानंतर उद्भवलेले निष्कर्ष :** नवीन हितसंबंध शोधण्यासाठी, समजून घेण्यासाठी काही संकल्पना व पूर्वानुभव यांचा विचार करणे. व्यक्तिगत प्रश्नउत्तरे व स्वयंनिरीक्षणाच्या आधारे स्वतःच्या कार्यमानाचे सातत्याने मूल्यमापन करण्याची प्रक्रिया.

reflective teaching – (रिफ्ले'क्टिव्ह् टी'चिंग्) **विचारशील अध्यापन :** विद्यार्थी व ते ज्या पद्धतीने अध्ययन करतात ते मार्ग पूर्णपणे समजून घेऊन अध्यापन करण्यास प्रवृत्त करणारा दृष्टिकोन.

reflective thinking – (रिफ्ले'क्टिव्ह् थिं'किंग्) **विमर्शी चिंतन :** तर्क, अनुमान, समस्या विमोचन, चिकित्सक व सर्जनशील विचार अंतर्भूत असणारी व्यापक विचार प्रक्रिया.

reform school – (रिफॉ'म् स्कूल) **सुधारणा शाळा :** तरुण किंवा पौंगडावस्थेतील मुलांमधील विषम समायोजन, बालगुन्हेगारी यामध्ये सुधारणा घडविण्यासाठी शिक्षण देणारी शाळा.

refresher course – (रिफ्रे'शऽ कॉऽस्) **उजळणी वर्ग :** सेवांतर्गत कर्मचाऱ्यांनी प्रशिक्षण काळात मिळविलेल्या ज्ञानाची उजळणी करून व्यावसायिक प्रगती साध्य करावी यासाठी आयोजित करण्यात आलेला वर्ग.

regional language – (री'जनल् लॅ'नग्विज्) **प्रादेशिक भाषा :** विशिष्ट प्रदेश, विभाग किंवा राज्य यांची भाषा म्हणजे प्रादेशिक भाषा.

register – (रे'जिस्टऽ) **नोंदणीपुस्तक :** विविध गोष्टींची नोंद ठेवण्यासाठी वापरली जाणारी वही किंवा पुस्तिका.

registrar – (रे'जिस्ट्रार) **कुलसचिव :** प्रशासकीय कामकाज सांभाळणारा, विद्यापीठीय पातळीवरील पूर्णवेळ अधिकारी.

regression – (रि'ग्रेशन) **परागती, प्रतिगमन् :** ठराविक कालावधी (कालखंडानंतर) पूर्वपदावर पूर्वस्थितीवर येणे.

regular class – (रे'ग्युलऽ क्लाऽस्) **सामान्य वर्ग :** सर्वसाधारणपणे विद्यार्थी ज्या वर्गात औपचारिक शिक्षण घेतात तो वर्ग.

regular classroom – (रे'ग्युलऽ क्लासरुम) **सामान्य वर्गखोली :** विशिष्ट गरजा भागविण्यासाठी खास सोयीसुविधांची गरज नसणारा कोणत्याही प्रकारचा वर्ग ज्या जागेत भरवला जाऊ शकेल अशी जागा.

regular education – (रे'ग्युलऋ ए'ड्युके'ऽशन्) **सामान्य शिक्षण :** सर्वसाधारणपणे जास्तीत जास्त विद्यार्थी, कर्मचारी, अध्ययन अध्यापन सुविधा व अभ्यासक्रम यांच्याशी संबंधित असणारे शिक्षण.

rehabilitation – (री'अबि'लिटे'ऽशन्) **पुनर्वसन :** एखाद्या व्यक्तीला गुन्हेगारी प्रवृत्तीपासून परावृत्त करून समाजामध्ये पूर्वस्थितीवर आणणे.

rehearsal – (रिह'ऽसल्) **रंगीत तालीम :** प्रेक्षकांपुढे कार्यक्रम सादर करण्यापूर्वी खासगीमध्ये तंतोतंत कार्यक्रम सादर करून तालीम करणे.

reinforcenment – (रीइन्फा'ऽस्मन्ट्) **प्रबलन, प्रबलीकरण :** सुखावह प्रतिसादामुळे पुन:पुन्हा घडणारे वर्तन.

relearning – (री'ल'ऽनिंग्) **पुनर्अध्ययन :** पूर्वी शिकलेली व सध्या पूर्ण किंवा अंशत: विसरलेली गोष्ट पुन्हा शिकणे.

relevant curriculum – (रे'लिव्हन्ट् कॅरि'क्युलम्) **समर्पक अभ्यासक्रम :** विद्यार्थ्यांचे पूर्वानुभव व अभिरुची यांना प्राधान्य देणारा, जास्तीत जास्त वैकल्पिक विषयांची सोय असणारा, विस्तार वर्ग, लघुवर्ग, पर्यायी वर्ग उपलब्ध असणारा विद्यार्थीकेंद्रित अभ्यासक्रम.

relevant variable – (रे'लिव्हन्ट व्हे'अरिअबल्) **समर्पक चल :** परतंत्र चलामध्ये बदल घडवू शकणारे व म्हणूनच संपूर्ण प्रयोग दरम्यान ज्याच्यावर नियंत्रण ठेवणे आवश्यक आहे असे चल.

reliability – (रि'लाइअबि'लिटि) **विश्वासार्हता, विश्वसनीयता ;** एकच चाचणी वेगवेगळ्या प्रसंगी वापरली असता प्राप्त निष्कर्षात फारसा फरक पडत नसेल, त्यामध्ये सातत्य रहात असेल तर ती चाचणी विश्वसनीय मानली जाते. चाचणीच्या या गुणधर्मास चाचणीची विश्वसनीयता किंवा विश्वासार्हता म्हणतात.

religion – (रिलि'जन्) **धर्म :** देवाविषयी आस्तिकबुद्धी व देवावर संपूर्ण हवाला.

religious education – (रिलि'जस ए'ड्युके'ऽशन) **धार्मिक / धर्मविषयक शिक्षण :** नैतिक व बोधात्मक वर्तन, विविध विचारप्रणालींची सामाजिक पार्श्वभूमी, जगातील विविध धर्मांचा तौलनिक अभ्यास, धर्माच्या विशिष्ट शिकवणुकी संबंधीची काही गृहीत तत्त्वे यासंबंधीचे शिक्षण.

religious school – (रिलि'जस् स्कूल) **धार्मिक / धर्म विषयक शाळा :** धार्मिक संस्थेद्वारा स्थापन केलेली किंवा चालवली जाणारी शाळा.

remedial class – (रिमी'डिअल् क्लाऽस्) **उपचारात्मक वर्ग :** विशिष्ट शैक्षणिक मागासलेपणावर मात करण्यासाठी घेण्यात येणारा मर्यादित विद्यार्थीसंख्येसाठीचा वर्ग. अध्ययनातील त्रुटी दूर करण्यासाठी, बदल करण्यासाठी आयोजित केलेले वर्ग.

remembering – (रिमे'म्ब'रिंग्) **लक्षात ठेवणे :** पूर्वी घेतलेले अनुभव पुन:पुन्हा घेणे.

repetition – (रे'पिटि'शन्) **पुनरुक्ती, पुनरावृत्ती :** एकच गोष्ट पुन:पुन्हा करणे.

report card – (रिपॉऽट् काऽड्) **प्रगती पत्रक :** विद्यार्थ्यांच्या कार्यमानासंबंधी ठराविक कालावधीनंतर पालकांना दिला जाणारा अहवाल.

representative sample – (रेप्रिझे'न्टटिव्ह सा'ऽम्पल्) **प्रतिनिधीक नमुना :** ज्या जनसंख्येमधून न्यादर्श / नमुना निवडला आहे त्या जनसंख्येचे संपूर्ण प्रतिनिधित्त्व करणारा व त्या जनसंख्येची महत्त्वाची वैशिष्ट्ये धारण करणारा नमुना.

research – (रिस'ऽच्) **संशोधन :** ज्ञान व आकलन या दोन्हींमध्ये वाढ करण्यासाठी केलेली सुव्यवस्थित चौकशी अथवा अभ्यास.

research design – (रिस'ऽच् डिझा'इन्) **संशोधन आराखडा :** संशोधनासाठी आवश्यक असणाऱ्या माहितीचे संकलन करण्यामध्ये मार्गदर्शन करणारी कार्यपद्धती.

research method – (रिस'ऽच् मे'थड्) **संशोधन पद्धती :** संशोधन सुव्यवस्थितपणे पार पाडण्यासाठी अवलंबलेली अभ्यासपद्धती.

research report – (रिस'ऽच् रिपॉ'ऽट्) **संशोधन अहवाल :** संशोधन योजनेनुसार संशोधन कार्य पूर्ण झाल्यानंतर लिहिलेला त्याचा सविस्तर अहवाल.

research supervisor – (रिस'ऽच् स्यू'पऽव्हाइझऽ) **संशोधन पर्यवेक्षक :** संशोधन करणाऱ्या विद्यार्थ्यांच्या संशोधनासाठी मार्गदर्शन करणारी, सूचना करणारी, पर्यायाने अनुभवी असलेली व्यक्ती.

researcher – (रिस'ऽच्ऽ) **संशोधक :** संशोधन प्रकल्प हाती घेणारी व्यक्ती.

resident student – (रे'झिडन्ट् स्ट्यू'डन्ट्) **स्थायी / निवासी विद्यार्थी :** शैक्षणिक संस्थेतर्फे पुरवल्या जाणाऱ्या निवासव्यवस्थेचा लाभ घेणारा विद्यार्थी.

residential school – (रे'झिडे'न्शल् स्कूल) **निवासी शाळा :** विद्यार्थ्यांच्या अध्ययन-अध्यापनाबरोबरच त्यांच्या निवासाचीही सोय जिथे उपलब्ध आहे अशी शाळा.

resolution – (रे'झल्यू'शन्) **ठराव :** सर्वानुमते ठरवलेली गेलेली, सर्वांना मंजूर असलेली गोष्ट.

resource – (रिसॉऽस्) **स्त्रोत, उपलब्ध साधनसंपत्ती :** अध्ययन - अध्यापन प्रक्रियेमध्ये सहाय्यकारी ठरणारी गोष्ट.

resource person – (रिसॉऽस् प'ऽसन्) **साधनव्यक्ती :** अध्यापनामध्ये सल्ला देण्यासाठी व अध्यापनास सहाय्यकारी ठरणारे शैक्षणिक साहित्य उपलब्ध करून देण्यासाठी नियोजित केलेली व्यक्ती जी पर्यायाने जास्त अनुभवी असणे अपेक्षित असते.

response – (रिस्पॉ'न्स्) **प्रतिक्रिया, प्रतिसाद :** हालचालींच्या स्वरूपात चेतकाला दिला गेलेला वर्तनातील परिणाम.

retardation – (रिटा'ऽडे'शन्) **मागासलेपणा :** एखाद्या व्यक्तीची बौद्धिक वाढ पूर्ण झालेली नसणे.

retention – (रिटे'न्शन्) **धारणाशक्ती :** स्मृतीमध्ये साठवलेली माहिती पुन्हा वापरण्याची क्षमता.

retired – (रिटा'इअड्) **सेवानिवृत्त :** विशिष्ट कार्यकाल पूर्ण केल्यानंतर निवृत्ती घेणे.

review – (रिव्ह्यू') **पुनरावलोकन :** एखाद्या गोष्टीची काळजीपूर्वक पुन्हा पहाणी करणे, चिंतनपर परीक्षण करणे.

revision lesson – (रिव्हि'झ्यन् ले'सन्) **उजळणी पाठ :** एकदा शिकवलेल्या घटकाची पुन्हा उजळणी करण्यासाठी घेतलेले अध्यापन.

revolution – (रे'व्हलू'शन) **क्रांती :** सामाजिक व राजकीय व्यवस्थेतील अमूलाग्र बदल.

reward – (रिवॉ'ऽड्) **बक्षीस :** यशस्वी अध्ययनामुळे एखाद्यास झालेला फायदा, विशिष्ट वर्तनास प्रोत्साहन देण्यासाठी देण्यात येणारा आनंददायी चेतक.

riot – (रा'इअट्) **दंगा, अशांतता :** जमावाने केलेला गोंधळ, नेता नसलेल्या, असंघटित जमावाने केलेला विध्वंस ज्यामधून त्यांच्या वैफल्याचे व रागाचे प्रदर्शन होते.

role – (रोऽल्) भूमिका : योग्य वर्तनासाठी ठरवलेल्या निकषांनुसार दिले गेलेले सामाजिक स्थान किंवा स्थिती. विशिष्ट स्थितीमधील किंवा पदावरील व्यक्तीचे वर्तन कसे असावे हे सांगणारे निकष.

role of the teacher – (रोऽल् ऑव्ह् द् टी'चऽ) **शिक्षकाची भूमिका :** शिक्षकी व्यवसायामध्ये असलेल्या सर्वांसाठी अपेक्षित असणारे वर्तन.

role play – (रोऽल् प्लेऽ) **भूमिकाभिनय :** शिक्षकाने विद्यार्थ्यांना त्यांच्या रोजच्या भूमिकेपेक्षा वेगळी भूमिका करण्यास सांगणे. यामध्ये शिक्षक फक्त मध्यवर्ती कल्पना अथवा अपेक्षा व्यक्त करतात. विद्यार्थी स्वत:च्या आकलनानुसार ती भूमिका करण्याचा प्रयत्न करतात. यावेळी त्यांच्या कृती किंवा संवाद यावरून विद्यार्थ्यांच्या व्यक्तिमत्त्वाविषयी अंदाज बांधता येतो.

rollup-board – (रोल'प् बॉऽड्) **गुंडाळीफळा :** गुंडाळता येणाऱ्या फळ्याला गुंडाळीफळा म्हणतात.

Rorshach inkblot test – (रोशाक इन्क् ब्लॉट टेस्ट्) **रोरशाकची शाईच्या डागांची चाचणी :** हरमन रोरशाक या स्वीस मानसशास्त्रज्ञाने मनोरुग्णांच्या उपचारामध्ये उपयुक्त माहिती मिळवण्यासाठी शाईच्या डागांची चाचणी तयार केली. संशोधनाच्या साधनांपैकी हे प्रक्षेपणात्मक साधन आहे.

rote learning – (रोऽट् ल'ऽनिन्ग्) **घोकंपट्टी, विचार न करता पाठ करणे :** शाब्दिक अध्ययन ज्यामध्ये अध्ययन वस्तूच्या अर्थपूर्णतेकडे दुर्लक्ष करून तांत्रिकपणे पाठांतर केले जाते.

rule – (रुल) **नियम, निर्बंध :** विद्यार्थ्यांसाठीचे सर्वत्र पाळले जाणारे प्रमाणक.

rusticate – (रस्टिकेऽट्) **विद्यार्थ्याला तात्पुरते काढून टाकणे :** नियमांचे उल्लंघन केल्यामुळे विद्यार्थ्याला शैक्षणिक संस्थेमधून तात्पुरते काढून टाकणे.

❑

S

salary – (सॅ'लरि) **मासिक वेतन किंवा पगार :** नोकरीत असणाऱ्या व्यक्तींना दरमहा काम केल्यानंतर होणारा आर्थिक लाभ.

sample – (सा'ऽम्पल) **नमुना, न्यादर्श :** जनसंख्येच्या तथ्याविषयी पूर्वानुमान करण्यासाठी जनसंख्येतून निवडलेल्या व्यक्ती किंवा वस्तू यांच्या लहान संचाला न्यादर्श म्हणतात. न्यादर्श हा संपूर्ण जनसंख्येचा एक प्रातिनिधिक भाग असतो.

sampling – (सा'ऽम्पलिंग्) **न्यादर्शन :** एकूण जनसंख्येतून ठराविक न्यादर्श निवडण्याची सर्वसाधारण प्रक्रिया.

sampling bias – (सा'ऽम्पलिंग् बा'इअस्) **न्यादर्शन अभिनती :** ज्या न्यादर्शनामध्ये न्यादर्श विभाजनाचे माध्य संबंधित प्राचलनाशी जुळत नसेल त्याला न्यादर्शन अभिनती म्हणतात.

sampling distribution – (साऽम्पलिंग् डि'स्ट्रिब्यूशन्) **न्यादर्शन विभाजन :** न्यादर्शावर आधारित सांख्यिकीय विभाजन.

sampling error – (सा'ऽम्पलिंग् ए'रऽ) **न्यादर्शन त्रुटी :** न्यादर्शन त्रुटी म्हणजे प्राचलन व सांख्यिकी यातील फरक.

saturation – (सॅचरे'ऽशन्) **संपृक्तता :** द्रावकात विद्राव्य विरघळेल तेवढे विरघळून मिळणारी द्रावणाची स्थिती.

scale – (स्केऽल्) **मोजपट्टी :** मापन अथवा परिमाणाची पद्धत.

scatter diagram – (स्कॅ'टऽ डा'इअग्रॅम्) **विस्तरण चित्र :** ज्या द्विमार्गी पत्रकात दोन चाचण्यातील गुणांचा संयुक्त विचार करून प्रत्येक विद्यार्थ्यांच्या दोन गुणांबद्दल एक नोंद केलेली असते या पत्रकाला विस्तरणचित्र म्हणतात.

schedule – (शे'ड्युल) **तपशीलाची यादी अगर तक्ता :** ठराविक कालावधीमध्ये घडणाऱ्या घटनांची, करावयाच्या कृतींची यादी.

scholarship – (स्कॉ'लऽशिप्) **(१) विद्वत्ता (२) शिष्यवृत्ती :** विशिष्ट गुणवत्ता मिळविण्याऱ्या विद्यार्थ्याला प्रोत्साहित करण्यासाठी देण्यात येणारे आर्थिक साहाय्य.

scholarship examination – (स्कॉ'लऽशिप इग्झॅ'मिने'शन्) **शिष्यवृत्ती परीक्षा :** इयत्ता चौथी व इयत्ता सातवीच्या विद्यार्थ्यांसाठी घेतली जाणारी विशेष स्पर्धात्मक परीक्षा.

scholastic test – (स्कलॅ'स्टिक टेस्ट) **शालेय कसोटी :** शालेय विषयासंबंधी घेतली जाणारी कोणतीही परीक्षा अथवा कसोटी.

school – (स्कूल्) **शाळा, विद्यालय :** विद्यार्थी ज्या ठिकाणी जावून औपचारिक शिक्षण घेतात ती जागा म्हणजे शाळा.

school administration – (स्कूल् ॲड्मि'निस्ट्रे'ऽशन्) **शालेय प्रशासन :** शालेय प्रशासन प्रामुख्याने मुख्याध्यापक हे उपमुख्याध्यापक व पर्यवेक्षक यांच्या साहाय्याने पाहतात.

school admission – (स्कूल् अड्मिऽशन्) **शाळाप्रवेश :** शालेय शिक्षणासाठी विद्यार्थ्यास दाखल करणे.

school assembly – (स्कूल् असे'म्ब्लि) **शालेय सभा :** शाळेमधील अशी सभा ज्यामध्ये सर्व विद्यार्थ्यांनी एकत्रित यावे व विशिष्ट विषयांवर चर्चा करावी असे अपेक्षित असते.

school audit – (स्कूल् ऑ'ऽडिट्) **शालेय लेखा परीक्षा :** शाळेच्या जमाखर्चाची वार्षिक तपासणी म्हणजे शालेय लेखापरीक्षा होय.

school bag – (स्कूल् बॅग्) **दप्तर :** विद्यार्थ्यांचे दप्तर ही पुस्तके, वह्या व इतर आवश्यक साहित्य ठेवण्याची एक प्रकारची पिशवी असते.

school building – (स्कूल् बि'ल्डिंग्) **शालेय इमारत :** शाळेचे कामकाज ज्या इमारतीमध्ये चालते ती इमारत.

school camp – (स्कूल् कॅम्प) **शालेय शिबिर :** शाळेतील विद्यार्थ्यांच्या सर्वांगीण विकासासाठी विविध शिबिरांचे आयोजन शाळांमार्फत केले जाते त्यास शालेय शिबिर म्हणतात.

school certificate – (स्कूल् सटि'फिकिट्) **शालेय प्रमाणपत्र :** विशिष्ट स्तरावरील शालेय शिक्षण पूर्ण केल्यानंतर देण्यात येणारे प्रमाणपत्र.

school committee – (स्कूल् कमि'टि) **शालेय समिती :** अनुदान संहितेच्या १० ब नियमास अनुसरून व सेवकांचे नियम कायदा १९८१ प्रमाणे प्रत्येक माध्यमिक शाळा, खासगी प्राथमिक शाळा व अध्यापक विद्यालयाकरिता शाळासमिती नेमली जाते जी शालेय व्यवस्थापनासंबंधी शासनास जबाबदार असते.

school complex – (स्कूल् कॉ'म्प्लेक्स) **शाळासंकुल :** एकाच परिसरातील १५ ते २० शाळांच्या समूहास शाळासंकुल म्हणतात. कोठारी आयोगाने शाळासंकुलाचा पुरस्कार केला आहे.

school discipline – (स्कूल् डि'सिप्लिन्) **शालेय शिस्त :** विद्यार्थ्यांच्या शिस्तबद्ध व चांगल्या वर्तणुकीसाठी व विद्यार्थ्यांच्या हितासाठी शाळेने तयार केलेले सर्वसाधारण नियम.

school excursion – (स्कूल् इक्स्क'ऽशन्) **शालेय सहल :** शाळा विद्यार्थ्यांसाठी ज्या सहली आयोजित करते त्यास शालेय सहल म्हणतात.

school garden – (स्कूल् गा'ऽडन्) **शालेय बाग.**

school health service – (स्कूल् हेल्थ् सर्व्हिस्) **शालेय आरोग्य सेवा :** शाळेतर्फे विद्यार्थ्यांसाठी पुरविण्यात येणारी मोफत आरोग्य सेवा.

school management – (स्कूल् मॅ'निज्मन्ट) **शालेय व्यवस्थापन :** शाळेच्या स्थैर्यासाठी व प्रगतीसाठी व्यापक व सामान्य स्वरूपाची कामे करणे व इतरांकडून ती परिणामकारक पद्धतीने करून घेण्यासाठी विशिष्ट योजना तयार करणे यास शालेय व्यवस्थापन म्हणतात.

school newspaper – (स्कूल् न्यू'झ्पे'ऽपऽ) **शालेय वार्तापत्र :** शालेय विद्यार्थ्यांनी विद्यार्थ्यांसाठी प्रकाशित केलेले वार्तापत्र.

school of education – (स्कूल् ऑ'व्ह ए'ड्युके'ऽशन्) **शिक्षणशास्त्र शाळा.** पदवी न मिळवलेल्या (म्हणजेच) किंवा कनिष्ठ महाविद्यालयीन स्तरावरील विद्यार्थ्यांना शिक्षक प्रशिक्षण देणारी शाळा.

school phobia – (स्कूल् फो'बिअ) **शाळेविषयी वाटणारी भीती अगर तिरस्कार :** काही विशिष्ट कारणामुळे विद्यार्थ्यास शाळेत जाण्याविषयी वाटणारी भीती.

school prayer – (स्कूल् प्रेऽअ) **शालेय प्रार्थना :** शाळेत विद्यार्थी जी प्रार्थना नियमितपणे म्हणतात त्यास शालेय प्रार्थना म्हणतात.

school psychologist – (स्कूल् साइकॉ'लजिस्ट) **शालेय मानसशास्त्रज्ञ :** शालेय स्तरावरील विद्यार्थ्यांचे शैक्षणिक प्रश्न अथवा समस्या सोडविण्यासाठी शाळेने नेमलेला व्यावसायिक मानसशास्त्रज्ञ.

school record – (स्कूल् रे'कॉऽड्) **शालेय दप्तर :** शाळेसंबंधीची विविध कागदपत्रे यामध्ये विविध नोंदवह्या प्रगतीपुस्तके, हजेरी पत्रके, सेवापुस्तिका अशा नोंदवह्यांचा समावेश होतो.

school report – (स्कूल् रिपॉ'ऽट्) **शालेय अहवाल :** विद्यार्थ्यांच्या शैक्षणिक प्रगतीविषयी शाळेकडून पालकांना देण्यात येणारा अहवाल.

school store – (स्कूल् स्टॉअ) **शालेय भांडार :** शालेय शिक्षणासाठी आवश्यक ते साहित्य स्वस्त दरामध्ये उपलब्ध असणारे शाळेच्या परिसरात चालवले जाणारे दुकान.

school survey – (स्कूल् स'ऽव्हे) **शालेय सर्वेक्षण :** शाळेतील वरच्या इयत्तेतील विद्यार्थ्यांचा समाजाशी संपर्क यावा या हेतूने एखादे लहान गाव, वस्ती अथवा समाजातील लोकांची पहाणी विद्यार्थ्यांतर्फे केली जाणे (शाळेमार्फत) यास शालेय सर्वेक्षण म्हणतात.

school vacation – (स्कूल् व्हेके'ऽशन्) **शाळेच्या सुट्ट्या :** शालेय वर्षातील शालेय कामकाज बंद असण्याचा काळ.

school year – (स्कूल यिअ) **शालेय वर्ष :** एक शैक्षणिक वर्षाचा कालावधी

schooling – (स्कू'लिंग्) **शिक्षण :** विशेष प्रशिक्षित शिक्षकांच्या मार्गदर्शनाखाली घेतलेले औपचारिक शिक्षण

school without walls – (स्कूल् विदा'उट्· वॉऽल्स) **बिनभिंतींच्या शाळा :** कमीतकमी अंतर्गत विभाजनभिंती असणारी शालेय इमारत जिथे विद्यार्थ्यांच्या अनेक लहान-लहान समूहांना समूह अध्यापन केले जाते.

scope – (स्कोऽप्) **व्याप्ती :** विशिष्ट गोष्टीची कृतीकक्षा.

score – (स्कॉअ् स्कॉऽ) **गुणांची नोंद :** खेळ अथवा तत्सम संपादनातील गुणांची नोंद.

secondary education – (से'कन्डरि ए'ड्युके'ऽशन्) **माध्यमिक शिक्षण :** शैक्षणिक सोपानातील प्राथमिक शिक्षणानंतरचा व उच्च माध्यमिक शिक्षणापूर्वीचा शैक्षणिक टप्पा.

secondary school – (से'कन्डरि स्कूल्) **माध्यमिक शाळा :** शालान्त प्रमाणपत्र परीक्षेपर्यंत सर्वसामान्य शिक्षण देणारी शाळा म्हणजे माध्यमिक शाळा होय.

secondary sources – (से'कन्डरि सॉऽस्) **दुय्यम साधनस्त्रोत :** घटनेला साक्षी नसलेल्या व्यक्तीने प्रत्यक्ष घटनेत सहभागी अथवा साक्षी असलेल्या व्यक्तींकडून ऐकलेल्या माहितीच्या आधारे अहवाल तयार केले असतील तर त्यांना दुय्यम साधनस्त्रोत म्हणतात.

secularism – (से'क्युल'रिझम्) **धर्मनिरपेक्षतावाद :** भारतीय राज्यघटनेस अभिप्रेत असलेली धर्मनिरपेक्षता म्हणजे कोणत्याही एका विशिष्ट धर्माशी बांधिलकी ठेवून त्या धर्माला प्राधान्यत्त्वाने वागणूक न देणे, सर्व धर्मांना समान लेखणे व समान वागणूक देणे, शिक्षणामध्ये धर्मास हस्तक्षेप करू न देता सर्व धर्मांच्या बालक-बालिकांना शिक्षणामध्ये समान संधी देणे हे भारतीय धर्मनिरपेक्षतेच्या संकल्पनेत अभिप्रेत आहे.

segregated school – (सेग्रिगेऽटेड् स्कूल्) **विलग शाळा :** कौटुंबिक प्रकार, जाती-जमाती अथवा इतर कोणत्याही भिन्नत्त्वाच्या आधारावर विद्यार्थ्यांच्या काही गटांना इतर विद्यार्थ्यांपासून वेगळे ठेवण्यात येते अशी शाळा.

self actualization – (सेल्फ् ॲक्च्युअलायझे'ऽशन्) **आत्म प्रकटीकरण :** स्वत:मधील अव्यक्त गुण प्रकट रुपात आणण्याची इच्छा म्हणजे आत्मप्रकटीकरण होय.

self evaluation – (सेल्फ् इव्हॅ'ल्युए'ऽशन) **स्वमूल्य मापन :** स्वत:चे वर्तन अथवा कृतींचे मूल्यमापन करण्याची प्रक्रिया.

self expression – (सेल्फ् इक्स्प्रे'शन्) **आत्मविष्कार :** स्वत:च्या विविध कलागुणांना प्रकट करण्याची संधी मिळणे.

self-awareness – (सेल्फ्-अवे'अऽनेस्) **स्वबोधन :** एक व्यक्ती म्हणून असलेली स्वत:ची जाणीव.

self-concept – (सेल्फ् कॉ'न्सेप्ट्) **स्वसंकल्पना :** व्यक्तीच्या विविध गुणवैशिष्ट्यांच्या आधारावर बनलेली स्वत:संबंधीची प्रतिमा.

self-education – (सेल्फ् ए'ड्युके'ऽशन) **स्वयंशिक्षण :** स्वत: अध्ययन करणे.

self-identity – (सेल्फ आइडे'न्टिटि) **स्वतादाम्यभाव :** स्वत:च्या क्षमता व वैशिष्ट्ये माहीत करून घेणे, ओळखणे, त्यांच्याशी प्रामाणिक राहण्याचा प्रयत्न करणे ही प्रक्रिया.

semantics – (सिमॅ'न्टिक्स) शब्दार्थांचा उगम व विकास यांचे शास्त्र.

semester system – (सिमे'स्टऽ सि'स्टम्) **सत्र परीक्षा पद्धती :** प्रत्येक शालेय सत्राच्या शेवटी त्या सत्रासाठी निर्धारित अभ्यासक्रमावर आधारित परीक्षा घेणे म्हणजे सत्र परीक्षा पद्धती अथवा सत्र पद्धती होय.

seminar – (से'मिनाऽ) **चर्चासत्र :** हे छोट्या गट चर्चेचे एक तंत्र आहे. यामध्ये प्रत्येक व्यक्ती आपले स्वतंत्र संशोधन निबंधरूपामध्ये श्रोत्यांसमोर मांडते ज्यावर नंतर साधक-बाधक चर्चा अपेक्षित असते.

sense organ – (सेन्स् ऑ'ऽगन्) **ज्ञानेंद्रिये :** माणसास ज्ञान देणाऱ्या डोळे, नाक, कान, जीभ व त्वचा या पाच इंद्रियांना ज्ञानेंद्रिये म्हणतात.

sense training – (सेन्स् ट्रेऽनिंग्) **इंद्रिय शिक्षण :** सभोवतालच्या विविध गोष्टींचा ज्ञानेंद्रियांमार्फत अर्थ लावण्याची मुलांच्या मनाची क्षमता वाढविणे म्हणजे इंद्रिय शिक्षण होय.

sensitivity – (से'न्सिटि'व्हिटि) **संवेदनक्षमता संवेदनशीलता :** स्वत:च्या वर्तनाप्रती इतर व्यक्ती कशाप्रकारे प्रतिक्रिया देतात ते समजून घेण्याची क्षमता.

sensory education – (से'न्सरिं ए'ड्युकेऽशन्) **संवेदनासंबंधी शिक्षण (इंद्रिय शिक्षण) :** ज्ञानेंद्रियांच्या साहाय्याने ज्ञान मिळवण्यासाठी, मुलांची संवेदनशीलता वाढवण्यासाठी ज्या विविध कृतीमध्ये मुलांना गुंतवून ठेवण्यात येते अशा कृतींचे शिक्षण. ही संज्ञा सर्वसाधारणापणे माँटेसरी शिक्षणासंबंधी वापरली जाते.

sensory memory – (से'न्सरि मे'मरि) **वेदनिक स्मृती :** स्मृती प्रक्रियेचा पहिला टप्पा ज्यामध्ये ज्ञानेंद्रियांच्या साहाय्याने माहिती नोंदवली जाते. हा टप्पा एक सेकंदापेक्षा कमी कालावधीचा असतो.

sentence – (से'न्टन्स्) **वाक्य :** संपूर्ण अर्थबोध करून देणारा शब्दसमूह.

sentence completion test – (से'न्टन्स् कम्प्ली'शन् टेस्ट) **वाक्यपूर्ती कसोटी :** व्यक्तिमत्त्वाची प्रक्षेपणात्मक चाचणी ज्यामध्ये परिक्षार्थीक अपूर्ण वाक्ये पूर्ण करण्यासंबंधी सूचना दिल्या जातात व केलेल्या पूर्ततेवरून त्याच्या व्यक्तिमत्त्वासंबंधी अनुमान काढले जाते.

sentiment – (से'न्टिमन्ट्) एखाद्या विषयाबद्दलची मनाची संपूर्ण प्रतिक्रिया.

serial learning – (सि'अरिअल् ल'ऽनिंग्) **क्रमवार अध्ययन :** एक विशिष्ट क्रमाने पाठ्यवस्तूचे अध्ययन करणे.

service – (स'ऽव्हिस्) **सेवा, नोकरी**

service book – (स'ऽव्हिस् बुक्) **सेवापुस्तिका :** शाळेतील प्रत्येक कर्मचाऱ्याच्या सेवेसंबंधीची आवश्यक ती नोंद असणारी पुस्तिका ज्यामध्ये नेमणूक तारीख, वेतनवृद्धी, गुणवत्ता, आचरण, दंड, अवनती, उन्नती इ. नोंदी केलेल्या असतात.

sex-education – (सेक्स् ए'ड्युके'ऽशन्) **लैंगिक शिक्षण**

short-term memory – (शॉऽट् टऽम् मे'मरि) **अल्प कालिक स्मृती :** स्मृतीच्या त्रिस्तरीय आराखड्यामधील माहितीचे आताकाळासाठी ग्रहण करणारी स्मृती. ह्या स्मृतीतील माहिती तात्पुरत्या वापरासाठी उपयोगात आणली जाऊ शकते.

sibling rivalry – (सि'बलिन्ग् रा'इव्हल्रि) **भावंडामधील मत्सर :** पालकांच्या माया किंवा आपुलकीसाठी चालणारी कुटुंबातील भावडांमधील स्पर्धा.

sick leave – (सिक् लीव्ह्) **आजारकालीन रजा :** कर्मचाऱ्यास आजारपणासाठी अथवा त्याच्यावर अवलंबून असणाऱ्या आजारी कुटुंबसदस्यांच्या देखभालीसाठी दिली जाणारी रजा.

sign language – (साइन् लॅ'न्ग्विज्) **खुणांची भाषा :** अक्षरे, शब्द किंवा संपूर्ण विचार प्रदर्शित करण्यासाठी हात किंवा बोटांच्या अर्थपूर्ण हालचालींद्वारे संप्रेषण करण्याची एक पद्धत.

silent reading –(सा'इलन्ट् री'डिन्ग्) **मूकवाचन, मौन वाचन :** मोठ्याने आवाज न करता, स्वत:साठी वाचणे.

simulation method – (स'म्युले'ऽशन् मे'थड्) **अभिरूपता किंवा प्रतिभास पद्धती :** प्रत्यक्ष ज्या गोष्टीचे ज्ञान करून घ्यायचे असते तो प्रसंग, ती घटना यांची प्रतिकृती तयार करून ज्ञान मिळवण्याच्या पद्धतीस अभिरूपता अथवा प्रतिभास पद्धती म्हणतात. याला सादृशीकरण सुद्धा म्हटले जाते.

skewed curve – (सक्यू'ऽड् कऽव्ह) **विषमवक्र :** एखाद्या विषयाच्या चाचणीतील प्राप्तांक असमान विखुरले जातात. त्यांचा जो आलेख तयार होतो त्यास विषमवक्र म्हणतात.

skewness – (स्क्यूने'स्) **विषमता :** अनेक कारणांमुळे विभाजनातील संतुलन कमी अधिक होत असते. या प्रकृतीस विषमता म्हणतात.

skill – (स्किल्) **कौशल्य :** निरीक्षण, अभ्यास व अनुभवातून संपादित केलेली मानसिक किंवा शारीरिक क्षमता.

skill testing – (स्किल् टेस्टिंग्) **कौशल्य चाचणी :** एखादे कौशल्य किती प्रमाणात प्राप्त केले आहे यासंबंधीची चाचणी.

skimming – (स्कि'मिंग्) दिलेल्या उताऱ्याची सर्वसाधारण कल्पना यावी या उद्देशाने केलेले वेगवान वाचन.

slow learner – (स्लोऽ ल'ऽनऽ) **मंदअध्ययनी, मंदअध्ययता :** सर्वसाधारण अध्ययनक्षमता असणाऱ्या बालकापेक्षा ज्यांची अध्यनक्षमता मंद असते अशा बालकांना मंदअध्ययता म्हणतात.

social activity – (सो'ऽश्ल् ॲक्टि'व्हिटि) **सामाजिक उपक्रम**

social adaptation – (सो'ऽश्ल् ॲडप्टे'ऽशन्) **सामाजिक समायोजन :** आपण समाजाचा एक घटक आहोत हे जाणून घेऊन समाजातील इतर घटकांशी जुळवून घेवून जीवन जगण्याचा प्रयत्न करणे म्हणजे सामाजिक समायोजन होय.

social behaviouer – (सो'ऽश्ल् बिहे'ऽव्ह्यऽ) **सामाजिक वर्तन :** इतरांच्या वर्तन प्रणालीमुळे प्रभावित झालेले वर्तन अथवा त्यामध्ये इतर समाजघटकांशी आंतरक्रिया करताना झालेले वर्तन.

social change – (सो'ऽश्ल् चेऽनज्) **सामाजिक परिवर्तन :** काळाच्या ओघामध्ये समाजाची संस्कृती, आंतरक्रिया पद्धती, वर्तनप्रणाली आणि मूल्यव्यवस्था यामध्ये घडणारे परिवर्तन.

social cognition – (सो'ऽशल् कॉ'ग्निशन्) **सामाजिक बोधन :** आपले सामाजिक वर्तन अंतर्भूत असणारी सामाजिक वातावरणासंबंधीची माहिती प्रक्रियाकरण पद्धती.

social cohesion – (सो'ऽशल् कोऽहीझ्यन्) **समूह ऐक्य :** समूहाला एकत्रित बांधून ठेण्यासाठी उपयुक्त ठरणारे समूहसदस्यांचे एकमेकांप्रती आकर्षण.

social education – (सो'ऽशल् ए'ड्युके'ऽशन्) **सामाजिक शिक्षण :** सामाजिक कौशल्ये विकसित करण्यासाठी उपयुक्त ठरणारी औपचारिक शिक्षण प्रणाली.

social intelligence – (सो'ऽशल् इन्टे'लिजन्स्) **सामाजिक बुद्धिमत्ता :** सामाजिक वातावरणाशी सकारात्मक समायोजन साधण्याची, सामाजिक हितसंबंध हाताळण्याची,

सामाजिक परिस्थितीमध्ये इतरांच्या भावभावना समजून वर्तन करण्याची व्यक्तीची क्षमता.

social interaction – (सो'ऽशल् इ'न्टरॅ'क्शन्) **सामाजिक आंतरक्रिया :** सामाजिक स्थितीमध्ये व्यक्तींचा परस्परांवर किंवा परस्परवर्तनावर असणारा प्रभाव.

social leadership – (सो'ऽशल् ली'ड्ऽशिप्) **सामाजिक नेतृत्त्व :** आधार देणारे, संघर्ष कमी करणारे व संघमानसिकता वाढवणारे समुहानुगामी नेतृत्त्व.

social learning – (सो'ऽशल् ल'ऽनिंग्) **सामाजिक अध्ययन :** सामाजिकीकरणाच्या प्रक्रियेमध्ये सामाजिक परिस्थिती समजून घेण्यासाठी आवश्यक असणाऱ्या क्षमतांचे ज्ञान.

social learning theory – (सोऽशल् ल'ऽनिंग् थि'अरि) **सामाजिक अध्ययन उपपत्ती :** वर्तन हे प्रत्यक्ष अप्रत्यक्ष प्रबलनाच्या परिभाषेत स्पष्ट करता येते असा दृष्टिकोन.

social norms – (सो'ऽशल् नॉऽम्स्) **सामाजिक प्रमाणके / सामाजिक मानदंड :** सामाजिक संस्कृतीला अपेक्षित असणारे व्यक्तीवर्तनाचे सर्वसाधारण नियम.

social stratification – (सो'ऽशल् स्टॅ'टिफि'ऽकेशन्) **सामाजिक स्तरीकरण :** शिक्षण, उत्पन्न अथवा वारसा यासारख्या सामाजिक भिन्नत्त्वावर आधारित व्यक्ती अथवा समूहाच्या दर्जा ठरवण्याची पद्धती.

social work – (सो'ऽशल् वऽक्) **सामाजिक कार्य :** समाजातील व्यक्तीच्या गरजांची पूर्ती करून व्यक्तींचे कल्याण करण्याकरिता आखण्यात येणारे उपक्रम

socialization – (सो'ऽशलाइझे'ऽशन्) **सामाजिकीकरण :** आपण ज्या समाजसमूहाचे घटक आहोत त्याची मूल्यप्रणाली व त्या समूहातील आपली भूमिका यांची माहिती करून घेणे अथवा त्याचे ज्ञान घेणे.

socialization process – (सो'ऽशलाइझे'शन् प्रो'ऽसेस्) **सामाजिकीकरण प्रक्रिया :** समाज आपल्या समाजघटकांना विशिष्ट मूल्ये देत रहातो ती आजीवन चालणारी सामाजिक प्रक्रिया.

society – (ससा'इअटि) **समाज :** समान प्रदेश व समान संस्कृती असणाऱ्या व परस्पर आंतरक्रिया करणाऱ्या व्यक्तीचा समूह.

sociology – (सो'ऽसिऑ'लजि) **समाजशास्त्र :** मानवी सामाजिक आंतरक्रियेचा पद्धतशीर अभ्यास.

sociology of education – (सो'ऽसिऑ'लजि ऑव्ह ए'ड्युके'ऽशन्) **शिक्षणाचे समाजशास्त्र :** शिक्षणसंस्थेतील सामाजिक प्रक्रियेचे विश्लेषण करणारी, शैक्षणिक संस्थेच्या प्रक्रिया व प्रशासनास समाजशास्त्राची सर्वसाधारण तत्त्वे लागू करणारी सामाजिक संस्थेचे शास्त्रशुद्ध विश्लेषण करण्याची पद्धत.

sociometric technique – (सो'ऽसिऑ'मेट्रि टेक्नी'क्) **समाजमिती तंत्र :** व्यक्ती-व्यक्ती मधील सामाजिक हितसंबंधाचे वर्णन करण्याचे तंत्र, समूहातील सामाजिक हितसंबंध व नातेसंबंधाचे मापन करण्याचे तंत्र.

socratic method – (सॉक्रॅ'टिक् मे'थड्) **सॉक्रॅटिक पद्धती :** प्रश्नोत्तरांच्या माध्यमातून ज्ञान मिळवण्याची सॉक्रेटिस् याने मांडलेली अध्ययन पद्धत.

software – (सॉफ्ट्वेअऽ) संगणकाच्या यांत्रिक भागास कार्यरत करणाऱ्या सूचना, संगणकाची आज्ञावली.

sound – (साउन्ड्) **ध्वनी :** कानाद्वारे आकलन झालेली गोष्ट.

source trait – (सॉऽस् ट्रेऽ) **मूळ गुणघटक :** व्यक्तिमत्त्वाचे मूळ घटक.

span of attention – (स्पॅन् ऑव्ह् अटे'न्शन्) **अवधान कक्षा :** अवधानाच्या मर्यादेस अवधान कक्षा म्हणतात. न मोजता एका दृष्टीक्षेपात जेवढे घटक बिनचूक लक्षात येतील तेवढी अवधान कक्षा आहे. असे प्रायोगिक भाषेत म्हणतात.

special abilities – (स्पे'शल् अबि'लिटिज्) **विशेष क्षमता :** विशेष बौद्धिक / बुद्धिमत्तापूर्ण वर्तनास कारणीभूत ठरणारी कौशल्ये.

special aptitude test : (स्पे'शल् ॲ'प्टिट्यूड् टेस्ट्) **विशेष अभियोग्यता चाचणी :** एखादे विशेष कार्य अथवा कौशल्य यामध्ये यशस्वी होण्यासाठी व्यक्तीमध्ये असणाऱ्या अभियोग्यतेचे मापन करणारी चाचणी.

special children – (स्पे'शल् चि'ल्ड्रन्) **विशेष बालके :** शारीरिक, मानसिक, बौद्धिक व सामाजिक पातळीवर समस्याग्रस्त असणारी बालके ज्यांच्या गरजांची पूर्ती या समस्यांमुळे कठीण होते.

special education – (स्पे'शल् ए'ड्युके'ऽशन्) **विशेष शिक्षण :** विशेष शैक्षणिक वागणूक देणे अपेक्षित असणाऱ्या बालकांना देण्यात येणारे शिक्षण.

specialist teacher – (स्पे'शलिस्ट् टी'चऽ) **विशेषज्ञ शिक्षक :** एखादा विषय किंवा विषय समूह शिकवण्यामध्ये तज्ज्ञ असणारा शिक्षक.

specialization – (स्पे'शलाइझे'ऽशन्) **विशेषत्त्व :** एखाद्या विशेष विषयामधील सखोल ज्ञान घेण्यासाठी त्या विषयांचा अभ्यास करणे.

specialized school – (स्पे'शलाइझ्ड स्कूल) **विशेष शाळा :** विशिष्ट अभ्यासक्रम राबविणाऱ्या माध्यमिक शाळा उदा. व्यावसायिक अभ्यासक्रम राबविणाऱ्या शाळा अथवा फाईन आर्टस् अभ्यासक्रम राबवणाऱ्या शाळा.

speech disorder – (स्पीच् डिसॉ'ऽडऽ) **वाचिक दौर्बल्य वाचादोष :** ध्वनी तयार करण्यामध्ये येणाऱ्या समस्या.

speech therapy – (स्पीच् थे'रपि) **वाचोपचार :** वाचादोष सुधारण्यासाठी वापरण्यात येणारी उपचार पद्धती.

spiritualizm – (स्पि'रिट्युअलिझम्) **अध्यात्मवाद :**

staff management – (स्टाऽफ् मॅ'निज्मन्ट) **कर्मचारी व्यवस्थापन :** सुव्यवस्थापनासाठी कर्मचाऱ्यांना व्यावसायिक सुविधा उपलब्ध करून देण्याची सोय.

standard deviation – (स्टॅ'न्डऽड् डी'व्हिए'शन्) **प्रमाण विचलन :** कोणत्याही प्राप्तांकांचे वितरण, याचे एक माप म्हणजे प्रमाण विचलन् होय.

standard error – (स्टॅ'न्डऽड् ए'रऽ) **प्रमाणित त्रुटी / प्रमाप त्रुटी :** कोणत्याही निकषाचे दिलेली सांख्यिकी किती चांगल्या प्रमाणात प्रतिनिधित्त्व करते याचे मापन म्हणजे प्रमाप त्रुटी जी न्यादर्श विभाजनाच्या प्रमाणविचलनाशी समतुल्य असते.

standardised score – (स्टॅ'न्डडाइझ्ड् स्को'ऽ) **प्रमाणित प्राप्तांक**

standardization of test – (स्टॅ'न्डडाइझे'ऽशन् ऑव्ह टेस्ट) **कसोट्यांचे प्रमाणीकरण :** विविध मानसशास्त्रीय कसोट्या हजारो विद्यार्थ्यांना देऊन त्यांची वस्तुनिष्ठता, वैधता यांचा पडताळा घेण्याच्या पद्धतीस कसोट्यांचे प्रमाणीकरण म्हणतात.

State Board of Teacher Education – (स्टेऽट् बोऽड् ऑव्ह टी'चऽ ए'ड्युके'ऽशन्) **राज्य शिक्षक प्रशिक्षण मंडळ.**

statement of aim – (स्टे'ऽट्मन्ट् ऑव्ह एऽम) **हेतूकथन :** पाठ घेण्याच्या हर्बार्टने दिलेल्या पाच पायऱ्यातील एक पायरी. प्रस्तावनेनंतर शिक्षकाने विद्यार्थ्यांना पाठाचा हेतू सांगणे यास हेतू कथन म्हणतात.

statistical method – (स्टटि'स्टिकल् मे'थड्) **संख्याशास्त्रीय / संख्यामान पद्धती.**

statistical significance – (स्टटि'स्टिकल सिग्नि'फिकन्स्) **संख्याशास्त्रीय लक्षणीयता, संख्याशास्त्रीय सार्थकता.**

statistics – (स्टटि'स्टिक्स्) **संख्याशास्त्र :** संख्याच्या स्वरूपात मांडलेल्या गोष्टी, कोणत्याही गोष्टीचे संख्यात्मक सादरीकरण.

stimulus – (स्टि'म्युलस्) **उद्दिपक / चेतक :** ज्या अंतर्गत अथवा बाह्य घटनेमुळे चेतासंस्थेकडून एखादी कृती घडते किंवा प्रतिक्रिया दिली जाते त्या घटनेस उद्दिपक म्हणतात. (बाह्य जगातील एखादीवस्तू)

stimulus response learning – (स्टि'म्युलस रिस्पॉ'न्स ल'निंग) **चेतक प्रतिसाद अध्ययन :** अध्ययन हे बाह्यचेतक व वर्तन प्रतिक्रिया यामधील साहचर्य असते असे मानणारा वर्तनवादी दृष्टिकोन जो अध्ययनातील बौद्धिक प्रक्रियेस नाकारतो.

stipend – (स्टा'इपेन्ड्) **विद्यावेतन :** शाळा महाविद्यालये अथवा इतर शैक्षणिक संस्थांमधून गरजू विद्यार्थ्यांना शिक्षणासाठी जी आर्थिक मदत केली जाते त्यास विद्यावेतन म्हणतात.

story telling – (स्टॉ'ऽरि टेलिन्ग्) **कथाकथन :** एखादी बाब गोष्टीरूपाने सांगणे.

stratification – (स्ट्रॅ'टिफिके'ऽशन्) **स्तरीकरण :** कोणत्याही गोष्टीचे विशिष्ट स्तरांमध्ये विभाजन करणे.

stratified sampling – (स्ट्रॅ'टिफाईड सा'ऽम्पलिंग्) **वर्गीकृत न्यादर्शन :** जनसंख्येतील विविध निकषांवर आधारलेले वर्ग लक्षात घेऊन केलेल्या न्यादर्शनास वर्गीकृत न्यादर्शन म्हणतात.

stream of consciousness – (स्ट्रीम ऑव्ह् कॉन्शसनिस्) **जाणिवेचा प्रवाह :** स्वतःच्या जाणीवपूर्वक अनुभवांचे सातत्यपूर्ण अस्तित्त्व.

stress – (स्ट्रेस) **ताण :** परिस्थितीजन्य मागण्या व त्या पूर्ण करण्याच्या क्षमता यामधील विसंगतीतून येणारा शारीरिक अथवा मानसिक ताण.

stress management – (स्ट्रेस मॅ'निज्मन्ट्) **ताण-तणावांचे व्यवस्थापन :** ताण-तणाव कमी किंवा संपूर्ण नष्ट करण्यासाठी करण्यात येणाऱ्या कृती.

structuralism – (स्ट्रि'क्चऽरॅ'लिझम्) **रचनावाद :** तत्त्वज्ञानाच्या अनेक विचारधारांपैकी एक विचारधारा.

structured interview – (स्टि'क्चऽ इन्ट'व्ह्यू) **संरचित मुलाखत**

student – (स्ट्यू'डन्ट) **विद्यार्थी :** जेव्हा मुले औपचारिक शिक्षण घेतात तेव्हा त्यांना विद्यार्थी म्हणतात.

student council – (स्ट्यू'डन्ट का'उन्सिल) **विद्यार्थी परिषद / मंडळ :** शाळा किंवा महाविद्यालयामध्ये निवडून आलेल्या विद्यार्थ्यांच्या समूहास विद्यार्थी परिषद म्हणतात.

student union – (स्ट्यू'डन्ट यू'न्यन) **विद्यार्थी संघटना :** विद्यार्थ्यांचे प्रश्न सोडवण्यासाठी स्थापन करण्यात येणारी / आलेली विद्यार्थ्यांची संघटना.

study – (स्टि'डि) **अभ्यास :** अभ्यास म्हणजे एक प्रकारचे अध्ययनच. यासाठी अभ्यास विषयाची आवड, अभ्यासाची मनाची तयारी व योग्य मार्गदर्शन यांची आवश्यकता असते.

subject – (सॅ'ब्जिक्ट) **विषय :** अध्ययनाद्वारे ज्ञान व कौशल्य प्राप्त करण्यासाठी विविध विषय घेतले जातात.

subjective – (सब्जे'क्टिव्ह्) **व्यक्तीनिष्ठ :** प्रत्येक व्यक्तीनुसार बदलण्याची शक्यता असलेली गोष्ट. उदा. मूल्यमापनपद्धती, निरीक्षण इ.

sublimation – (सि'ब्लिमेऽशन्) **उदत्तीकरण :** संरक्षण यंत्रणेचा एक प्रकार.

suggestion – (सजे'स्चन्) **सूचना :** एखादी कल्पना किंवा मनोभूमिकेचा पूर्णत्त्वाने स्वीकार.

summation – (सेम'ऽशन्) **बेरीज**

summative evaluation – (स'मेटिव्ह् इव्हॅ'ल्युए'ऽशन्) : अध्यापन समाप्ती नंतर विद्यार्थ्यांचे अंतिम संपादन तापसण्यासाठी केले जाणारे मूल्यमापन

supervised study – (स्यू'पऽव्हाइझ्ड् स्टि'डि) **पर्यवेक्षित अभ्यास**

supervision – (स्यू'पऽव्हि'झ्न्) **देखरेख, पर्यवेक्षण :** सकारात्मक बदल घडवून आणण्याच्या उद्देशाने केलेली तपासणी अथवा निरीक्षण.

supervisor – (स्यू'पऽव्हाइझऽ) **पर्यवेक्षक :** पर्यवेक्षण करणारी अधिकृत व्यक्ती.

supplementary reading – (सेप्लिमे'न्टरी री'डिन्ग्) **पुरवणी वाचन :** अभ्यासासाठीच्या पुस्तकाशिवाय, अभ्यासाला पूरक म्हणून जे वाचन करण्यात येते त्यास पुरवणीवाचन म्हणतात.

survery method – (स'ऽव्हेऽ मे'थड्) **सर्वेक्षण पद्धती :** संशोधनासाठी मुलाखती किंवा प्रश्नावली वापरून माहिती गोळा करण्याची पद्धत.

survey – (स'ऽव्हेऽ) **सर्वेक्षण :** मुलाखती किंवा प्रश्नावलीच्या स्वरूपात केलेला सर्वसाधारण अभ्यास.

syllabus – (सि'लबस्) **पाठ्यक्रम :** पाठ्यक्रम हा अभ्यासक्रमाचा एक भाग आहे. पाठ्यक्रम हा विषयानुसार तयार केला जातो.

symbol – (सि'म्बल) **प्रतीक :** समान संस्कृती असणाऱ्या लोकांद्वारे एखाद्या गोष्टीला दिला गेलेला अर्थ.

symposium – (सिम्पो'झिअम्) **परिसंवाद :** ज्यावेळी एखाद्या विषयावर अनेक व्यक्ती आपल्या व्याख्यानातून अथवा निबंधातून विचार मांडतात व त्यावर चर्चा घडवून आणतात तेव्हा त्यास परिसंवाद म्हणतात.

synthesis – (सि'न्थसिस्) **संश्लेषण :** माहितीचे विविध घटक एखादी संकल्पना तयार करण्यासाठी एकत्र आणणे.

system – (सि'स्टम्) **व्यवस्था, रचनाबद्ध संस्था :** पूर्णत्त्वाने कार्यरत असणारा, संघटित, आंतरक्रिया करणारा, परस्परावलंबी समूह.

system approach in education – (सि'स्टम् ॲप्रो'ऽच् इन ए'ड्युके'ऽशन) **शिक्षणात प्रणाली उपागम :** संपूर्ण शैक्षणिक संस्थेकडे एक समग्र व्यवस्था म्हणून पहाणे, एकसमवायेच्छेदेकरून पहाणे म्हणजे शिक्षणात प्रणाली उपागम होय.

systematic observation – (सिस्टमॅ'टिक् ऑ'ब्झर्व्हे'ऽशन्) **पद्धतशीर, सुव्यवस्थित निरीक्षण :** मानवी अथवा प्राणीवर्तनाविषयी सखोल माहिती मिळवण्यासाठी केलेले सुनियोजित निरीक्षण.

systematic sampling – (सिस्टमॅ'टिक सा'म्पलिंग्) **नियमबद्ध न्यायदर्शन :** जनसंख्येतील ठराविक निश्चित अंतरावरील घटकांची नियमबद्ध निवड.

❑

tabulation – (टॅ'ब्युले'ऽशन्) **कोष्टकीकरण :** वर्गीकरण तक्त्यांमध्ये माहितीचे एकत्रीकरण करण्याची पूर्वनियोजित पद्धत.

tactile learning – (टॅ'क्टाइल् ल'ऽनिंग्) **स्पर्शेंद्रियांद्वारा अध्ययन :** जे अध्ययन स्पर्शेंद्रियांच्या साहाय्याने पूर्ण होते त्यासाठी ही संज्ञा वापरण्यात येते.

tag question – (टॅग् क्वे'स्चन्) **प्रश्नसूचक शब्द :** एखाद्या विधानाचे प्रश्नार्थक वाक्य करण्यासाठी छोटासा प्रश्न तयार केला जातो, ज्यामध्ये त्याविधानासंबंधी पुष्टी मिळवण्याचा प्रयत्न केलेला असतो.

talent – (टॅ'लन्ट्) **उपजत बुद्धी :** एखाद्या विशिष्ट क्षेत्रातील कौशल्य किंवा क्षमता.

task – (टा'ऽस्क्) **नेमून दिलेले काम :** शिक्षकाद्वारे विद्यार्थ्यांना देण्यात येणारे कार्य.

task analysis – (टा'ऽस्क् अनॅ'लिसिस) **कार्यविश्लेषण :** नेमून दिलेल्या कार्याचे त्याच्या आवश्यक घटकांमध्ये विभाजन करणे.

task involved learners – (टा'ऽस्क् इन्व्हॉ'व्हड् ल'ऽनऽ) **कार्यकेंद्रित अध्ययता अध्ययनी :** एखाद्या नेमून दिलेल्या कृतीवर प्रभुत्त्व मिळविणारे अथवा समस्या निराकरणावर प्रभुत्व मिळवणारे विद्यार्थी.

taxanomy – (टॅक्सॉ'नमी) **श्रेणीबद्ध वर्गीकरण :** माहितीचे व्यवस्थापन करण्याची प्रचलित वर्गीकरण पद्धती. शिक्षणक्षेत्रामध्ये ध्येयाचे शैक्षणिक उद्दिष्टांमध्ये परिवर्तन करण्याच्या डॉ. ब्लूम यांच्या पद्धतीसाठी विशेषत्त्वाने ही संज्ञा वापरली जाते.

teach – (टीच्) **शिकवणे :** विद्यार्थ्यांना विशिष्ट विषयांचे अध्यापन कणे.

teacher – (टी'चऽ) **शिक्षक :** विद्यार्थ्यांना अध्यापन करणारी व्यक्ती.

teacher center – (टी'चऽ से'न्टऽ) **शिक्षक केंद्र :** शिक्षकांचे सेवांतर्गत प्रशिक्षण आयोजित करण्याचे स्थळ जे शाळेमध्ये अथवा शाळेच्या जवळपास असणे अपेक्षित आहे.

teacher constructed test – (टी'चऽ कन्स्ट्र'क्टेऽ टेस्ट्) **शिक्षकरचित चाचणी :** विद्यार्थ्यांचे अध्ययन अथवा वर्तन यांचे मूल्यमापन करण्यासाठी शिक्षकांनी विकसित केलेली पद्धती.

teacher co-ordinator – (टी'चऽ को'ऽऑ'ऽडिनेटऽ) **शिक्षक समन्वयक :** कार्यानुभवाशी संबंधित तांत्रिक विषय शिकवणारा शिक्षक जो वर्गाध्यापन व प्रत्यक्ष कार्यप्रशिक्षण यामध्ये समन्वय साधतो.

teacher councillor – (टी'चऽ का'उन्सलऽ) **शिक्षक समुपदेशक :** जो शिक्षक अध्यापनासोबत समुपदेशनाचेही कार्य करतो.

teacher education – (टी'चऽ ए'ड्युके'ऽशन्) **शिक्षक - शिक्षण :** शिक्षकांसाठीचा व्यावसायिक प्रशिक्षणासंबंधीचा अभ्यासक्रम.

teacher education institute – (टी'चऽ ए'ड्युके'ऽशन इ'न्स्टिट्यूट्) **शिक्षक शिक्षण संस्था :** शिक्षकांसाठी व्यावसायिक प्रशिक्षण देणारी संस्था.

teacher enthusiasm – (टी'चऽ इन्थू'झिॲस्झम्) **शिक्षकांचा उत्साह :** विद्यार्थी वर्तनाशी सकारात्मक संबंध दाखवणारी शिक्षकाची गुणवैशिष्ट्ये.

teacher expectancy effect – (टी'चऽ इक्स्पे'क्टन्सि इफे'क्ट) **शिक्षकांच्या अपेक्षांचा परिणाम :** विद्यार्थ्यांच्या वास्तविक संपादनावर होऊ शकणारा शिक्षकाच्या त्या विद्यार्थ्यांच्या कार्यमानाबद्दल असणाऱ्या अपेक्षांचा परिणाम.

teacher pupil interaction – (टी'चऽ प्यू'पल् इ'न्टरॅ'क्शन) **शिक्षक विद्यार्थी आंतरक्रिया :** शिक्षक व विद्यार्थी यांचा सामाजिक व भावनिक बाबतीत असणारा परस्परप्रभाव.

teacher rating – (टी'चऽ रे'ऽटिन्ग्) **शिक्षण मापन :** शिक्षकांसाठी किंवा शिक्षकांना लागू होणारे कार्यमूल्यमापन किंवा गुणांकन.

teacher recruitment – (टी'चऽ रिक्रू'टमन्ट्) **शिक्षक भरती :** शिक्षक होण्यासाठी विद्यार्थ्यांना आकृष्ट करून घेण्याची प्रक्रिया किंवा एखाद्या शाळेतील रिक्त पदाची पूर्ती करण्यासाठी शिक्षक निवडण्याची प्रक्रिया.

teacher student relationship – (टी'चऽ स्ट्यू'डन्ट् रिले'ऽशन्शिप्) **शिक्षक विद्यार्थी संबंध :** वर्गवातावरणामध्ये किंवा वर्गाबाहेर शिक्षक व विद्यार्थ्यांचे असणारे परस्पर संबंध.

teacher's certificate – (टी'चऽस् सटि'फिकिट्) **शिक्षकांसाठीचे प्रमाणपत्र :** विशिष्ट विषय विशिष्ट पातळीवर शिकवण्यासाठी शिक्षकास मिळालेले प्रमाण.

teacher handbook – (टी'चऽ हॅ'न्ड्बुक) **शिक्षक हस्तपुस्तिका :** शिक्षकांना पाठ्यांश व पद्धती यांचे मार्गदर्शन व्हावे व अध्यापन करताना त्याचा उपयोग व्हावा यासाठी तयार केली गेलेली संक्षिप्त पुस्तिका. या हस्तपुस्तिका पहिली ते

बारावीपर्यंत सर्व विषयांसाठी वेगवेगळ्या तयार केल्या जातात. पाठ्यपुस्तक मंडळ व माध्यमिक व उच्चमाध्यमिक शिक्षण मंडळातर्फे या पुस्तिका तयार करण्यात येतात.

teacher's union – (टी'चऽस् यू'न्यन्) **शिक्षकांची संघटना / शिक्षक संघटना :** शिक्षकांच्या गरजांची व हक्कांची पूर्ती व त्यांची व्यावसायिक उन्नत्ती या व यासारख्या इतर अनेक कारणांसाठी कार्यरत असणारी शिक्षकांची संघटना.

teaching – (टी'चिन्ग) **अध्यापन :** वर्गामध्ये शिक्षकाने विद्यार्थ्यांना विविध विषय शिकवणे.

teaching efficacy – (टी'चिन्ग् ए'फिकसि) **अध्यापन सामर्थ्य :** शिक्षकांची स्वत:बद्दलची अशी समजूत अथवा विश्वास ज्यामध्ये काठीण्यपातळीपर्यंत जाऊन विद्यार्थ्यांना अध्ययनामध्ये मदत करू शकण्याची क्षमता समाविष्ट असते.

teaching experience – (टी'चिन्ग् इक्सपि'अरिअन्स्) **अध्यापन अनुभव :** सेवापूर्व व सेवांतर्गत कालामध्ये शिक्षकाने मिळवलेला अध्यापनाचा वास्तविक व तदनुषंगिक अनुभव.

teaching load – (टी'चिन्ग् लोड्) **अध्यापन भार :** शिक्षकाने किती तास वर्गाध्यापन केले किंवा किती विद्यार्थ्यांना अध्यापन केले या गोष्टींमध्ये मोजला जाणारा शिक्षकाचा कार्यभार.

teaching material – (टी'चिन्ग् मटि'अरिअल्) **अध्यापन साहित्य :** विशिष्ट विषय अथवा वर्गाला शिकवण्यासाठी वापरण्यात येणारे अध्यापन साहित्य.

teaching methods – (टी'चिन्ग् मे'थड्स) **अध्यापन पद्धती :** विविध विषयांचे अध्यापन करण्यासाठी वापरण्यात येणाऱ्या, विषयानुरूप विविध पद्धती.

teaching objective – (टी'चिन्ग् ऑब्जे'क्टिव्ह्) **अध्यापन उद्दिष्टे :** विशिष्ट अध्यापनातून विद्यार्थी काय शिकणार आहेत हे स्पष्ट करणारे स्पष्ट विधान.

teaching practive – (टी'चिन्ग् प्रॅ'क्टिस्) **अध्यापन सराव :** अध्यापन कौशल्यांचा सराव करण्यासाठी प्रत्यक्ष वर्गामध्ये शिक्षक प्रशिक्षणार्थीने शिक्षक प्रशिक्षकांच्या / अनुभवी शिक्षकांच्या पर्यवेक्षणामध्ये व्यतीत केलेला तासिका-कालावधी.

teaching process – (टी'चिन्ग् प्रो'ऽसेस) **अध्यापन प्रक्रिया :** वर्गामधे प्रत्यक्ष अध्यापन करताना शिक्षकाद्वारे केल्या जाणाऱ्या अध्यापनविषयक सातत्यपूर्ण कृती ज्या विषयानुरुप बदलू शकतात.

teaching skills – (टी'चिन्ग् स्किल्स्) **अध्यापन कौशल्ये :** अध्यापन प्रक्रियेदरम्यान शिक्षकामार्फत वापरली जाणारी अध्यापना संबंधित कौशल्ये. उदा - वर्गव्यवस्थापन शिस्त, स्पष्टीकरण, प्रश्नकौशल्य, मूल्यमापन इ.

teaching staff – (टी'चिन्ग् स्टाऽफ्) **शिक्षक कर्मचारी :** प्रत्यक्ष अध्यापनाचे कार्य करण्याऱ्या व्यक्ती.

teaching style – (टी'चिन्ग् स्टाइल) **अध्यापनशैली :** प्रत्येक शिक्षकानुसार बदलणारी अध्यापन शैली ज्यामध्ये शिक्षक-विद्यार्थ्यांच्या सामाजिक संबंधांचाही सहभाग असू शकतो.

teahnical education – (टे'क्निकल् ए'ड्युके'ऽशन्) **तंत्र शिक्षण / तांत्रिक शिक्षण :** कला, शास्त्र, हस्तकौशल्य, औद्योगिक कला अगर शास्त्रापैकी कोणत्यातरी विशिष्ट गोष्टींचे शिक्षण.

team-teaching – (टीम् टी'चिन्ग) **सांघिक समूह अध्यापने :** "विद्यार्थ्यांच्या एखाद्या वर्गासाठी दोन किंवा अधिक शिक्षकांनी पाठाचे नियोजन, अध्यापन, व मूल्यमापन याकरिता हेतूपूर्वक व सातत्याने जबाबदारी वाटून घेणे म्हणजे सांघिक अध्यापन होय." एनसायक्लोपेडिया ऑफ एज्युकेशन.

technical school – (टे'क्निकल् स्कूल) **तंत्र/तांत्रिक शाळा :** कला, शास्त्र हस्तकौशल्य, औद्योगिक कला अगर शास्त्र यापैकी कोणत्याही विशिष्ट गोष्टीचे शिक्षण देणारी शाळा.

technology of education – (टेक्नॉ'लजि ऑव्ह् ए'ड्युके'ऽशन) **शिक्षणाचे तंत्रविज्ञान :** शिक्षणातील तंत्रविज्ञान वापरण्यासाठी शिक्षकास काही पूर्वतयारी करावी लागते. विशिष्ट अध्ययन सामुग्री तयार करावी लागते. ही अध्ययन सामुग्री तयार करण्याचे तंत्र, कौशल्य, विज्ञान म्हणजे शिक्षणाचे तंत्र विज्ञान.

technotogy in education – (टेक्नॉ'लजि इन् ए'ड्युके'ऽशन्) **शिक्षणातील तंत्रविज्ञान :** शैक्षणिक तंत्रविज्ञानातील यंत्रसामुग्री बनवण्याचे तंत्र, पद्धती व त्यांचे विज्ञान म्हणजे शिक्षणातील तंत्रविज्ञान.

teleclass – (टेलि'क्लास) **दूरनियंत्रित वर्ग :** अध्यापनाचा असा प्रकार जिथे शिक्षक विद्यार्थ्याशी दूरध्वनीद्वारे संवाद करू शकतो, त्यांना अध्यापन विषयक मार्गदर्शन करू शकतो. या प्रकारामध्ये शारीरिकदृष्ट्या प्रत्यक्ष वर्गामध्ये येण्यास असमर्थ असणाऱ्या विद्यार्थ्यांचा समावेश होतो.

term – (टऽम्) **विशिष्ट कालावधी सत्र :** शैक्षणिक वर्षाची विशिष्ट कालखंडामध्ये केलेली विभागणी.

terminal education – (ट'ऽमिनल ए'ड्युके'ऽशन्) **अंतिम शिक्षण / ठराविक कालावधीचे शिक्षण :** उच्च शिक्षणाची पूर्वतयारी म्हणून घेतलेले शिक्षण नव्हे तर पूर्णत्त्वाकडे जाणारे, त्या कालमर्यादेच्या अंतिम स्तरातील शिक्षण.

test – (टेस्ट्) **कसोटी, चाचणी :** विशिष्ट क्षमता, गुणवैशिष्ट्ये, कौशल्ये यांच्या तपासणीसाठी घेतली जाणारी परीक्षा.

test bias – (टेस्ट बा'इअस्) **कसोटी अभिनती :** सामाजिक, आर्थिक स्तर, लिंग, वंश यावर आधारित, विद्यार्थ्यामध्ये भेदाभेद करणारे चाचणी अथवा कसोटीचे अवांच्छित वैशिष्ट्य.

test objectivity – (टेस्ट ऑब्जे'क्टिव्हिटी) **चाचणीची वस्तुनिष्ठता :** ज्या हेतूने चाचणी तयार केली गेली ते उद्दिष्ट कितपत साध्य झालेले आहे याचे मापन करण्याची चाचणीची क्षमता म्हणजे चाचणीची वस्तुनिष्ठता होय.

test standardization – (टेस्ट् स्टॅ'न्डडाइझे'ऽशन्) **चाचणीचे प्रमाणीकरण :** चाचणीचे प्रशासन करण्यासाठी व प्राप्त गुणांचे अर्थनिर्वचन करण्यासाठी प्रमाणके निश्चित करणे.

testimonials – (टे'स्टिमो'न्यूल्) **शिफारसपत्र, प्रशंसापत्र :** रिक्त स्थानावर पदनियुक्ती होण्यासाठी अर्जदाराने अर्जासोबत सादर केलेली लिखित शिफारसपत्रे.

text book – (टेक्स्ट्बुक) **पाठ्यपुस्तक :** कोणत्याही अभ्यासक्रमातील विविध विषयांसाठी नियुक्त केलेले मूलभूत पुस्तक.

theorem – (थि'अरम्) **प्रमेय :** गणित / भूमिती विषयातील विधानात्मक तत्त्व जे सिद्ध केले जाते.

theories of adolescence – (थि'अरिज् ऑव्ह् अॅडले'सन्स) **युवावस्थेच्या / किशोरावस्थेच्या उपपत्ती :** वाढ व विकासासंदर्भातील किशोरावस्थेचे टप्पे स्पष्ट करणाऱ्या उपपत्ती.

theories of intelligence – (थि'अरिज् ऑव्ह इन्टे'लिजन्स्) बुद्धिमत्तेचे विविध पैलू व प्रकार स्पष्ट करणाऱ्या उपपत्ती.

theories of knowledge – (थि'अरिज् ऑव्ह् नॉ'लिज्) **ज्ञानाच्या उपपत्ती :** ज्ञानाचे उगमस्थान, स्वरूप व मर्यादा यासंदर्भातील उपपत्ती.

theories of learning – (थि'अरिज् ऑव्ह् ल'ऽनिंग) **अध्ययनाच्या उपपत्ती :** अध्ययनाच्या विविध पैलूंचे स्पष्टीकरण करणाऱ्या उपपत्ती.

theories of personality – (थि'अरिज् ऑव्ह् प'ऽसनॅलिटि) **व्यक्तिमत्त्वाच्या उपपत्ती :** व्यक्तिमत्त्वाचे विविध घटक स्पष्ट करणाऱ्या उपपत्ती.

theory of education – (थि'अरि ऑ'व्ह् ए'ड्युके'ऽशन) **शिक्षणाची उपपत्ती :** विविध विद्याशाखांतील तत्त्वे व माहिती यांच्या संदर्भातील उपपत्ती.

theory x – (थि'अरि एक्स्) **एक्स उपपत्ती :** या उपपत्तीनुसार असे मानण्यात येते की कामगार मूलतः आळशी व चुका करणारे असतात. पैशासाठीच काम करतात. म्हणून त्यांचे नियंत्रण व दिग्दर्शन हे वरिष्ठांकडूनच होणे गरजेचे आहे.

theory y – (थि'अरि वाय्) **वाय उपपत्ती :** या उपपत्तीनुसार असे मानण्यात येते की कर्मचारी हे जबाबदार, कष्टाळू असतात. योग्य तऱ्हेने प्रोत्साहन दिल्यास ते

पूर्ण क्षमतेने व सृजनशीलतेने कार्यभार पूर्ण करतात. म्हणून व्यवस्थापन व कर्मचारी यांच्यातील संबंध मानवतेवर आधारितच असावेत.

thesis – (थी'सिस्) **प्रबंध :** संशोधनाचे लिखित सादरीकरण जे विशेषत: कोणत्याही विद्यापीठाकडे उच्चपदवीसाठी सादर केले जाते.

thinking – (थिंकिंग्) **विचारप्रक्रिया :** स्मृतीतील वस्तू अथवा घटना यासंबंधी कल्पना करण्याची किंवा सादर करण्याची क्षमता, उच्चस्तरीय मानसिक प्रक्रिया ज्यामध्ये कल्पनाशक्ती, स्मृती व समस्यानिराकरण समाविष्ट असू शकते.

three language formula – (थ्री लॅ'न्ग्विज् फॉ'ऽम्युलऽ) **त्रिभाषा सूत्र :** कोठारी आयोगाच्या शिफारसीनुसार त्रिभाषासूत्र सुरू झाले आहे. यामध्ये मातृभाषा, राष्ट्रभाषा हिन्दी व इंग्रजी भाषा यांचा समावेश होतो.

time-management – (टा'इम्-मॅनिज्मन्ट्) **वेळेचे व्यवस्थापन :** परिणामकारक कार्यमानाकरिता वेळेचे नियोजन करणे.

timetable – (टाइ'म्टेऽबल्) **वेळापत्रक :** शाळा, महाविद्यालयात अध्ययन-अध्यापन प्रक्रिया सुव्यवस्थितपणे पार पडावी म्हणून वेळापत्रक आवश्यक असते.

title – (टा'इटल) **शीर्षक :** संशोधनाच्या दृष्टीने शीर्षक महत्त्वाचे असते ते संक्षिप्त अर्थपूर्ण व अचूक असणे अपेक्षित असते.

tolerance – (टॉ'लरन्स्) **सहिष्णुता :** मनाविरुद्ध घडणाऱ्या गोष्टी सहन करण्याची क्षमता.

topical method – (टॉ'पिकल मे'थड्) **कालक्रम पद्धती :** कालक्रम पद्धती कालखंडावर आधारित अध्यापन पद्धती असून इतिहास अध्यापनात याचा वापर विशेष करून केला जातो.

totalitarianism – (टो'ऽटॅलिटे'ऽअरिअनि'झम्) ज्या शासन पद्धतीमध्ये फक्त एकाच पक्षाची / विचारसरणीची सत्ता चालते त्यास एकाधिकारशाही म्हणतात. यामध्ये लोकांवर शासनाचे संपूर्ण नियंत्रण असते.

trainee – (ट्रे'ऽनि) **प्रशिक्षणार्थी :** ज्या विद्यार्थ्यास प्रशिक्षण दिले जाते त्यास प्रशिक्षणार्थी म्हणतात.

trainer – (ट्रेऽनऽ) **प्रशिक्षक :** प्रशिक्षण देणारी व्यक्ती.

training of teachers – (ट्रे'ऽनिंग ऑव्ह् टीचऽ) **अध्यापक / शिक्षक प्रशिक्षण :** विविध स्तरावरील शिक्षकांसाठी देण्यात येणारे सेवापूर्व प्रशिक्षण.

training school – (ट्रे'ऽनिंग स्कूल) प्रशिक्षणशाळा ज्या प्रशिक्षण शाळेमध्ये काही तांत्रिक अथवा व्यावसायिक गोष्टींचे प्रशिक्षण दिले जाते.

trait – (ट्रेऽ) **विशेष लक्षण :** व्यक्तीचे असे गुणवैशिष्ट्य ज्याचे निरीक्षण व मापन केले जाऊ शकते.

transactional writing – (ट्रॅन्झॅ'क्शनल् रा'इटिन्ग्) **अहवालात्मक लिखाण :** विषयकेंद्रित व माहितीवजा लिखाण जे एखाद्या संस्थेमार्फत केले जाते.

transcription – (ट्रॅन्स्क्रि'प्शन्) **अनुलेखन :** शाळेतील मुलांना पाटीवर अथवा वहीमध्ये पुस्तकातील उतारा लिहावयास सांगितला जातो त्यास अनुलेखन म्हणतात.

transfer of learning or training – (ट्रॅन्स्फऽ ऑ'व्ह लऽनिंग / ट्रेऽनिंग्) **अध्ययन संक्रमण :** एक परिस्थितीमध्ये संपादन केलेले अध्ययन सकारात्मक अथवा नकारात्मक पद्धतीने दुसऱ्या परिस्थितीमधे संक्रमित होणे.

transformation – (ट्रॅ'न्स्फमे'ऽशन्) **परिवर्तन, आकार किंवा स्वरूप बदलण्याची मानसिकता क्षमता :** या क्षमतेमध्ये असे समजण्यात येते की आकार किंवा स्वरूप बदलले तरी वस्तूचे आकारमान समान रहाते. (जीन पियाजेची उपपत्ती)

translation – (ट्रॅन्स्ले'ऽशन्) **भाषांतर :** कोणत्याही एका भाषेतील विचार किंवा कल्पना दुसऱ्या भाषेत त्या भाषेचा तोल न बिघडता व्यक्त करणे म्हणजे भाषांतर होय.

trial and error learning – (ट्रा'इअल् अन्ड् ए'रऽ ल'ऽनिंग्) **प्रयत्न प्रमाद अध्ययन :** जेव्हा एखादी व्यक्ती स्वप्रयत्नाने, स्वानुभावाने एखादी गोष्ट शिकते, इतर कोणाकडूनही शिकत नाही तेव्हा त्यास प्रयत्नप्रमाद अध्ययन म्हणतात.

tribunal – (ट्राइब्यू'नल्) **न्यायाधिकरण :** महाराष्ट्र राज्यात शासनाने प्राथमिक माध्यमिक शाळातील शिक्षक व शिक्षकेतर कर्मचारी यांच्या चौकशी निर्णयावरील अपिले ऐकण्यासाठी कायद्याने न्यायाधिकरणे स्थापन केली आहेत. अशीच व्यवस्था महाविद्यालयीन स्तरासाठीही उपलब्ध आहे.

true - false tert – (ट्रु फॉ'ऽल्स टेस्ट) **खरे-खोटे चाचणी (कसोटी) :** संपादन कसोट्यांपैकी काही चाचण्या प्रमाणित नसून शिक्षकांनी स्थानिक गरजेच्या पूर्तीसाठी तयार केलेल्या असतात ज्यामध्ये वस्तुनिष्ठ स्वरूपानी खरे / खोटे, होय / नाही या स्वरूपाचे प्रश्न विचारलेले असतात. या कसोट्यांना (चाचण्यांना) खरे-खोटे चाचणी म्हणतात.

true mean – (ट्रु मीन्) **वास्तव माध्य :** अमर्यादित संख्येच्या माध्यापासून काढण्यात आलेला पारिकाल्पनिक माध्य

true score – (ट्रु स्कॉऽ) **वास्तव गुणांक :** पूर्णतः त्रुटीमुक्त असणारे चाचणीचे प्राप्त गुण.

t-score – (टी स्कॉऽ) **टी-प्राप्तांक / गुणांक :** ज्या प्रमाणित प्राप्तांक अथवा गुणांमध्ये माध्य ५० व प्रमाण विचलन १० असते अशा गुणांना टी-प्राप्तांक अथवा टी-गुणांक म्हणतात. यांचा विस्तार कमीत कमी २० ते जास्तीत जास्त ८० पर्यंत असतो.

tuition fee – (ट्यू'इशन् फी) **विद्याशुल्क :** कोणत्याही अभ्यासक्रमासाठी, ठराविक कालावधीसाठी शुल्क द्यावे लागते. त्या देय रकमेस विद्याशुल्क म्हणतात.

tutor – (ट्यू'टऽ) **खासगी शिक्षक :** एखादा विद्यार्थी किंवा विद्यार्थ्यांच्या लहान गटास खासगी पद्धतीने शिकवणारा शिक्षक

tutorial – (ट्युटॉ'ऽरिअल्) **मार्गदर्शित अध्यापन स्वाध्याय :** विद्यार्थ्यांच्या लहान गटास एखादा विषय अथवा समस्या देवून त्यावर मार्गदर्शन करून त्यांच्याकडून लिखाणात्मक किंवा चर्चात्मक अध्ययन करून घेणे यास स्वाध्याय पद्धती म्हणतात.

type A personality – (टाईप ए प'ऽसनॅ'लिटी) **तणावग्रस्त (अधिरे) व्यक्तिमत्त्व प्रकार :** असहनशील, वेळेच्या दबावाखाली वावरणाऱ्या, लहान सहान गोष्टींमुळे तणावग्रस्त होणाऱ्या व्यक्ती.

type B personality – (टाईप बी प'ऽसनॅ'लिटि) **संथ (धीमे) व्यक्तिमत्त्व प्रकार :** कमी तणावग्रस्त व शैथिल्यात्मक व्यक्ती.

❏

U

uncertified teacher – (अे'न्स्'ऽटिफाइड् टी'चऽ) **अप्रमाणित शिक्षक :** ज्या शिक्षकांमध्ये व्यावसायिक प्रशिक्षणाचा अभाव आहे असे शिक्षक.

unconditioned response – (अेन्कन्डि'शन्ड् रिस्पॉ'न्स) अनभिसंधित प्रक्रियेच्या सुरुवातीस उत्पन्न केलेला प्रतिसाद.

unconditioned stimulus – (अेन्कन्डि'शन्ड् स्टि'म्युलस्) **अनभिसंधित उद्दिपक :** ज्या चेतकाद्वारे अथवा उद्दिपकाद्वारे अभिसंधान प्रक्रियेच्या सुरुवातीस अनभिसंधित प्रतिक्रिया उत्पन्न होते तो उद्दीपक किंवा चेतक.

unconscious memory – (अेन्कॉ'न्शस् मे'मरी) **अबोध् स्मृती :** मनाच्या बोधात्मक पातळीवरून अबोधात्मक पातळीकडे नेल्या गेलेल्या स्मृती.

unconscious motivation – (अेन्कॉ'न्शस् मो'ऽटिव्हेऽशन्) **अबोध प्रेरणा :** व्यक्तीला ज्या प्रेरणांचे उगमस्थान अथवा अनुभव याची जाणीव नाही अशा प्रेरणा किंवा व्यक्तीचे वर्तन नकळतपणे ज्या प्रेरणांद्वारे घडत असते अशा प्रेरणा.

under-achiever – (अे'न्ड' अची'व्हऽ) **अव-संपादनशील :** व्यक्तीकडून अपेक्षित असलेली संपादनपातळी गाठण्यात अपयशी ठरलेला किंवा ठरलेली.

under employment – (अेन्ड'इम्प्लॉ'इमन्ट) **अपेक्षेपेक्षा कमी काम उपलब्ध असणे :** एखाद्या व्यक्तीला तिच्या प्रशिक्षण किंवा क्षमतांपेक्षा कमी पातळीचे काम उपलब्ध असणे किंवा फक्त अर्धवेळ काम उपलब्ध असणे.

under graduate – (अे'न्डऽग्रॅ'ड्युइट्) पदवी न मिळवलेला विश्वविद्यालयाचा विद्यार्थी.

ungraded school – (अे'न्ग्रेऽडेड् स्कूल) **अश्रेणीबद्ध शाळा :** ज्या शाळांचे कामकाज श्रेणीपद्धतीनुसार चालत नसून विद्यार्थ्यांच्या वैयक्तिक गरजांनुसार अध्यापनाचे काम चालते अशा शाळा.

unilateral – (यु'निलॅ'टरल्) **एकांगी :** ज्या गोष्टींमध्ये फक्त एकच बाजू विचारात घेतली जाते अशा गोष्टी.

unit class – (यू'निट् क्लाऽस्) **घटक वर्ग :** ज्या वर्गामध्ये एकच सभासद असतो किंवा एकच विद्यार्थी असतो असा वर्ग.

unit plan – (यू'निट् प्लॅन्) **घटक नियोजन :** घटक नियोजनामध्ये त्या घटकाच्या अध्यापनास आवश्यक असणाऱ्या तासिका, घटकातील पाठ्यमुद्दे, उद्दिष्ट्ये व स्पष्टीकरणे, शिक्षककृती, विद्यार्थीकृती, शैक्षणिक साधने, फलकलेखन, मूल्यमापन या सर्वांची नोंद शिक्षकास घ्यावी लागते व त्यानुसार तो घटक कसा अध्यापन करावयाचा त्याचे नियोजन करणे म्हणजे घटक नियोजन.

unit test – (यू'निट् टेस्ट) **घटक चाचणी :** एखादा घटक पूर्ण शिकवून झाल्यानंतर मूल्यमापन करून विद्यार्थ्यांची प्रगती किंवा विद्यार्थ्यांचे संपादन तपासण्यासाठी संबंधित घटकावर आधारित चाचणी घेतली जाते तिला घटक चाचणी म्हणतात.

university – (यु'निव्ह्'ऽसिटी) **विद्यापीठ, विश्वविद्यालय :** उच्च शिक्षण देणारी विशिष्ट संस्था जी अध्यापन व संशोधनाच्या बाबतीत अग्रेसर व प्रख्यात असते व विद्यार्थ्यांना पदवी प्रदान करते.

university school – (यू'निव्ह्'ऽसिटी स्कूल) **विद्यापीठ शाळा :** विद्यापीठाच्या शिक्षक-प्रशिक्षण विभागाशी संलग्न असलेली शाळा जिथे नव-नवीन शैक्षणिक प्रयोग राबवले जातात.

unscheduled teaching – (अॅ'न्शे'ड्युलड् टी'चिन्ग्) **नियोजनबाह्य अध्यापन :** शिक्षकाच्या कार्यभारामध्ये त्याची नोंद असे अधिकचे अध्यापन.

untrained teacher – (अॅ'न्ट्रेऽन्ड् टी'चऽ) **अप्रशिक्षित शिक्षक :** ज्याने कोणतेही व्यावसायिक प्रशिक्षण घेतलेले नाही असा शिक्षक.

use – (यूझ्) **उपयोग :** शिकलेल्या गोष्टींचा उपयोग करणे ही मानवाची प्रवृत्ती असते म्हणून उपयोग हे शिक्षणातील महत्त्वाचे मूल्य आहे.

❑

V

vacation – (व्हेके'ऽशन्) शाळा, महाविद्यालयांना असणारी (नियमित) सुटी.

vacation training – (व्हेके'ऽशन् ट्रेऽनिंग्) **सुटीच्या काळातील प्रशिक्षण :** शैक्षणिक अभ्यासक्रमाशी निगडीत असलेले व सुटीच्या काळात घेतलेले कोणतेही प्रशिक्षण.

vagueness – (व्हेऽग्नेस्) **संदिग्धता :** एखाद्या गोष्टीबद्दल ठाम मत नसणे किंवा त्याबद्दल अस्पष्टता असणे.

validity – (व्हॅलि'डिटी) **वैधता, सप्रमाणता :** ज्या बाबींच्या मापनासाठी चाचणी तयार केली तिचेच मापन करण्याच्या चाचणीच्या शक्तीला वैधता म्हणतात.

value – (व्हॅ'ल्यू) **मूल्य :** सर्वसाधारणपणे जे जे चांगले, मौलिक आहे त्यास मूल्य म्हणता येईल. मूल्ये ही व्यक्तीजीवन व समाजजीवन या दोहोंनाही व्यापणारी असतात. यामुळेच मूल्यांचा विचार व्यक्ती व समाज या दोन्ही अंगांनी होणे आवश्यक असते.

value centered curriculum – (व्हॅ'ल्यू सेन्ट'ऽड केरि'क्युलम्) **मूल्य केंद्रित अभ्यासक्रम :** विद्यार्थ्यांची वैयक्तिक वाढ, नैतिकता, वैयक्तिक पूर्वग्रह, वैयक्तिक आवड-निवड, मूल्यस्पष्टीकरण, समाजजीवन व परिणामकारक अध्ययन यावर भर देणारा, विद्यार्थीकेंद्रित अभ्यासक्रम.

value education – (व्हॅ'ल्यू ए'ड्युके'ऽशन्) **मूल्यशिक्षण :** सध्याच्या ऐहिक गोष्टींना महत्त्व देणाऱ्या स्पर्धेच्या जगामध्ये एकूणच समाजात नैतिकतेचा ऱ्हास होताना दिसतो. अशा समाजास पुन्हा मानवी समाज बनवायचे असेल तर मूल्यशिक्षण देणे आवश्यक आहे. सांस्कृतिक प्रतिष्ठा, आत्मसन्मान अशा मानवी मूल्यांचे शिक्षण म्हणजेच मूल्य शिक्षण होय. मूल्य शिक्षण हे मानवी जीवनाशी संबंधित सर्व चांगल्या मूल्यांशी निगडीत आहे. शालेय जीवनात हे विविध उपक्रमांद्वारे दिले जाऊ शकते.

value judgement – (व्हॅ'ल्यू जे'जमन्ट्) **मूल्य निर्णय :** एखादी व्यक्ती, घटना अथवा वाद-विवादावर दिलेली अशी प्रतिक्रिया जी वस्तुनिष्ठ वैशिष्ट्यांपेक्षा त्यांच्या गुणवत्तेविषयी सूचित करते.

variable – (व्हे'अरिअबल्) **परिवर्त्य, चल :** एखादी स्थिती किंवा घटक जो स्वत: बदलतो किंवा परिवर्तनाच्या प्रक्रियेतून जातो अथवा इतर घटकांमध्ये परिवर्तन किंवा बदल घडवतो.

verbal intelligence – (व्ह'ऽबल् इन्टे'लिजन्स्) **शाब्दिक बुद्धिमत्ता :** शब्द किंवा प्रतिकांना परिणामकारकपणे हाताळण्याची क्षमता. शब्दसंग्रह, सामान्य माहिती, अंकगणित यांचा वापर करून प्रश्नांची उत्तरे देण्यामधून दिसून येणारी बुद्धिमत्ता जी इतर भाषिक व प्रतिकात्मक कार्यांशी सुद्धा संबंधित असते.

verbal intelligence test – (व्ह'ऽबल् इन्टे'लिजन्स टेस्ट्) **शाब्दिक बुद्धिमत्ता चाचणी :** ज्या चाचणीद्वारे प्रयोगाची शाब्दिक बुद्धिमत्ता मापन केली जाते ती चाचणी.

verbal learning – (व्ह'ऽबल् ल'ऽनिंग्) **शाब्दिक अध्ययन :** शब्दांना प्रतिसाद देण्याचे व शब्द वापरण्याचे अध्ययन.

verification – (व्हे'रिफिके'ऽशन्) **पडताळा**

vernacular language – (व्हर्न'क्युलऽ लॅ'न्ग्विज्) **एखाद्या विशिष्ट प्रदेशातील भाषा.**

vernacular school – (व्हर्न'क्युलऽ स्कूल) **प्रादेशिक भाषेत शिक्षण देणारी शाळा :** अशी शाळा ज्यामध्ये गरीब वर्गातील मुलांना त्यांच्या स्वत:च्या भाषेत अध्यापन - अध्ययनाची सुविधा उपलब्ध असते.

vice-chancellor – (व्हाइस्-चा'ऽन्सिलऽ) **कुलगुरू :** कुलगुरू हा विद्यापीठाचा सर्वोच्च अधिकारी असतो. कुलगुरुंची निवड दर पाच वर्षांनी होत असते.

vice-principal – (व्हाइस् प्रि'न्सिपल्) **उपप्राचार्य**

visit book – (व्हि'झिट-बुक) **भेट नोंदपुस्तक :** प्रत्येक शाळेत व मान्यवर संस्थेत भेट - नोंदपुस्तक ठेवलेले असते. प्राथमिक शाळेत भेटनोंदपुस्तक ठेवणे बंधनकारक आहे. शाळेस अथवा संस्थेस भेट देणाऱ्यास आपले मत भेटनोंदपुस्तकमध्ये नोंद करता येते.

visiting teacher – (व्हि'झिटिन्ग् टी'चऽ) **अभ्यागत शिक्षक :** असा शिक्षक जो विद्यार्थी व पालकांना घरी जाऊन भेटतो व वैयक्तिक समायोजनाचे प्रश्न सोडवण्यास शैक्षणिक संस्थेस मदत करतो.

visual aid – (व्हि'झ्युअल् एऽड्) **दृक् साधन :** ज्यांच्यामुळे दृष्टीच्या साहाय्याने अध्ययनाचे व अध्यापनाचे काम जास्त कार्यक्षमरीत्या व परिणामकारकपणे होते अशा साधनांना दृक्साधने म्हणतात. उदा. फळा, नकाशे, भित्तीपत्रके इ.

visual disability – (व्हि'झ्युअल् डि'सबि'लिटि) **दृष्टीविषयक अक्षमता :** दृष्टीविषयक दुर्बलता जी सुधारणात्मक उपाय, शल्यचिकित्सा अथवा अन्य उपचार पद्धतीमुळे सुधारली जाऊ शकत नाही व जिचा परिणाम अध्ययन प्रक्रियेवर होऊन वर्गातील नियमित अध्ययनामध्ये अडथळा निर्माण होतो.

visual education service – (व्हि'झ्युअल् ए'ड्युके'ऽशन स'ऽव्हिस्) **दृक् शिक्षण सेवा :** शाळा व महाविद्यालयांना दृक साधने उपलब्ध करून देणारी शैक्षणिक सेवा.

visually impaired – (व्हि'झ्युअलि इम्पेअऽड्) **दृष्टी-दुर्बल व्यक्ती :** ज्यांची दृष्टी कमजोर अथवा कमकुवत आहेत अशा व्यक्ती.

vocabulary – (व्होऽकॅ'ब्युलरि) **शब्दसंग्रह, शब्दसंपत्ती :** विद्यार्थी जितक्या मर्यादेपर्यंत शब्द ओळखू शकतात, उच्चारू शकतात व समजू शकतात तेवढे शब्द हा त्या विद्यार्थ्यांचा शब्दसंग्रह समजला जातो.

vocational counselling – (व्होऽके'शनल् का'उन्सलिंग) **व्यावसायिक सहयंत्रणा :** व्यावसायिक समायोजनाशी निगडीत समस्यासंबंधीची सहयंत्रणा.

vocational education – (व्होऽके'शनल् ए'ड्युके'ऽशन्) **व्यावसायिक शिक्षण, व्यवसाय शिक्षण :** माध्यमिक व उच्च माध्यमिक स्तरावर शिकत असताना विद्यार्थ्यांना विविध व्यवसायांशी संबंधित जे शिक्षण दिले जाते त्याला व्यवसाय शिक्षण म्हणतात.

vocational guidance – (व्होऽके'शनल् गा'इडन्स्) **व्यवसाय मार्गदर्शन :** प्रत्येक व्यक्तीला आपापला व्यवसाय निवडण्यासाठी जे मार्गदर्शन केले जाते त्यास व्यवसाय मार्गदर्शन म्हणतात.

voluntary attention – (व्हॉ'लन्टरि अटे'न्‌शन्) **ऐच्छिक अवधान :** एखादी घटना अथवा वस्तू याकडे स्वत:च्या इच्छेने किंवा अंतर्गत प्रेरणेतून दिलेले अवधान.

❑

wait-time – (वेऽट्-टाइम्) **वाट पहाण्याचा काळ :** प्रश्न विचारल्यानंतर किंवा विद्यार्थ्याचे काही म्हणणे ऐकून घेतल्यानंतर इतर काही बोलण्याआधी शिक्षकाने घेतलेला वेळ.

warden – (वॉ'ऽड्न) **अधिकार अगर सत्ता असलेला पालक :** शाळा, महाविद्यालय किंवा विद्यापीठाचा विशेष प्रशासकीय व विद्यार्थ्यांच्या जीवनविषयक जबाबदारी असलेला अधिकारी.

welfare school – (वे'लफेऽअ स्कूल) **कल्याणकारी शाळा :** असमायोजित मुलांसाठी असणारी शाळा.

westage – (वे'स्टिज्) **गळती :** माध्यमिक शालेय शिक्षण (इयत्ता दहावी) पूर्ण करण्याआधी शाळा सोडणाऱ्या विद्यार्थ्यांसाठी वापरण्यात येणारी संज्ञा

wet area – (वेट् ए'अरिअ) **आर्द्र भाग :** विद्यार्थ्यांनी प्रतिकृती तयार कराव्यात यासाठी प्राथमिक स्तरावरील वर्गातील अशी जागा जिथे प्रतिकृती बनवण्यासाठी सर्व साहित्य उपलब्ध असते.

white board – (व्हाईट बॉऽड्) **श्वेत फलक :** लिखाणासाठी वापरला जाणारा श्वेत फलक, ज्यावर विशिष्ट प्रकारच्या काळ्या किंवा इतर रंगाच्या लेखणीने लिहिले जाते.

whole learning – (होऽल् ल'ऽनिंग्) **संपूर्ण अध्ययन :** संपूर्ण पाठापासून त्यातील अंतर्भूत घटकापर्यंत सर्वांचा विचार करून शिकवण्याची विश्लेषणात्मक पद्धत.

wisdom – (वि'झ्डम्) **शहाणपणा, सूज्ञपणा :** जीवनाच्या व्यावहारिक दृष्टिकोनाबाबतचे ज्ञान.

wishful thinking – (वि'शफुल थिंकिंग) काही गोष्टी आपणास तीव्रतेने खऱ्या असाव्यात असे वाटते म्हणून त्या खऱ्याच आहेत असे मानणे.

women's education – (वु'मिन्स ए'ड्युके'ऽशन्) **स्त्रियांचे शिक्षण :** समाजातील स्त्रीवर्गासाठी शिक्षण देण्याची व्यवस्था.

woodwork – (वुड् वऽक्) **लाकूडकाम :** शाळेमध्ये शिकवला जाणारा हस्तकौशल्याशी संबंधित विषय.

word-association test – (वऽड् असो'ऽशिएऽशन् टेस्ट्) **शब्द साहचर्य चाचणी :** पूर्व निश्चित शब्दांना त्वरित प्रसिद्ध देण्यास सांगून प्रयोज्याच्या निद्रिस्त किंवा दाबून ठेवलेल्या इच्छा जाणून घेण्यासाठी वापरण्यात येणारी चाचणी.

work book – (वऽक् बुक्) **कार्य पुस्तक :** एखाद्या विषयाचा विशेष सराव करण्यासाठी असणारे सरावपुस्तक.

work experience – (वऽक् इक्स्पि'अरिअन्स्) **कार्यानुभव :** पुस्तकी ज्ञानाबरोबरच श्रमप्रतिष्ठा शिकवण्यासाठी अभ्यासक्रमात अंतर्भूत केलेला विषय ज्यामध्ये विद्यार्थ्यांकडून छोटी-छोटी हस्तकौशल्याची कामे करून घेतली जातात.

workload – (वऽक् लोड्) **कार्यभार :** शाळेतील शिक्षकांचे अध्यापन व इतर काम तसेच महाविद्यालयीन प्राध्यापकांचे अध्यापन व इतर काम याला कार्यभार म्हणतात.

workshop – (वऽक्शॉप्) **कृतीसत्र कार्यशाळा :** शिक्षकांना एकत्र बोलवून चर्चा व कृतीद्वारा जो तीन ते चार दिवस किंवा काही विशिष्ट काळापर्यंत कार्यक्रम आयोजित केला जातो त्यास कृतीसत्र म्हणतात. व्यावसायिक शाळांमध्ये प्रात्यक्षिक काम पूर्ण करण्यासाठी कार्यशाळा असतात.

❑

X

x-axis – (एक्स् अॅ'क्सिस्) आलेख काढताना वापरला जाणारा **x** आस.
xerox – (झि'अरॉक्स) **छायांकन :** फोटो व विद्युतच्या साहाय्याने (केलेली) नक्कल.
xidealism – (आइडि'अलिझम्) **ध्येयवादी, आदर्शवादी :** वास्तव हे मूलत: अध्यात्मिक किंवा अमूर्त आहे असे मानणारा तत्त्वज्ञानाचा एक प्रवाह.

❑

Y

year – (यिअ) **वर्ष :** १ जानेवारी ते ३१ डिसेंबर पर्यंतचा काळ.

year book – (यिअ् बुक्) **वार्षिक पुस्तक :** ज्या पुस्तकामध्ये त्या शैक्षणिक वर्षातील ठळक घटनांची छायाचित्रे व विद्यार्थी किंवा अनेक विद्यार्थ्यांची शब्दचित्रे उपलब्ध असतात व ते विद्यार्थ्यांसाठी प्रकाशित केले जाते. हे पुस्तक प्रत्येक शाळेसाठी व त्या शाळेच्या विद्यार्थ्यांसाठीच उपलब्ध असते.

year planning – (यिअ प्लॅऽनिंग्) **वार्षिक नियोजन :** शाळेतील शालेय, सह-शालेय व शालेतर उपक्रमांचे वर्षाच्या सुरुवातीस केले जाणारे नियोजन.

yes-no question – (येस् नो क्वे'श्चन्) **'होय-नाही' प्रश्न :** ज्या प्रश्नांची उत्तरे फक्त 'होय' अथवा 'नाही' या शब्दामध्येच येतात असे प्रश्न किंवा अशा प्रश्नांसाठी वापरली जाणारी संज्ञा.

youth – (यू'थ) **युवावस्था :** बाल्यावस्था व परिपक्वता यांच्यामधील काळ.

youth centre – (यू'थ से'न्टऽ) **युवक केंद्र :** सर्वसामान्यतः शाळांना संलग्न असे समाजावरील युवकांच्या उपक्रमांसाठी असणारे केंद्र.

youth culture – (यू'थ क'ल्चऽ) **युवा संस्कृती :** मूल्य, दृष्टिकोन व अभिरुची यातून आलेली एक विशिष्ट संस्कृती जी पौगंडावस्थेतील युवावर्गामध्ये दिसून येते.

youth leader – (यू'थ ली'डऽ) **युवक नेता :** युवकांना नेतृत्त्व पुरवणारी किंवा युवकांचे नेतृत्त्व करणारी व्यक्ती

❑

Z

z score – (झेड् स्कॉअ्) **झेड गुण :** हा प्रमाणगुणांचा एक विशिष्ट प्रकार आहे. माध्यापासून गुणसंख्येच्या विचलनाला प्रमापविचलनाने भागले असता मिळणाऱ्या गुणांना z गुण म्हणतात.

zero – (झी'रो) **शून्य.**

zero population growth – (झी'रो पॉ'प्युलेऽशन् ग्रोऽथ्) लोकसंख्यावाढीची अशी स्थिती ज्यामध्ये जन्मदर व मृत्युदराचे प्रमाण समान असते.

zero transfer – (झी'रो ट्रान्सफर) शून्य संक्रमण एका अध्ययन.
परिस्थितीमधून दुसऱ्या अध्ययनपरिस्थितीमध्ये कोणत्याही प्रकारे अध्ययनाचे संक्रमण न होणे, एका प्राप्त कौशल्याचा दुसरे कौशल्य अवगत करताना कोणताही परिणाम न होणे.

❑

EDUCATION DEFINITIONS

- **"Education is giving the body and soul all the perfection of which they are susceptible." - Plato**
  "शरीर व आत्मा यांना त्यांच्या जन्मजात योग्यतेनुसार पूर्णत्वाप्रत नेणे म्हणजे शिक्षण." - प्लेटो

- **"Education then should be purely negative. It consists not in teaching the principles of virtue but in guarding the head against vice and mind against error." - Rousseau**
  "सद्‌गुण, सद्‌विचार व सत्प्रवृत्ती यांचे संस्कार जाणीवपूर्वक करणे – आवश्यक नाही, तर दुर्गुण, दुराचार यापासून मुलांना दूर ठेवणे, अशा अनिष्ट वातावरणाचे संस्कार त्यांच्यावर होऊ न देणे, त्यापासून मुलांचे संरक्षण करणे, हेच खरे शिक्षण." - रूसो

- **"Education is the natural, systematic, progressive and harmonious development of all powers in man." - Pestalozzi.**
  "सर्व शक्तींचा स्वाभाविक, पद्धतशीर, प्रगतीशीर, प्रगतिशील (विकासशील) व सुसंवादी विकास म्हणजे शिक्षण." - पेस्टॅलॉजी

- **"Education should lead and guide man to clearness concerning himself to peace with nature and unity with God." - Froebel.**
  "माणसातील दैवी अंश प्रकट होऊन त्यांच्या ठिकाणी असलेल्या अमूर्त चैतन्याचा आविष्कार त्यांच्या व्यक्तित्त्वातून व जीवनव्यवहारातून झाला पाहिजे. या अवस्थेप्रत जाणे म्हणजें शिक्षण." - फ्रोबेल

- **"The aim of education is to develop well balanced and many sidedness of interest." - Herbert**
  "व्यक्तीत समतोल व सर्वगामी अभिरुची निर्माण करणे हे शिक्षणाचे ध्येय." - हरबर्ट

- "Education is a process of living and not a preparation of future living." - Dewey.

  "शिक्षण ही जीवनाची तयारी नसून जीवनच आहे.'' - ड्युई

- Education is the manifestation of the perfection in man." - Swami Vivekanand.

  "शिक्षण म्हणजे माणसातील पूर्णत्वाचा आविष्कार.'' - स्वामी विवेकानंद.

- "The highest education is that which does not merely give us information but makes our life in harmony with all existence." - Rabindranath Tagore.

  "श्रेष्ठ शिक्षण तेच की जे केवळ माहिती देत नाही, तर आपल्या जीवनाचा संपूर्ण विश्वाशी मेळ घालते.'' - रवींद्रनाथ टागोर

- "Education is drawing out the best in man's body, mind and spirit." - Mahatma Gandhi

  "शरीर, आत्मा व मन यांचा परिपूर्ण विकास करून व्यक्तीमधील सर्वोत्कृष्ट गुणांची अभिव्यक्ती करणे म्हणजे शिक्षण.'' - महात्मा गांधी

- "Education is not a mere intellectual enterprise, it is a training for human environment by civilizing our attitude and refining our emotions. Education is the means for the reconstitution of society." - Dr. Sarvapalli Radhakrishnan.

  "केवळ बौद्धिक धडाडी म्हणजे शिक्षण नव्हे. मनुष्याच्या विविध प्रवृत्ती आणि भावना यांना परिस्थितीनुरूप सुसंस्कृत वळण लावणे म्हणजेच शिक्षण होय. सामाजिक स्वभाव, प्रवृत्तींना नैतिक वळण लावणे म्हणजे शिक्षण होय.'' - डॉ. सर्वपल्ली राधाकृष्ण

- "Education is the life-breath of our democratic life." - Dr. Zakir Husain.

  "लोकशाहीप्रधान जीवनाचा उच्छ्वास म्हणजे शिक्षण होय.'' - डॉ. झाकीर हुसेन

❏

पारिभाषिक शब्दावली : इंग्रजी मराठी

act	-	कृती
action	-	कृत्य
aesthetics	-	सौंदर्यमीमांसा
altruism	-	परहितवाद
assumed	-	गृहीत
assumption	-	गृहीतक
autonomous	-	स्वायत्त
basic	-	मूलभूत
behaviour	-	वर्तन
benevolence (Principle of)	-	सर्वहितैष्णा
calculus of pleasures	-	सुखाचे गणन
categorical	-	निरुपाधिक
causation	-	कारणता
character	-	चारित्र्य, शील
conceiving (act of)	-	संकल्पन
concept	-	संकल्पना
conduct	-	आचरण
connation	-	वासना
conscience	-	सदसद्विवेकबुद्धी, नीतिविवेकबुद्धी
deontological	-	कर्तव्यताप्रधान
desire	-	इच्छा
determinism	-	नियतत्ववाद
desirable	-	एष्टव्य
desired	-	इष्ट
deterrent theory of punishment	-	शिक्षेची निवारणवादी उपपत्ती
egoism	-	स्वहितवाद
egoistic	-	स्वहितैषी
epistemology	-	ज्ञानमीमांसा
equality	-	समता, समानता
ethical	-	१) नैतिक,
		२) नीतिविषयक
		३) नीतिशास्त्र विषयक

ethics	- नीतिशास्त्र, नीतिमीमांसा
evil	- दुरित, अशुभ, वाईटपणा
evolution	- विकास, उत्क्रांती
fact	- तथ्य
fraternity	- बंधुता, आत्मौपम्य
freedom of will	- संकल्प-स्वातंत्र्य
formal	- आकारिक
fundamental	- मूलभूत
general will	- समूह-संकल्प
good (adj.)	- चांगले, शुभ
good (sub.), the	- कल्याण, हित, प्राप्तव्य,
hedonism	- सुखवाद
hypothetical	- सोपाधिक
imperative	- आदेश
inclination	- प्रवृत्ती
indeterminism	- अनियतत्ववाद
intrinsic value	- साध्यमूल्य, आंतरिक मूल्य, स्वतोमूल्य, स्वयंमूल्य
intention	- १) उद्दिष्ट २) उद्देश
instrumental value	- साधनमूल्य
intuition	- प्रज्ञा, अंत:प्रज्ञा, अंतर्दर्शन
intuitionism	- अंत:चक्षुर्वाद, अंत:दर्शनवाद, अंत:प्रज्ञावाद
kingdom of ends	- साध्य मूल्यांचे सुव्यवस्थित जग
liberty	- स्वातंत्र्य
material	- १) जड, जडात्मक २) आशयात्मक
matter	- १) जड द्रव्य, २) आशय
metaphysics	- वस्तुमीमांसा, सद्वस्तुमीमांसा
moral	- नैतिक
moral ideal	- नीतिचा आदर्श
morality	- नीति

moral judgement	- नैतिक विधान
moral philosophy	- नैतिक तत्त्वज्ञान, नीतिमीमांसा
motive	- प्रेरणा, हेतू
natural science	- निसर्ग-विज्ञान, विज्ञान
norm	- आदर्श
normative	- आदर्शात्मक
objective	- वस्तुगत, वस्तुनिष्ठ
objective property	- वस्तुगत धर्म
obligation	- नैतिक बंधन
philosopher	- तत्त्वचिंतक, तत्त्वज्ञ
philosophy	- तत्त्वचिंतन, तत्त्वज्ञान
punishment	- शिक्षा, दंड
reality	- सद्वस्तू
reason	- समर्थक कारण
reformative theory of	
punishment	- शिक्षेची सुधारणावादी उपपत्ती
renaissance	- प्रबोधन
responsibility	- जबाबदारी, दायित्व
retributive	- शिक्षेचा प्रतिशोध, उपपत्ती
right	- १) युक्त, २) हक्क, अधिकार
rigorous	- कठोर
secularism	- धर्मनिरपेक्षतावाद
self-determinism	- आत्मनियतत्त्ववाद
science	- शास्त्र
social philosophy	- सामाजिक तत्त्वज्ञान
teleological theory	- प्राप्तव्यवादी उपपत्ती
universalistic hedonism	- सार्वत्रिक सुखवाद
utilitarianism	- उपयुक्ततावाद
value	- मूल्य
voluntary act	- इच्छाधीन कृती, स्वाधीन कृती
will	- संकल्प
wish	- मनोरथ
wrong	- अयुक्त, अयोग्य

❑

पारिभाषिक शब्दावली : मराठी - इंग्रजी

अंत:स्त्रावी ग्रंथी	-	endocrine gland
अंतर्मुख	-	introvert
अखंडित श्रेणी	-	continuous series
अधिवृक्क ग्रंथी	-	adrenal gland
अनेक घटक सिद्धान्त	-	multifactor theory
अनौपचारिक समूह	-	informal group
अन्योन्यक्रिया	-	transaction
अपवेशन लक्षणे	-	withdrawal symptoms
अपसामान्यत्व	-	abnormality
अप्रबल जनुक	-	recessive gene
अभाषिक चाचण्या	-	non-verbal tests
अभिक्षमता	-	aptitude
अभिरुची	-	interest
अभिवृत्ती	-	attitude
अमूर्त युक्तिवाद	-	abstract reasoning
अवटू ग्रंथी	-	thyroid gland
अहंगंड	-	superiority complex
आंतरिक मूल्य	-	intrinsic value, value as an end
आकारिक	-	formal
आक्रस्ताळेपणा (आकांडतांडव)	-	temper tantrum
आचरण	-	conduct
आत्मौपम्य	-	fraternity
आदर्शात्मक	-	normative
आधार वय	-	basal age
आनुवंशिकता	-	heridity
आलेख श्रेणी	-	graphic scale
अस्थिप्रधान देही	-	ectomorph
इच्छा	-	desire
इच्छाधीन कृती	-	voluntary act
इष्ट	-	desired
उदात्तीकरण (उन्नयन)	-	sublimation
उद्दिष्ट	-	intention (intended object)
उद्देश	-	intention (the act of intending)
उपपत्ती	-	theory

उपयुक्ततावाद	-	utilitarianism
उभयमुख	-	ambivert
एकघटक सिद्धान्त	-	unifactor theory
एकबीज जुळी	-	identical twins
एकात्मभाव	-	cohesiveness
एष्टव्य	-	desirable
औपचारिक समूह	-	formal group
कंपू	-	clique
कारणता	-	causation
कार्यरत समूह	-	functional gorup
कृती चाचण्या	-	performance tests
कृती	-	act
खंडित श्रेणी	-	discrete series
खुले समूह	-	inclusive groups
गुणविशेष	-	trait approach
गुणसूत्र	-	chromosomes
गृहीत	-	assumed, taken for granted
गृहीतक	-	assumption
ग्राहक	-	receiver
घटक विश्लेषण	-	factor analysis
चारित्र्य	-	character
चोरी	-	stealing
जड द्रव्य	-	matter
जड	-	material
जननग्रंथी	-	sex gland
जननिक अपसामान्यत्व	-	genetic abnormalities
जन्मक्रम	-	ordinal position
जन्मोत्तर परिवेश	-	postnatal environment
जैविक वारसा	-	biological heritage
ज्ञानमीमांसा	-	epistemology
तत्त्वचिंतक	-	philosopher
तत्त्वचिंतन	-	philosophy
तत्त्वज्ञ	-	philosopher
तत्त्वज्ञान	-	philosophy
तथ्य	-	fact
तादात्म्यीकरण	-	indentification

द्विघटक सिद्धान्त	-	two-factor theory
धर्मनिरपेक्षता	-	secularism
निरीक्षणात्मक तंत्र	-	observational technique
निरुपाधिक आदेश	-	categorical imperative
निरोधन	-	supression
नीतिमीमांसा	-	moral philosophy, ethics
नेतृत्व	-	leadership
नैतिक तत्त्वज्ञान	-	moral philosophy
नैतिक निर्णय	-	moral judgement
नैतिक बंधकता	-	oughtness, obligatory character
नैतिक	-	moral
न्यूनगंड	-	inferiority complex
पदनिश्चयन श्रेणी	-	rating scale
परकीय समूह	-	outgroup
परभाषिक घटक	-	paralinguistic factors
परहितवाद	-	altruism
पराअवटू ग्रंथी	-	parathyroid gland
परिवेश	-	environment
परिसीमा वय	-	ceiling age
पालक-बालकसंबंध	-	parent-child relationship
पीयूषिका ग्रंथी	-	pituitary gland
पुंबीज	-	sperm
पुष्टी	-	nurture
पूर्वग्रह	-	prejudices
पेशीय परिवेश	-	cellular environment
प्रकार दृष्टिकोण	-	type approach
प्रक्षेपण तंत्र	-	projective technique
प्रचार	-	propoganda
प्रज्ञा आकृती	-	structure of intellect
प्रज्ञा	-	intuition
प्रतिभरण	-	feedback
प्रत्युच्चारण दोष	-	echolalia
प्रबल जनुक	-	dominant gene
प्रबोधन	-	renaissance
प्रसामान्य वितरण वक्र	-	normal distribution curve
प्रसामान्य वितरण	-	normal distribution

प्राप्तव्य	-	(the) good
प्राप्तव्यवादी उपपत्ती	-	teleological theory
प्राप्तांक	-	score
प्रेरणा	-	motive
प्रेषक	-	sender
फलन	-	fertilization
फुरसत	-	leisure
बंदिस्त समूह	-	exclusive group
बंधुता	-	fraternity
बहिर्मुख	-	extrovert
बालगुन्हेगारी	-	juvenile deliquency
बुद्धिगुणांक	-	intelligence quotient
बुद्धी	-	intelligence
भाषिक चाचण्या	-	verbal test
भाषिक संप्रेषण	-	verbal communication
मनश्चेतापदशा	-	neurosis
मनोदुर्दशा	-	psychosis
मनोरथ	-	wish
माध्यम	-	medium
मानक	-	norms
मानवतावादी दृष्टिकोन	-	humanistic approach
मानसिक वय	-	mental age
मानसिक स्वास्थ्य	-	mental hygiene
मार्गदर्शन	-	guidance
मुलाखत	-	interview
मूलभूत	-	fundamental, basic
मूल्य	-	value
मेदोदेही	-	endomorph
यांत्रिक अभिक्षमता	-	mechanical aptitude
युग्मनज	-	zygote
रेखाचित्र	-	profile
लिंगनिश्चिती	-	sex determination
वर्गांतर मध्य	-	mid-point of an interval
वर्गांतर	-	class interval
वर्तणूक समस्या	-	behavioural problems
वर्तन	-	behaviour

वस्तुगत धर्म	-	objective property
वस्तुगत	-	objective
वस्तुनिष्ठ	-	objective
वस्तुमीमांसा	-	metaphysics
वारंवारिता बहुकोन	-	frequency polygon
वारंवारिता वितरण	-	frequency distribution
वारंवारिता	-	frequency
वासना	-	conation
विज्ञान	-	natural science, empirical science
विज्ञानशाखा	-	natural science
विधान	-	judgement
विविध अभिक्षमता चाचण्या	-	differential aptitude tests
विसंकेतीकरण	-	decoding
वैफल्य	-	frustration
वैयक्तिक चाचण्या	-	individual tests
व्यक्ति-सुखवाद	-	egoistic hedonism
व्यक्तित्व	-	individuality
व्यक्तिभेद	-	individual differences
व्यक्तिमत्त्व	-	personality
व्याधिकीय खोटेपणा	-	pathological lying
व्यावसायिक अभिक्षमता	-	vocational aptitude
व्यावसायिक मार्गदर्शन	-	vocational guidance
शरीराभिमुखता	-	body orientation
शाळा बुडविणे	-	truancy
शास्त्र	-	science
शिक्षेची निवारणवादी उपपत्ती	-	deterrent theory of punishment
शिक्षेची प्रतिशोध उपपत्ती	-	retributive theory of punishment
शिक्षेची सुधारणावादी उपपत्ती	-	reformative theory of punishment
शील	-	character
शैक्षणिक मार्गदर्शन	-	educational guidance
संकल्प	-	will
संकल्पन	-	conceiving (act of)
संकल्पना	-	concept
संकेतीकरण	-	encoding
संख्याशास्त्र	-	statistics
संघर्ष	-	conflict

संपादन	-	achievement
संप्रेषण मार्ग	-	channel
संप्रेषण	-	communication
संप्रेषणातील अडथळे	-	barriers of communication
संवादित्व	-	repport
सद्वस्तुमीमांसा	-	metaphysics
समर्थक कारण	-	reason
समवयस्कांचा समूह	-	peer group
समस्यालक्षी प्रतिक्रिया समूह	-	task oriented response group
समूह अनुसारिता	-	group conformity
समूह संकल्प	-	general will
समूहगतिकी	-	group dynamics
समूहचाचण्या	-	group tests
समूहरचना	-	structure of group
समूहाचे मनोबल	-	group morale
सर्वहितैषणा	-	benevolence
सहमंत्रणा	-	counselling
साचेबंद विचार	-	stereotypes
साधनमूल्य	-	instrumental value, value as a means
साध्यमूल्य	-	intrinsic value, value as an end
सामाजिक दर्जा	-	social status
सामाजिक वातावरण	-	social climate
सार्वत्रिक सुखवाद	-	universalistic hedonism
सुखवाद	-	hedonism
सुखाचे गणन	-	calculus of pleasures
सौंदर्यमीमांसा	-	aesthetics
स्तंभालेख	-	histogram
स्थानपरिवर्तन	-	displacement
स्नायुप्रधान देही	-	mesomorph
स्वकीय समूह	-	ingroup
स्वतोमूल्य	-	intrinsic value, value as an end
स्वभाव	-	character
स्वमग्नता	-	autism
स्ववृत्त तंत्र	-	self report technique
हित	-	(the) good
हेतू	-	motive

परिशिष्ट

Abbreviations used

A.C.C.	:	Auxiliary Cadet Corps
A.I.C.E.E.	:	All India Council of Elementary Education
A.I.C.T.E.	:	All India Council of Technical Education
A.I.C.S.E.	:	All Indian Council for Secondary Education
B.E.O.	:	Block Education Officer
C.A.B.E.	:	Central Advisory Board of Education
C.B.E.V.G.	:	Central Bureau of Educational and Vocational Guidance
C.E.O.	:	Circle Education Officer
C.I.E.	:	Central Institute of Education
C.I.E.T	:	Central Institute of Educational Technology
C.R.	:	Cummulative Record
C.S.W.B.	:	Central Social Welfare Board
C.B.S.E.	:	Central Board for Secondary Education
D.A.V.	:	Dayanand Anglo Vedic
D.E.	:	Director of Education
D.E.O.	:	District Education Officer
D.E.P.S.E.	:	Directorate of Extension Programmes for Seconday Education
D.P.I.	:	Director of Public Instructions
D.S.B.	:	District School Board
D.S.E.O	:	District School Education Officer
H.S.O.	:	Higher Secondary Officer
I.C.A.R.	:	Indian Council of Agricultural Research
I.C.C.R.	:	Indian Council for Cultural Relations
I.C.C.W.	:	Indian Council of Child Welfare
I.E.C.(IEC)	:	Indian Education Commission (1964-66)
I.E.S.	:	Indian Education Services
I.U.B.	:	Inter University Board

K.G.	:	Kindergarten
NBAVE	:	National Board of Audio-Visual Education
N.C.C.	:	National Cadet Corps
N.C.E.R.T.	:	National Council of Educational Research and Training
N.I.E.	:	National Institute of Education
N.W.E.C.	:	National Women Education Council
N.R.H.E.C.	:	National Rural Higher Education Council
N.B.A.V.E.	:	National Boord of Audio-Visual Education
N.C.T.E.	:	National Council of Teacher Education
P.E.S.	:	Provincial Education Service
P.G.B.T.C.	:	Post Graduate Basic Training College
P.W.D.	:	Public Works Department
P.E.R.A.B	:	Physical Education and Recreational Advisory Board
P.T.A	:	Parent Teacher Association
R.C.E.	:	Regional College of Education
S.E.C.	:	Secondary Education Commission
S.E.O.	:	State Education Organizer
S.E.S.	:	State Education of Service
S.I.E.	:	State Institute of Education
S.T.S.	:	Single Teacher Schools
S.C.E.R.T.	:	State Council of Educational Research and Training
S.I.S.E.	:	State Institute & Science Education
S.I.E.T.	:	State Institute of Educational Technology
S.S.C.	:	Secondary School Code
U.E.C.	:	University Education Commission
U.G.C.	:	University Grants Commission

❏

इंग्रजी अक्षरे (वर्ण)
alphabets (26)

- स्वर vowels
- व्यंजने consonants

इंग्रजी भाषेतील ध्वनी
sounds

- स्वर vowels (20)
  - शुद्ध स्वर Pure vowels (12)
  - संयुक्त स्वर Dipthongs
- व्यंजने (21) consonants

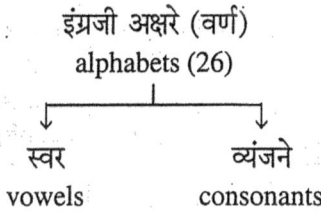

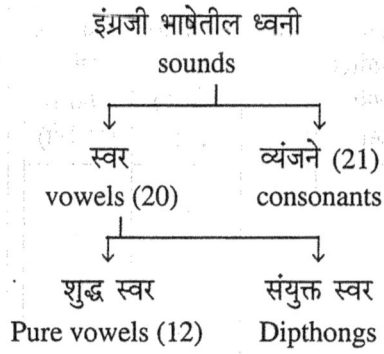

इंग्रजी भाषेतील ध्वनी प्रकार व त्यांचे सांकेतिक चिन्ह

Sounds and Symbols

इंग्रजी भाषेतील ध्वनी प्रकार	अनुक्रम	सांकेतिक चिन्ह (रोमन) R.P.	सांकेतिक चिन्ह देवनागरी (पर्यायी)	इंग्रजी भाषेतील ध्वनी प्रकार	अनुक्रम	सांकेतिक चिन्ह (रोमन) R.P.	सांकेतिक चिन्ह देवनागरी (पर्यायी)
	1	/i:/	ई		17	/e∂/	एअ्
शुद्ध	2	/I/	इ		18	/μ∂/	ऊअ्
स्वर	3	/e/	ए		19	/∂μ/	अ्उ
ध्वनी	4	/x/	ॲ		20	/aμ/	आउ
	5	/a:/	आऽ	व्यंजन	21	/P/	प्
	6	/⊃/	ऑ	ध्वनी	22	/b/	ब्
	7	/⊃:/	ऑऽ	आणि	23	/t/	ट्
	8	/U/	उ	चिन्ह	24	/d/	ड
	9	/μ:/	ऊ		25	/k/	क्
	10	/∂/	अ		26	/g/	ग्
	11	/∂:/	अऽ		27	/f/	फ्
	12	/Λ/	अ'		28	/v/	व्ह्
	13	/eI/	एइ		29	/s/	स्
संयुक्त	14	/aI/	आई		30	/z/	झ्
स्वर	15	/⊃I/	ऑइ		31	/s/	श
ध्वनी	16	/I∂/	इअ्		32	/3/	ज + झ्

इंग्रजी भाषेतील ध्वनी प्रकार	अनु क्रम	सांकेतिक चिन्ह (रोमन) R.P.	सांकेतिक चिन्ह देवनागरी (पर्यायी)	इंग्रजी भाषेतील ध्वनी प्रकार	अनु क्रम	सांकेतिक चिन्ह (रोमन) R.P.	सांकेतिक चिन्ह देवनागरी (पर्यायी)
	33	/u/	थ्		39	/n/	न्
	34	/–/	द्		40	/h/	ङ्
	35	/h/	ह्		41	/l/	ल्
	36	/ts/	च्		42	/j/	य्
	37	/d3/	ज्		43	/w/	व्
	38	/m/	म्		44	/r/	र्

टीप -

१) /P/, /t/, /k/ ही व्यंजनध्वनी जेव्हा शब्दाच्या सुरवातीस उच्चारली जातात, तेव्हा त्यांचे उच्चार (ष + ह, ट + ह, क + ह) ph, th, kh असं होतात. इंग्रजीत या ध्वनीने hepiraled sounds म्हणतात.

२) सर्व संयुक्त / द्विस्वर ध्वनींचे उच्चार करताना पहिला ध्वनी पूर्णपणे करावा, दुसरा स्वर अपूर्ण करावा.

३) /३/ हा व्यंजन ध्वनी मराठीत नाही. परंतु उर्दू भाषेत नुक्ता दिलेला 'ज' थोडाफार सारखा आहे. आजाद, जिन्दा, राजा

४) IS, z, f, v, u हा हे ध्वनी मराठीला फारसे मिळतेजुळते (faithful) नाही.

५) उपरोक्त देवनागरीतील सांकेतिक चिन्ह केवळ पर्याय आहेत ते तत्त्वत: किंवा पूर्णत: अचूक असतीलच असे नाही. ते केवळ मिळतेजुळते असण्याची शक्यता आहे.

संदर्भसूची

Agrawal Y.P. /Sachdeva M.S. - 'Educational Administration and
  Supervision', Parkash Brothers, Ludhiana, (1988)
Ahmad Maqbool - 'Comprehensive Dictionary of Education',
  Atlantic Publishers and Distributors, New Delhi
Bhatia B.D. - The Theory and Principles of Education,
  Doaba House, Delhi, 15th Edition, 1983.
Bisht Abha Rani - 'Teaching English In india',
  Vinod Pustak Mandir Agra, Latest Edition
Cohithakshan. P. M. - 'Dictionary of Education' - A - Practical Appproach,
  Kanishka Publishers and Distributors. New Delhi (2004)
Dandekar W.N. - 'Makhija Sanyoglata Psychological foundations of
  Education', Macmillan India Ltd, New Delhi, 3rd Edition
Goyal G.P. - History of Education in India (Hand Book Depot, Delhi,
  First Edition)
Pandey R. S. - 'Education in Emerging Indian Society',
  Vinod pustak Mandir, Agra, 3rd edition, (2008/2007)
Quresh M. - 'Social Aspects of Education' Anmol Publications,
  New Delhi (2005)
Shukla, Ramesh - 'Dictionary of Education'
  A.P.H. publishing corporation, New Delhi
Sinha S.C. / Dhiman - A. K. 'Research Methodology'
  E. E. E. Publications, New Delhi First Edition (2002)
Sohoni S. V. - 'A New Approach Dictionary of Living English',
  Nitin Prakashan, Pune (2008)
डॉ. पारसनीस न. रा., प्रगत शैक्षणिक मानसशास्त्र, नूतन प्रकाशन, पुणे,
  प्रथम आवृत्ती (१९९०).
डॉ. दुनाखे अरविंद - भारतीय शिक्षणपद्धती व माध्यमिक शिक्षण,
  नित्यनूतन प्रकाशन, पुणे, (सप्टेंबर २००६)
डॉ. जोशी बी. आर. - सामाजिक शास्त्रातील संज्ञा सिद्धांतांचा कोश - शिक्षणशास्त्र,
  डायमंड प्रकाशन, पुणे प्रथम आवृत्ती (२००७)
प्रा. इनामदार मुकुंद - मानसशास्त्र शब्दकोश (संकलन), डायमंड प्रकाशन, पुणे, प्रथम
  आवृत्ती (२००९)

लेखकपरिचय

प्रा. बेनझीर तांबोळी
एम.ए. (इंग्रजी), एम. एड्

- रयत शिक्षण संस्थेमध्ये वरिष्ठ महाविद्यालयात इंग्रजी विषयाचे अध्यापन.
- टिळक महाराष्ट्र विद्यापीठ – शिक्षणशास्त्र विभागामध्ये अधिव्याख्याता पदावर कार्यरत.
- विविध वर्तमानपत्रे व नियतकालिके यामध्ये शैक्षणिक-सामाजिक विषयांवर लिखाण
- इंग्रजी संभाषण, व्यक्तिमत्त्वविकास व शैक्षणिक विकासासाठी विद्यार्थ्यांना मार्गदर्शन
- विविध शैक्षणिक, सामाजिक उपक्रमांत सहभाग.
- प्रभावशाली शिक्षणतज्ज्ञ पुस्तक लेखन.